களிற்றடி

களிற்றடி

சௌம்யா

Title: Kalitradi
Author's Name: Sowmya

Published by Piraghu Prachuram

Piraghu Prachuram
(An imprint of Zero Degree Publishing)
No. 55(7), R Block, 6th Avenue,
Anna Nagar,
Chennai - 600 040

Website: www.zerodegreepublishing.com
E Mail id: zerodegreepublishing@gmail.com
Phone: 89250 61999

Piragu Prachuram First Edition: December 2023
ISBN: 978-93-95473-74-3
TITLE NO PP: 14

Layout: G.Selva Kumar

சமர்ப்பணம்

ரைட்டருக்கு...

பொருளடக்கம்

முதல் அடி

‘களிற்றடி’ என் முதல் சிறுகதைத் தொகுப்பு; என் முதல் அச்சுப் புத்தகம்; இலக்கேதும் வைத்துக் கொள்ள விரும்பாத ஓர் எளிய நெடும்பயணத்தை உத்தேசித்த முதல் அடி!

2016 முதல் 2023 வரை நான் எழுதிய சிறுகதைகளின் தேர்ந்தெடுக்கப்பட்ட தொகுப்பு இந்நூல். எழுத்து கீழ்மையிலிருந்து உருவாகிறது என்பார்கள். என் விஷயத்தில் எழுத்து துயரங்களில் இருந்தே தொடங்கியது. என் வலிகளை, எனைச் சுற்றிய வருத்தங்களை எழுதத் தொடங்கியதுதான் என் சிறுகதைகளின் தொடக்கப் புள்ளி. எல்லோரிடமும் பகிர முடியாதவற்றைப் புனைவுகளாக இறக்கி வைப்பதில் ஓர் ஆசுவாசம் கிட்டியது.

ஆக, இக்கதைகளின் உள்ளும் புறமும் என் சுற்றமும் சூழலும் உண்டு (உதாரணமாக அப்பாவுடனான ஓர் உரையாடலில் கருவான கதை ‘களிற்றடி’). இதன் பக்க விளைவாக இதில் பல கதைகளில் நாயகி பாத்திரம் நான்தான் என வரித்து வாசிப்போர் உண்டு. உதாரணமாக ‘துலாமுள்’ கீர்த்தனா, ‘துயில் துணை’ வசுதா. ஆனால் அதன் வழி பிரதி தரும் அனுபவத்தைச் சுருக்கிக் கொள்கிறார்கள் என்றே சொல்வேன். நான் கதைகளில் சுயசரிதை எழுத முற்படுவதில்லை. அதை மீறி எங்கேனும் என் சாயை தென்படலாம். புனைவில் தன் நிழலை விட்டுச் செல்லாத எழுத்தாளர்கள் அரிது. அதை அடையாளம் கண்டால்

புன்னகையுடன் கடப்பதைத் தாண்டி வாசகர் அதில் ஆராய ஒன்றுமில்லை.

சுயபுராணம் பேச புத்தக முன்னுரை வசதியான மார்க்கம். எனவே கொஞ்சம் முன்கதை.

Ex ட்விட்டரான *X* தளத்தில்தான் என் அறிமுகம் நிகழ்ந்தது. நிறைய அரட்டைக்கு நடுவே - அதுதான் என் ஐடியின் பெயரே *(@arattaigirl)*-கை எழுதப் பழகியது அங்கேதான். என் முதல் எழுத்துப் பலகை *Nokia 1208* என்ற புராதன பட்டன் ஃபோன். பல்பத்திலிருந்து பென்சிலுக்கு நகர்வதைப் போல் சில ஆண்டுகளில் ஆண்ட்ராய்டுக்கு மேலேறினேன். ட்விட்டரிலிருந்து ஃபேஸ்புக். 140 சொற்கள் என்ற கட்டுப்பாடு தளர்ந்தது முதல் மாற்றம். அதைத் தொடர்ந்து வலைத்தளம் தொடங்கிச் சின்னச் சின்னப் பதிவுகள், கவிதைகள் என்று எழுதிப் பார்த்தேன். 'அம்மா' என்றொரு கவிதைத் தொகுதி (மின்னூல்) வந்தது.

குறுகத் தறித்த ட்வீட்களுடன் புழங்கிக் கிடந்தவளுக்கு இரண்டாயிரம் சொற்களில் சிறுகதை என்பது, அதுவும் அலைபேசியில் தட்டச்சுவது பெரிய சவாலாய் இருந்தது. அத்தனை சிறுகதைகளையும் மூன்று அங்குலத் தொடுதிரை கொண்ட *Samsung Galaxy Star Duos S5282* செல் பேசியிலும் பின் சமீப காலங்களில் ஆறரை அங்குல *Oppo A16K* செல்பேசியிலும்தான் எழுதினேன் என்பதை யோசித்தால் எனக்குமே மலைப்புதான்!

இன்னொரு விஷயம். என் கதைகள் ஏதும் இதுகாறும் அச்சில் வெளியானதில்லை. நான் அச்சுப் பத்திரிகைக்கு அனுப்பியதே ஒரே கதைதான். மூன்று மாதங்களுக்குப் பிறகு விசாரித்த போது, 'இன்னும் படிக்கவில்லை' என்றனர். எனவே, அதை என் வலைதளத்தில் வெளியிட்டேன். அதன்பின் வேறு அச்சுப் பத்திரிகைகளுக்கு அனுப்பவில்லை. படித்து நிராகரித்திருந்தால் ஏற்கலாம்; கிடப்பில் போட்டு வைத்திருந்தது ஏமாற்றம். எனவே, என் வலைதளத்திலேயே இக்கதைகளை வெளியிட்டேன். இந்தத் தற்சார்பு பிடித்திருக்கிறது.

காலக்கெடு ஏதுமற்ற, யாருக்கும் கையளித்தே ஆக வேண்டிய நிர்ப்பந்தம் இல்லாத சுதந்திரத்தால் என் ஆரம்ப காலச் சிறுகதைகள் நத்தை துரிதத்தில் வெளியாகின.

இந்தக் காலகட்டத்தில் என்னை “எழுது எழுது” என அவ்வப்போது விரட்டிக் கொண்டே இருந்தவர் நண்பர் ரைட்டர் சிஎஸ்கே. 2016 - 2017 ஆண்டுகளில் மூன்று சிறுகதைகள், அதிலொன்று (‘வயிற்றுத் தீ’) அவர் நடத்திய ‘தமிழ்’ மின்னிதழில் வெளியானது. பிரசுரம் கண்ட என் கதை அதுவே. ஆனால், பிறகு நான்காண்டுகளுக்கு ஒரு புனைகதையும் எழுதவில்லை. என் கதைகளுக்குக் கச்சா துயர்கள்தாம் என்று சொல்லியிருந்தேன், எனில் இந்த வருடங்களில் துயரே இல்லாத சுக வாழ்வு வாய்த்ததா என்றால் அப்படி இல்லை, எழுத நேரமில்லாத அளவு துயர்களை அள்ளித் தந்திருந்தது வாழ்க்கை!

கோவிட் இரண்டாம் அலை தீர்ந்த காலகட்டத்தில் வாழ்வு சற்று தெளிந்திருக்க, சிஎஸ்கே மறுபடி நச்சரிக்க ஆரம்பித்தார். முதலில் “எதுவும் எழுதலையா?” என்று கேட்டு வந்தவர் “இந்தக் குடியரசு தினத்திற்கு ஏதாவது எழுதுங்கள்”, “வரும் பிறந்த நாளுக்குள் ஏதாவது எழுதுங்கள்” என்று தொடர்ந்து சொல்ல ஆரம்பித்தார். மெனக்கெட்டு எழுதி அனுப்பிக் கருத்துக் கேட்ட சிறுகதைகள் சிலவற்றை “ஆதி காலத்துக் கதை”, “தேய் வழக்கு நடை” என்றெல்லாம் முகத்தில் அடித்ததுபோல் கூறி இருக்கிறார். ‘சரி, நமக்குத்தான் ப்ராப்தம் இல்லையோ’ என்று கூட ஒரு கட்டத்தில் சலிப்பாய்த் தோன்றி இருக்கிறது. ஆசிரியரைக் கண்டுநழுவும் சுமார் மாணவி போல் ஏதாவது காரணம் கூறிச் சமாளித்திருக்கிறேன். அப்படி ஓடும் மாணவியையும் அதட்டி எழுதத் தூண்டி, கொஞ்சம் தகுதிப்படுத்திய என் ஆசான் அவர். அப்படித்தான் 2022-ம் ஆண்டில் மட்டும் ஐந்து சிறுகதைகள் எழுதினேன்.

அடுத்து 2023-ன் தொடக்கத்தில் மாதம் ஒரு சிறுகதை வலைதளத்தில் வரவேண்டும் என்ற சவாலை சிஎஸ்கே அளித்தார். ஆரம்பத்தில் எனக்கு அதில் ஆர்வம், நம்பிக்கை இல்லை. இன்ன தேதிக்குள் கதை என்றெல்லாம் இலக்கு வைத்து எழுதியதே இல்லை. தோன்றினால் எழுதுவேன், திருத்தினால் வெளியிடுவேன் என்றே வாழ்ந்திருந்தேன். ஜனவரி ஒன்றுமின்றிக் கழிந்தது. மாதக் கடைசியில் “ஸ்கோர்: 0/1, வாழ்த்துகள்!” என அவர் குத்தலாக மெசேஜ் அனுப்ப, சீண்டப்பட்டு ஃபிப்ரவரி தொடக்கத்தில் ‘பரிசுத்தர்’ சிறுகதையை எழுதினேன். இலக்கு வைத்து எழுதுவதன் நுட்பமும் ருசியும் பிடிபட்டது.

ஒழுக்கம் குன்றாது தொடர்ந்து எழுதினேன். உள்ளடக்கம், கூறுமுறை மெருகேறியது. நானறிந்த நிகழ்வுகளை, மனிதர்களைத் தாண்டி கற்பனைகளை முயற்சி செய்தேன். இவை முன்பைக் காட்டிலும் பரவலான வாசகர்களைச் சென்றடைந்தன - சராசரியாக 2,000 பார்வைகள் - 'துலாமுள்', 'துயில் துணை' கதைகள் 3,500 பார்வைகளைக் கடந்தன. ஃபேஸ்புக்கில் விடுப்பு எடுத்தாலே "அடுத்த கதை தயாராகிறதா?" என்று கேட்குமளவு ஆர்வமாய் எதிர்பார்த்தார்கள். ஃபிப்ரவரி முதல் செப்டெம்பர் வரை பத்து மாதங்களில் பத்துக் கதைகள் (அதில் நான்கு இன்னும் வெளியாகவில்லை). எழுத்தின் பொருண்மை, தரம் மட்டுமல்ல; பெரிதாகத் தடை, தொந்தரவு நேராமல் எழுத வாய்த்த அக நிலை, புறச்சூழலையும் வைத்துச் சொன்னால் இவ்வாண்டு எனக்கு எழுத்தின் வசந்த ருது!

நான் எழுதுவேன் என்பதை என்னை விட அதிகம் நம்பியவர், நம்புபவர் சிஎஸ்கேதான். என் அத்தனை புனைகதைகளின் முதல் வாசகராக இருந்து ஆற்றுப்படுத்தியவர். என்எழுத்தின் ஆரம்பம் முதல் இப்போது இப்புத்தகமாக்கல் வரை அவரது ஊக்குவித்தல் உண்டு. அந்நன்றியுடன் எனது இந்த முதல் அச்சு நூலை அவருக்கே சமர்ப்பிக்கிறேன்.

என் கதைகளைப் படித்துப் பாராட்டி ஊக்கப்படுத்திய, விமர்சித்துச் சீராக்க உள்ளீடு சொன்ன நண்பர்கள் அநேகம். நற்சொற்களைப் போல் நன்றாய் இல்லை என்பதையும் முக தாட்சண்யம் பாராது சொன்னோரும் என்னை ஆக்கியோரே. ஒவ்வொருவரின் அன்புக்கும், அக்கறைக்கும் இந்தப் புத்தகம் வெளிவருவதில் மறைமுகப் பங்குள்ளது.

'துலாமுள்' என்ற சிறுகதையை வாசிப்பை நேசிப்போம் 'சிறுகதையாடல்', எழுத்தாளர் மதுமிதாவின் 'சிறுகதை நேரம்' இணையக் குழும நிகழ்வுகளில் விவாதித்தார்கள். 'ஊழ்' சிறுகதையைப் படித்துவிட்டு ஃபேஸ்புக் நண்பர் விக்னேஷ் விஜய்யின் அம்மா கைப்பட ஒரு கடிதம் அனுப்பி இருந்தார் - முப்பத்தைந்து வருடங்கள் வாசகியாக இருந்தும் முதன் முறை விமர்சனம் எழுதுவதாக. புத்தகமாய் வந்தால் மட்டுமே உங்கள் சிறுகதைகளைப் படிப்பேன் என்று பிடிவாதமாய் இருப்பதாக ஃபேஸ்புக் நண்பர் இதயதுல்லா கூறி இருந்தார். இது போல

நெகிழ்வு நிகழ்வுகளுக்குப் பதிலளிக்கத் தெரியாமல் திணறி இருக்கிறேன்.

தோழி நான்ஸி கிட்டத்தட்ட எல்லாக் கதைகளையும் வாசித்து விட்டுப் பேசியிருக்கிறார். மீனம்மா கயல் கதைகளைப் பகிர்ந்ததன் வழியாக பரவலாக வாசகர்களிடம் சேர்ந்தன. ட்விட்டர் நண்பர்கள் ஜெனுடப்பா மற்றும் விதானம் தவறாமல் வாசித்து இது சிறப்பு, இது உங்கள் வழமைத் தரத்தில் இல்லை என மனதில் பட்டதைப் பூச்சின்றிச் சொன்னார்கள். சிறுகதைக்கான அம்சங்களை எடுத்துச் சொல்லி, என் கதைகளின் நல்லவைகளையும், அல்லவைகளையும் தொடர்ந்து விரிவாகச் சுட்டி வந்தவர் நண்பர் கோகுல் பிரசாத். அனைவரின் விமர்சனங்களிலும் எனக்குச் சரி எனப் பட்டவற்றை ஏற்றுக்கொண்டேன். சிலவற்றை அடுத்த கதைகளில் சரி செய்தேன். இன்னும் நிறையக் கனிய வேண்டும்.

இருண்ட காலங்களில் எல்லாம் என் குடும்பம் என்னுடன் நின்றிருக்கிறது. அவர்களைப் பற்றி மீண்டிருக்கிறேன். இந்த நனிதருணத்தில் அவர்களை நினைத்துக் கொள்கிறேன்.

புத்தகம் கொணர வேண்டும் என நான் அணுகியபோது, என் அடையாளமிலிச் சிக்கல் தாண்டி, எழுத்தைப் பொருட்படுத்திப் புத்தகமாக்கச் சம்மதித்த ராம்ஜீ நரசிம்மனுக்கும், காயத்ரிக்கும் அன்பு. நூலை அழகான முறையில் வடிவமைத்துப் பதிப்பிக்கும் ஸீரோ டிகிரி ஊழியர்களுக்கு வந்தனம். வாங்கவிருக்கும் வாசகர்களுக்கு முன்கூட்டிய நன்றி!

மனக் களத்தில் நிகழும் தன்முனைப்புக்கும் அவையடக்கத்துக்கும் இடையேயான சமரினூடே திரும்பிப்பார்க்கிறேன். இச்சிறுகதைகளின் வழி எழுத்தின் தடுமாற்றம் முதல் ஓரளவு தொழிற்பட்ட நிலை வரை பரிணாமம் உண்டு. எனவே இது ஓர் எழல்!

சௌம்யா
நவம்பர் 5, 2023

1. களிற்றடி

அப்பாவின் கால்கள் லேசாய் ஜில்லிட்டிருந்தன. வீக்கம் சற்று வற்றியிருந்தது. பாதம் பற்றி மெல்ல விரல்களை வருடியபடியே அவரிடம் பேச்சுக் கொடுக்கத் தொடங்கினேன்.

"கால் வலி இருக்குதாப்பா?"

இல்லை என்பதாகத் தலையாட்டினார். தயங்கிவிட்டுக் கேட்டேன்.

"எக்ஸர்சைஸ் பண்ணலாமாப்பா?"

அசிரத்தையாய் முகம் மாறி "கொஞ்சம் போகட்டும்மா" என்றார்.

"சீக்கிரம் சரியாகிடும்பா."

எனக்கு மேற்கொண்டு என்ன சொல்வதெனத் தெரியவில்லை.

ஃபிஸியோதெரஃபிஸ்ட் தினம் கால் மணி நேரமாவது அவர் சொல்லிக் கொடுத்த உடற்பயிற்சிகளைச் செய்ய அறிவுறுத்தி இருக்கிறார். அப்போதுதான் கால் விரைந்து குணமாகும், பழையபடி நடக்க முடியும் எனச் சொல்லி இருக்கிறார். அப்பா சில நேரம் ஆர்வமாய்ச் செய்கிறார். சில சமயங்களில் சுணக்கம் காட்டுகிறார். அவரை வற்புறுத்தவும் சங்கடமாய் இருக்கிறது. ஓடியாடி வேலைகள் செய்தவர் அடுத்தவர் உதவியுடன் நடமாட வேண்டியதாகி விட்டதே என நினைத்துக் கொள்கிறார் போல.

அதனால் ஏதாவது பீடிகையுடன் அவரை உடற்பயிற்சிக்குத் தயாராக்குவது வழக்கம்.

இரண்டு மாதமாகத்தான் இப்படி. திடீரென காலில் நீர் கோத்துக் கொண்டு நடக்க முடியாமல் ஆனது. மருத்துவமனையில் ரத்தமெடுத்துப் பார்த்த பின் ஏதோ கிருமித் தொற்று என்றனர். இத்தனைக்கும் கழிவறை வரையிலும் வீட்டைச் சுத்தமாகத்தான் வைத்திருக்கிறோம். சிறுஅறுவை மற்றும் ஒரு வார சிகிச்சைக்குப் பின் மீண்டும் ரத்தப் பரிசோதனை பார்த்து, தொற்று குறைந்து விட்டதாய்ச் சொல்லி வீட்டுக்கு அனுப்பி வைத்தார்கள். வீடு திரும்பிய போது அண்ணா உதவியுடன்தான் அப்பா விந்தி விந்தி நடக்க வேண்டி இருந்தது. அதுவே அவருக்குப் பெரிய அடி. மனதில்.

நாற்காலியில் அமர்த்தி வைக்கப்பட்டிருந்த அவர் கால்களை மடியில் வைத்துக்கொண்டு மெல்ல வருடிக்கொடுத்தேன். அவர் அந்த செயலுக்காய்க் காத்திருப்பது எனக்குத் தெரியும். அந்தக் கால்கள் உணர்ச்சி இழந்து சில நாட்கள் ஆகின்றன. என் தொடுதலை அக்கால்கள் உணரா. ஆனால் அந்த அரைமணி நேரம் அவருடன் பேசிக்கொண்டிருக்கும் பேச்சுத் துணைக்காக அவர் காத்துக்கொண்டிருப்பதை அறிவேன்.

பேச்சுத் துணை என்று சொல்கிறேனே ஒழிய பேசுவது என்னவோ பெரும்பாலும் அவர்தான். சிரத்தையாய்க் கேட்கும் செவிகள் தானே மகத்தான பேச்சுத் துணை.

பொதுவாய் ஏதேனும் அவரது சிறுவயதுக் கதைகளைக் கூறிக் கொண்டு இருப்பார்.

பெரியவர்கள் பேச்சு பல நேரம் நமக்கு எந்தச் சுவாரஸ்யமும் தருவதில்லை. ஆனால் கேட்பவர்களுக்கன்றி சொல்பவர்களுக்கும் சுவாரஸ்யம் தேவைப்படுகிறது. அதைக் கேட்பவர்களின் ஆர்வத்திலிருந்து அளந்துகொள்கிறார்கள். அதற்கேற்பக் கூட்டியோ குறைத்தோ நீட்டியோ வெட்டியோ சொல்கிறார்கள். அல்லது நிறுத்திவிடுகிறார்கள்.

அனிச்சையாய் எழும் கொட்டாவி தவிர சுவாரஸ்யமாய்க் கவனிப்பதாய் முகத்தை வைத்துக் கொள்ளப் பழகி இருந்தேன். நான் ஆசையாய் கேட்டுக் கொண்டிருக்கிறேன் என்ற நம்பிக்கையில்

அவர் சுவாரஸ்யம் கூடிக் கொண்டே போகும். சப்தம் உயர்த்தி, அவரே சிரித்து, அவரே சிலாகித்து ஏதேனும் ஒன்று சொல்லிக் கொண்டு இருப்பார்.

தினந்தவறாது இதுதான் மாறாமல் நடந்து கொண்டிருக்கிறது. "ம்" கொட்டியபடி அவர் பேச்சைக் கேட்டுக் கொண்டிருக்கையில் மனம் எதையோ சிந்தித்துக் கொண்டிருக்கும்.

இன்றும் மாதத் தொடக்கத்தில் வர வேண்டிய சம்பளத்தையும், உருளைச் சீவல் சாப்பிட்டு எவ்வளவு நாளாயிற்று என்று சம்பந்தம் இல்லா அங்கலாய்ப்பிலும் மனம் இறங்கி இருந்தது. மனதிற்கு எப்பொழுதும் விவஸ்தை கிடையாது. உண்மையில் மனம் தான் நாம். அதில் மட்டுமே நாம் நாமாக வாழும் கொடுப்பினை இருக்கிறது.

"கேசவனைப் பாத்தாலே அவ்ளோ சந்தோசமாகிடுவேன்."

அப்பாவின் குரல் உருளைச் சீவலை இடைமறித்தது.

"யாருப்பா அது?" என்று சம்பிரதாயக் கேள்வி கேட்டுத் திரும்ப மனதிற்குள் புகும் முன்

"நம்ம ஊர் கோவில் யானைடா. இப்பத்தானே சொன்னேன்," என்றார்.

யானை என்ற வார்த்தை சட்டென உற்சாகம் தந்து அவர் பேச்சில் லேசான கவனம் வந்தது. அவரது பால்யமே திரும்பியது போல் உற்சாகமாய் சொல்லத் தொடங்கினார்.

"அங்க கேரளாவில் கோவில் திருவிழாவை ஆராட்டுனு சொல்வோம். அதில் யானை மேல தெய்வ விக்ரகத்தை வெச்சு ஊர்வலமாக் கூட்டிட்டுப்போறது ஒரு சம்பிரதாயம். நம்ம ஊர் சின்ன கிராமம்கறதால நம்ம கோவிலுக்குனு தனியா யானை கிடையாது. கோவில் ஆராட்டு சமயத்தில் பக்கத்து பெரிய ஊர்க் கோவில்களில் இருந்து யானை வரவழைப்பது வழக்கம். அதிலொரு சிக்கல் பெரும்பாலும் எல்லா பகவதி கோவிலும் ஒரே சமயத்தில்தான் ஆராட்டு வழிபாடு நடத்தும். அதனால ஏற்படற சச்சரவு. வசதி குறைவுங்கறதால பெரும்பாலும் நம்ம ஊரே சமரசம் செய்ய வேண்டியதா இருந்தது."

"ஓ!"

“நம்ம ஊருக்குனே யானை வேணும்னு ஊரே கூடி ஒரு வருசம் முடிவெடுத்தாங்க. நான், பெரியப்பாலாம் சின்ன பசங்க. எனக்கு 8 வயசு இருக்கும்னு நினைக்கறேன்.

ஊர்ல காசு வசூல் பண்ணி அப்படி ஒரு யானையைப் பார்த்துக் கூட்டிட்டு வந்தாங்க. எல்லாருக்கும் பெருமையும் சந்தோசமும் பிடிபடல. யானைக்குப் பேரு கேசவன். குழந்தைத்தனமும் கம்பீரமும் ஒண்ணா சேர்ந்த ஜீவன் யானை தானே கண்ணம்மா!”

நிஜமான ஆர்வத்துடன் “ம்” கொட்டத் தொடங்கினேன்.

“அதுக்கு ரெண்டு பாகன். ஒண்ணாம் பாகன் கோபாலன், ரெண்டாம் பாகன் கண்ணன். அந்த வருச ஆராட்டும், வழிபாடும் கேசவன் வருகையால அமோகமா அமைஞ்சது.

ஆராட்டுத் திருவிழா எல்லாம் முடிஞ்சப்பறம் தினம் காலைல கேசவனை கோபாலன் ஊருக்குள்ள ஒரு ரவுண்டு அழைச்சிட்டு போவாரு. சின்ன ஊர்தானே! ஒவ்வொரு வீட்டுலயும் இருக்கற குழந்தைங்க கேசவனுக்காகக் காத்திருப்போம். அப்போலாம் எல்லார் வீட்டிலும் தொடி உண்டு. தோட்டம். கேசவன் வந்தா அவுங்கவுங்க வசதிப்படி, ஆசைப்படி எதாவது சாப்பிடக் கொடுப்போம். சில வீடுகள்ல வாழை. சிலர் தென்ன ஓலை தருவாங்க. மரத்தில் பலா காய்ச்சுத் தொங்கறதப் பாத்தா கேசவன் ம்ம்னு அமர்த்தலா ஒரு சப்தம் தரும். கோபாலன் எடுத்துக்கன்னு சொன்னா அதுவே மரத்தில இருந்து பறிச்சு காலுக்கு அடில போட்டு ஒரு மிதி மிதிச்சு அழகா சாப்பிடும்.

யானை என்ன பண்ணினாலும் ரசிக்கலாம். தன் பலம் வச்சுக்கிட்டு அது மனிதர்களைக் கருணையோட தன்னை அடக்கி ஆள அனுமதிச்சு இருக்குன்னுதான் சொல்லணும்.”

அப்பா என்ன அழகாகக் கதை சொல்கிறார்! நான்தான் இத்தனை நாட்கள் ஒழுங்காகக் கவனிக்காமல் இதை எல்லாம் அலட்சியமாய்க் கடந்தேனோ என அங்கலாய்த்தேன்.

“கோபாலனுக்கும் கேசவனுக்குமான உறவு ஓர் அதிசயம். அங்குசமெல்லாம் பெருசாப் பயன்படுத்தாமலே கோபாலனின் தனி பாஷைகளையும், சமிக்ஞை ஒலிகளையும் புரிஞ்சுதான் கேசவனோட எல்லா செயல்களும் இருந்தன. ஒரு நாய் மாதிரி தான்.

யானை நிக்கற நிழல்ல பாகன் படுத்துத் தூங்கறத பாத்திருக்கியா நீ? கடவுளோட பாதுகாப்புல தூங்கற மாதிரி ஓர் அற்புதம் அது. அல்லது அம்மா மடில உறங்கற மாதிரியான ஒரு நிம்மதின்னும் சொல்லலாம். தன் பல மடங்கு பலத்துல சின்னப் புள்ளியான மனுஷனை யானை இவ்ளோ மதிச்சிருக்க வேண்டாம்னு கூடத்தோணும்."

நான் வாய் பிளந்து கேட்டுக் கொண்டிருந்தேன்.

"ரெண்டாம் பாகனும் பெரும்பாலும் கூடவே இருந்தாலும் கோபாலன் சொன்னாத்தான் எதையும் செய்யற ஒரு குணமிருந்தது கேசவனுக்கு. கோபாலன் இல்லாத பொழுதுல கண்ணன் பாகன் பெரும்பாடுபடுவார். அடம்பிடிச்சு சொல்பேச்சு கேட்காம விறைப்பா நிக்குமே சில குழந்தைங்க, அப்படி இருக்கும் கேசவன் செய்கை. நீயே அப்படித்தான்!"

நிஜம்தான். பல் தெரியாமல் சிரித்தேன்.

"கண்ணன் அப்போலாம் பொறுமை இழந்து அதோட பின்னங்கால்ல அங்குசத்தால குத்துவார். பாக்க லேசா குத்தறாப்ல இருந்தாலும் அது ஏதோ வர்மம் சம்பந்தப்பட்ட இடம் போல தோணும். ஏன்னா லேசா ஒரு வலி தாங்கற சப்தத்தோட வேண்டா வெறுப்பா கண்ணன் கட்டளைக்குக் கட்டுப்படும் கேசவன். எவ்ளோ வலிச்சிருக்குமோ!"

"பாவம்லப்பா!"

"ஆமாம்டா கண்ணு."

"ம்."

"இன்னொண்ணு கோபாலனுக்குக் கள்ளு குடிக்கற பழக்கம் உண்டு. கள்ளு குடிச்சிட்டு அப்பப்போ எங்காவது போய் விழுந்து கிடப்பான். அப்பவெல்லாம் கண்ணன் பாடுதான் திண்டாட்டமா ஆயிடும். போகப் போக, கேசவன் தன் பேச்சு கேட்கறதில்லங்கறது கண்ணனுக்கு மானம், மரியாதை சம்பந்தப்பட்ட பிரச்சினையா மாறத் தொடங்கிடுச்சு.

கோபாலனுக்கு நாளாக நாளாக கள்குடிப் பழக்கம் அதிகமாகிட்டே போச்சு. இதனால் கோபாலன் மேல கோவில் நிர்வாகம், ஊர் சனங்க மத்தில அதிருப்தியும் எரிச்சலும் வரத் தொடங்கிடுச்சு.

ஒரு நாள் குடிச்சிட்டு வந்து சாமி ஊர்வலத்தில் கேசவனோட கலந்துகிட்டவன் நிலை தடுமாறிக் கீழே விழற அளவு மோசமான நிலைக்குப் போச்சு.

நிர்வாகம் கோபாலனைப் பலமுறை எச்சரித்தும் அவரால அந்தப் பழக்கத்திலிருந்து மீள முடியல. ஒரு நாள் பொறுமை இழந்து கோபாலனை நீக்கிட்டு கண்ணனுக்கு ஒண்ணாம் பாகன் வேலைய கொடுத்துட்டாங்க. கோபாலனுக்கு தாங்க முடியல. கேசவன் கிட்ட வந்து ராப்பூரா அழுது தன் மனக்குமுறலை புலம்பித் தீர்த்தான்.

மறுநாள் கோபாலன் ஊரை விட்டுப் போனான். யார் கிட்டயும் ஏதும் சொல்லிக்கல.

கண்ணன் ஒண்ணாம் பாகன் ஆனான். ஆனா அதுக்குப் பிறகும் அவனால கேசவனை சமாளிக்க முடியல. அதுக்காகத் தொடர்ந்து கேசவன் மேல தாக்குதலைப் பயன்படுத்த வேண்டி வந்தது. கிளிப் பிள்ளை மாதிரி பாகன் சொல் பேச்சு கேட்டுக்கிட்டு இருந்த கேசவன் தினம் மோசமான காயங்களுக்கு ஆளாக வேண்டி வந்தது. இதெல்லாம் விட அது கோபாலனைத் தேடிச்சு. சாப்பிட, குளிப்பாட்டனு தன்னை ராஜா மாதிரி நடத்தின கோபாலனைக் காணாம சரியா சாப்பிடாம இருக்கத்தொடங்கிச்சு கேசவன்.

ஒரு நாள் குளிப்பாட்ட ஆத்துக்கு கூட்டிட்டு போறப்ப திடீர்னு கண்ணனை விரட்டத் தொடங்கிடுச்சு. விரட்டறதுன்னா கோபத்துல மிதிக்கற மாதிரியோ தூக்கி வீசற மாதிரியோ இல்ல. அவன் பின்னாடியே நடக்கறது. நிக்க விடாம லேசா வேகத்தோட துரத்தல். ஏன்னு காரணம் தெரில. கண்ணனால கேசவன் கிட்டயே நெருங்க முடியல.

ஊர்ல வேற யாருக்கும் யானைய அடக்கத் தெரியாது. அதனால கேசவனை யாரும் அமைதிப்படுத்த முடியல. அமைதிப்படுத்தற அளவு அது ஆக்ரோசமாவும் இல்ல. ஆனா கண்ணனை விடாம வேக நடைல பின்தொடர்ந்துட்டே இருந்துச்சு. அதோட நோக்கமும் புரியல. எப்படி நிறுத்தறதுன்னும் தெரில. எங்கயும் உட்கார முடியாம நிக்க முடியாம கண்ணன் ஓடிகிட்டே இருந்தார். கிட்டத்தட்ட சாயந்திரம் ஆகிடிச்சு.

கோவில் நிர்வாகத்துல இருக்கறவங்க, ஊர் பஞ்சாயத்து பண்ற பெரியவங்க எல்லாம் சேர்ந்து கோபாலனைக் கூட்டி வர முடிவெடுத்தாங்க. ஆனா கோபாலன் ஊரவிட்டுப் போனது மட்டும்தான் எல்லோருக்கும் தெரியும். எங்கேன்னு யாருக்கும் தெரில. விசாரிச்சுக் கூட்டிட்டு வர எத்தனை நேரம், நாள் ஆகும்னு உறுதியாத் தெரியாது.

இருந்தும் ஒரு முயற்சியா ஆள் அனுப்பினாங்க. அதுக்குள்ள ஊர் பெரியவர் ஒருத்தர் ஆசாரியக் கூப்பிட்டு ஆணிகள் வெச்ச மரப்பலகை ஒண்ணு செய்யச் சொன்னாரு.

கேசவன் யாரையும் தாக்கல. யார் மேலும் பாயல. கண்ணன் பின்னாடியே நடந்துச்சு. கண்ணன் நடந்து நடந்து ரொம்ப சோர்ந்துட்டாரு. மயக்கம் போட்டு விழற நிலைமை.

அப்ப “ஏய், கோபாலா இங்க வா” அப்படினு கோவில் தர்மகர்த்தா எதிர் திசைலருந்து சத்தம் போட்டாரு. கேசவன் கவனிக்கல. திரும்ப “கோபாலா, கேசவனைப் பாரு”ன்னு சப்தம் கேட்டு கேசவன் திரும்பி அவர் இருந்த திசைல வேகமா நடக்கத் தொடங்கிச்சு.

அது இருட்டத் தொடங்கின நேரம். திடீர்னு கேசவனோட பிளிறலில் ஊரே அதிர்ந்துச்சு.

முழுக்க ஆணிகள் அடிச்ச அந்த மரப்பலகைல கால் பதிச்ச வலி அது. வலது முன்னங்காலைத் தூக்கிப் பிளிறிச்சு. பார்த்தா அந்தப் பலகை காலோட தைச்சு இருந்தது. கேசவனால ஒரு எட்டு கூட வைக்க முடியல. வலில துடிச்சு கால தூக்கினபடியே முன்ன பின்ன ஆட்டுச்சு. ஸ்திரமா நிக்க முடியாமத் தள்ளாடுச்சு.

இப்ப கண்ணன் கேசவனுக்குப் பின்னாடி வந்து தன்னோட வர்மத் தாக்குதலை அங்குசத்தால் செலுத்தவும் ஒரு பக்கமா சாய்ந்து படுத்துக்கிச்சு கேசவன். ஒரு ராட்சச ஆலமரம் புழுதியைக் கிளப்பிட்டு மண்ணில் சாய்ஞ்ச மாதிரி தோரணை.”

இந்த இடத்தில் கதையை நிறுத்திவிட்டு என் கண்களைப் பார்த்தார். கேசவனின் கண்களில் கண்ட அதே வலியை என் கண்களில் தேடினாரோ எனத் தோன்றியது.

நான் பேச்சிழந்து உட்கார்ந்திருந்தேன். அப்பா மீண்டும் கதையைத் தொடர்ந்தார்.

“பக்கத்து ஊர் வைத்தியருக்கு ஆள் சொல்லி விட்டாங்க. ராத்திரி பத்து பதினோரு மணிக்கு கோபாலனை எங்கிருந்தோ கூட்டி வந்தாங்க. கோபாலன் கேசவன் கிட்ட வரவும் தாங்காம எல்லாரையும் திட்டினான். கேசவன் கோபாலனை தும்பிக்கையால தொட்டுத் தடவுச்சு. கண்களைச் சுருக்கி தன் வலி பொறுத்து கோபாலனைப் பாத்துச்சு.

பச்சிலை வைத்தியங்கள் எல்லாம் பார்த்துச் சில நாட்கள்ல கேசவன் குணமாகிடிச்சு.

யோசிச்சுப் பாத்தா கேசவன் கண்ணனைத் துரத்தினதோட நோக்கம் கோபாலனை வரவழைக்கறதாத்தான் இருந்து இருக்கணும். நாம மனுசங்க ரொம்ப கேவலமான பிறவிகள்மா. காட்டுல கம்பீரமா வாழற மிருகத்தை நமக்கு அடிமையாக்கறோம். அதையே அன்பா ஏத்துக்கற ஜீவன்களுக்கும் நாம உண்மையா இருக்கறதில்ல.”

“அப்பறம் கோபாலன் கேசவன் கூடவே ஊர்லயே இருந்துட்டாராப்பா?”

“ஆமா, இருந்தார்மா. பின் ஆராட்டுத் திருவிழாவிலயும் கேசவன் கலந்துக்கிச்சு. சில வருசம் கழிச்சு நான் எர்ணாகுளத்துக்கு வேலைக்கு வந்தப்ப கேசவன் செத்துப் போனதா சொன்னாங்க. கோபாலனுக்கும் வயசாயிருக்கும். அவர்பத்தி தெரில. இப்ப வரைக்கும் கேசவன் நினைப்பு வந்துட்டே இருக்கு. அந்த வலியை நினைச்சா மனசு கரைஞ்சு போகுது. அந்தப் பிளிறல்ல கூட மனுஷங்க மேல கோபம் இருந்திருக்காது. நம்பிக்கை துரோகம் பண்ணிட்டீங்களேங்கற ஆதங்கம்தான் இருந்திருக்கும். ரொம்பப் பாவம்டா.”

அப்பாவின் கண்கள் கசிவது போல் இருந்தது.

“என்னப்பா நீங்க, இதெல்லாம் ஏன் பேசிட்டு? விடுங்க, நீங்க என்ன பண்ண முடியும்?”

அப்பா உணர்ச்சியற்றுப் போயிருந்த தன் கால்களை மெல்லத் தடவியபடி சொன்னார்.

“ஆசாரி என்கிட்ட அந்த இடத்தில பலகையப் போட்டுட்டு வானு சொன்னப்பக் கூட இதுக்குதான்னு தெரியாதுடா கண்ணு. என்ன ஏதுன்னு தெரியாம எதுவும் யோசிக்காம செஞ்சுட்டேன். தெரியலன்னாலும் அந்த வலில எனக்கும் பங்குண்டு. பாவத்துலயும்.”

சொல்லிவிட்டு முகத்தைத் திருப்பிக் கொண்டார். கண் கலங்கியிருக்க வேண்டும்.

(ஜூலை 9, 2016)

★★★

2. வயிற்றுத் தீ

“பள்ளியோடத்துக்கு நேரமாச்சு. இன்னும் இங்க என்னடா பண்ணற?”

இசக்கியம்மாள் கத்தினாள். இம்மானுவேல் காலையில் காட்டுக்கு ஆய் இருக்க வந்தவன் ஓணான் ஒன்றைப் பார்த்து, அதைப் பிடிக்கும் முனைப்பில் நேரம் மறந்திருந்தான்.

அம்மாவைத் திரும்பிப் பார்த்தான். அவள் கையில் காட்டுக்குச்சி; கண்களில் கோபம். சிக்கினால் நையப் புடைப்பாள் என்பதை உணர்ந்தவன் பாய்ச்சலாய் எகிறித் தப்பினான்.

“டேய் குளிச்சுட்டு ஸ்கூலுக்குப் போடா, ஸூற” என்றபடி அவனைத் துரத்தினாள்.

அவள் வீடு வந்து சேருமுன் இம்மானுவேல் குடிசையின் பின்புறம் குளித்துக் கொண்டிருந்தான். அவசரகதியில் தண்ணீர் மொண்டு ஊற்றிக் கொள்ளும் மகனைப் பெருமிதப் புன்னகையுடன் பார்த்தாள்.

அருகே சென்று முதுகு தொட்டதும் பதைத்துத் திரும்பியவன் அவளது முகப்பரிவு கண்டு நிம்மதியானான்.

இசக்கி அவன் கையிலிருந்து நீர் மோளும் டப்பாவை வாங்கினாள். பெரிய காலி பெயிண்ட் டப்பாவில் நீர் நிரம்பி இருந்தது.

அவனை மரப்பலகையில் அமர வைத்துச் சோப்புத் தேய்க்கத் தொடங்கினாள்.

மணலில் விளையாடி அவன் கால்களில் சிரங்குப் புண்கள் பரவிக் கிடந்தன. அவற்றை அழுத்திச் சீழ் எடுத்தாள். வேப்பிலை பறித்து அருகிருந்த கற்களில் தேய்த்து புண்கள் மேல் தேய்த்தபடியே,

"வயசுதான் பத்தாச்சு. சுத்தமா கை, கால வச்சுக்கத் தெரியுதா?" என்று மிதமாய்த் தலையில் தட்டினாள்.

"குளிச்சுவிட்டு, குண்டி கழுவி இன்னும் எத்தனை வருசம்டா உன்னத் தாங்கறது?"

சிரித்தான்.

"இதுக்கொண்ணும் கொறச்ச மசிரில்ல" என்றபடி அவனுக்குத் தலை துவட்டினாள்.

இம்மானுவேல் சீருடை அணிந்து தயாரானதும் தாளித்த சோற்றை வட்டலில் கொணர்ந்து வைத்தாள்.

"அய்யோ, அம்மா நேரமாச்சு. பெல் அடிச்சுருவாங்க..."

பதறியபடி புத்தகங்களிருந்த மஞ்சப்பையை வாரிக்கொண்டு வெறுங்காலுடன் அவசரமாய் வெளியேறினான்.

"டேய், சாப்ட்டு போடா" என அவள் கத்தி முடிக்கும் போது அதைக் கேட்கும் தூரம் கடந்திருந்தான்.

மண்சுவரில் கூரை வேய்ந்த அந்த வீட்டின் தகரக் கதவில் சாய்ந்தபடி கண் மறையும் வரை மகனைப் பார்த்துக்கொண்டிருந்தாள் இசக்கியம்மாள். ஒரு பெருமூச்சுடன் உள்ளே வந்து சுவரில் மாட்டி இருந்த கேலண்டரில் தேதி கிழித்தாள். 4.8.88. எழுதப் படிக்க அறியாத இசக்கி, தினம் தேதி கிழிக்கத்தவறுவதில்லை.

கதவைச் சாத்திக் கொண்டி இட்டாள். ஏற்கெனவே நேரமாகி விட்டது. எம்ஜிஆர் நகரை விட்டு காலனிப் பகுதிக்குள் நுழைந்தாள். எம்ஜிஆர் நகர் என்று பெயர் வைக்கப்பட்டுச் சில ஆண்டுகள் ஆயிற்று என்றாலும் தபால்களில் முகவரி எழுதுவதைத் தவிர அப்பகுதியை அப்பெயரில் எவரும் குறிப்பதில்லை. சக்கிலிய வளவு என்றே அனைவருக்கும் சகஜமாய் வருகிறது. போலவே இசக்கியம்மாளின் பெயரும் அந்தக் காலனியில் எவராலும்

உச்சரிக்கப்பட்டதில்லை. “கக்கூஸ்காரி வந்துருக்கா” என்ற காலனி வீட்டுப் பெண்களின் உரையாடலில் ஒரு நொடி வெளிப்படும் அடையாளப்படுத்தலோடு முடிந்துவிடும்.

காலனியில் ஒவ்வொரு வீடாகக் கக்கூஸ், பாத்ரூம் கழுவி விட்டு, விரல் படாமல் ஜாக்கிரதையாய்க் கொடுக்கப்படும் சில்லறைகளைப் பவ்யமாய் வாங்கிச் சுருக்குப்பையில் சேமித்துக் கொள்வாள்.

காலனியில் பல வீடுகளில் இப்பொழுது செப்டிக் டேங்க் வைத்த கக்கூஸ் கட்டி விட்டார்கள் என்றாலும், இன்னும் சில வீடுகளில் எடுப்புக் கக்கூஸ் தான். இரண்டு திண்டுகளுக்கு நடுவே பக்கெட் வைத்து மலம் கழிப்பார்கள். பக்கெட்டில் சேர்ந்திருக்கும் மலத்தைக் கொண்டு போய் காலனிக்கான மலக்குழியில் கொட்டிவிட்டு பக்கெட்டை நன்றாய்க் கழுவித் திரும்பக் கொண்டு வைக்க வேண்டும். திண்டுகளைச் சுற்றிச் சுத்தப்படுத்த வேண்டும். சில ஆண்டுகளுக்கு முன்பு வரை காலனியில் எல்லோர் வீடுகளிலும் இந்த முறை தான். இப்போது செப்டிக் டேங்க் முறை வந்த பிறகு வேலை சுலபமானது போல் தோன்றியது இசக்கிக்கு. அவளுக்கே தோன்றும்போது படியளக்கும் சாமிகளான காலனிக்காரர்களுக்குத் தெரியாதா!

“அதான் இப்ப பக்கிட்டு கொண்டு போற வேலை இல்லையே!” என்று சொல்லி வழக்கமாய்க் கொடுத்து வந்த 2 ரூபாயில் எட்டணாவைப் பிடித்துக் கொண்டு 1.50 கொடுத்தனர். அதையும் கடன் சொல்வோருண்டு.

“சில்லற இல்ல. நாளைக்குச் சேத்து வாங்கிக்க.”

“ஆறு மணிக்கு மேல வந்தா எப்படிக் காசு கொடுக்கறது, லட்சுமி வீடு தங்க வேண்டாமா?”

“சரியாவே கழுவல. பீங்கான்ல கறை கறையா இருக்கு. ஓர்ரூவா தான் தருவேன்.”

தினம் வேலை முடித்து வீடு திரும்ப மதியம் ஆகிவிடும். சில வீடுகளில் பழைய சாதமோ, காய்ந்த இட்லியோ தருவதுண்டு. அன்று அதிர்ஷ்டம் இருந்தால் கொஞ்சம் குழம்போ ரசமோ வாய்க்கும். சில சமயம் லேசாய் எச்சில் கண்டு மீந்த பிரியாணி, கெட்டுப் போகத் தொடங்கிய பாயசம் கூடக் கிடைக்கும்.

அத்தனை நேரம் அருவருப்பின்றிச் செய்த வேலையின் மொத்த அசூயையும் அக்கணத்தில் வந்து போகும்.

ஆனால் மறுக்க மாட்டாள். ரோஷம் பார்க்க சுயமரியாதையை விட வசதி அவசியம். சில பொழுதுகளில் உண்ண இயலாமல் அதைப் பொட்டலமாக்கி வீடு வந்து சற்று நேரம் கழித்துப் பசி குடலைத் தின்னும்போது உண்பாள். பசி எந்த அவமானத்தையும் வெல்லக் கூடியதாய் ஆகிவிட்டிருந்தது இசக்கிக்கு.

அவள் புருஷன் சொல்லி இருக்கிறான்-ஒரு காலத்தில் பொதுக்கிணற்றில் நீர் எடுத்ததற்காக வாயில் பீயைக் கரைத்து ஊற்றி இருக்கிறார்கள். அது இப்படித்தான் ருசித்திருக்கும் என நினைத்துக் கொள்வாள்.

சுரணை முதலிய உணர்வுகளெல்லாம் மரத்துப் போய் வருஷக் கணக்காகிறது. இன்று அவள் வாழ்வின் ஒரே மகிழ்ச்சி இம்மானுவேல். 24 மணி நேரச் சிந்தையும் சதா அவனைச் சுற்றியே அமைந்திருந்தது.

“நல்லாப் படிக்கணும் சாமி” என அவனைக் கொஞ்சுவாள்.

மழையில் நிறம் போன அம்பேத்கர் படமொன்று உதிர்ந்து கொண்டிருந்த சுவரில் உறைந்திருக்கும். அவள் புருஷன் வைத்திருந்த படம் அது. இம்மானுவேல் படிக்க வேண்டுமென்று அவன் ஆசையாய் இருந்தான்.

“எங்கள மாதிரி பீயள்ள வேண்டாம்னா நீ படிக்கணும்” என்பான்.

அச்சொற்கள் இப்போதும் அவளது காதுகளில் உயிர்ப்போடு ஒலிக்கின்றன. படிப்பு வாசனையே இல்லாத இசக்கியம்மாள் இம்மானுவேலை பாடம் ஒப்பிக்கச் சொல்லி புத்தகத்தைக் கையில் வைத்துக் கொள்வாள்.

வெறும் வளைவுகளான எழுத்துருவங்கள் வழியே மகன் பயணிக்கும் பாதை காணும் ஆர்வம் அது.

ஒப்பிக்கையில் இடையே நிறுத்தி, “சரியாம்மா” எனக் கேட்கும் மகனிடம் மெல்லப் புன்னகைத்து “மேல சொல்லு” என்பாள். அவன் சொல்வது சரியாய்த்தான் இருக்கும் என்ற அபார நம்பிக்கை அவளுக்கு.

இம்மானுவேலின் அப்பா சரியாய் இரண்டு ஆண்டுகளுக்கு முன் பாதாளச் சாக்கடையில் இறங்கி அடைப்பைக் குத்திக் கொண்டிருந்த சமயம் விஷ வாயு தாக்கி இறந்து போனார். சாக்கடை மூடியைத் திறந்த உடனே உள்ளே போயிருக்கக்கூடாது, ஆக்சிஜன் அவ்வளவாய் இருக்காது, பதிலாய் உள்ளே காற்றில் விஷம் பரவி இருக்கும் என்று அதிகாரிகள் வந்து பார்த்து வியாக்கியானம் சொன்னார்கள். அதாவது போதுமான முன்னெச்சரிக்கை இல்லாமல் இறங்கியது அவன் தவறு என்பது அவர்கள் முடிவு.

அவளுக்கு அது ஒன்றும் புரியவில்லை. நீட்டின இடத்தில் கையெழுத்துப் போட்டு, அரசாங்கம் கொடுத்த நஷ்ட ஈட்டுப் பணத்தை வாங்கிக் கொண்டாள். சர்க்கார் குமாஸ்தாக்களுக்கு நன்றி செலுத்திய பிறகு மிஞ்சிய தொகையில் இந்தப் புறம்போக்கு இடத்தில் மண்சுவர் குடிசை ஒன்றைக் கட்டிக் குடியேறினர்.

இம்மானுவேல் வகுப்பறையில் அமர்ந்திருந்தான். பதினொரு மணிக்கெல்லாம் சத்துணவு சமைக்கும் வாசம் வரத் தொடங்கியது. பள்ளியில் போடும் மதியச் சத்துணவுக்கு ஒரு பிரத்யேக வாசனை உண்டு. நிறம் மங்கிய, சற்றே வீங்கித் தெரியும் ரேஷன் அரிசியின் மணமும், பள்ளியின் பின்னால் பயிரிட்டிருக்கும் நீள்கத்தரிக்காயில் பருப்பிட்டுச் செய்த குழம்பின் மணமும் கலந்து ரசனையான வீச்சம் மூக்கிலேறும்.

காலையில் உண்ணாமல் வந்திருக்கும் பிள்ளைகளுக்குச் சோறாக்கும் வாசம் வகுப்பறைக்குள் புகுந்து பரவி வயிற்றில் பசியைத் தூண்டி விடும். ஐந்தாம் வகுப்புக்குள் படிக்கும் பிஞ்சுகளுக்கு அந்த உணர்வை மறைக்கத் தெரியாது. ஒருவரை ஒருவர் பார்த்துக் கொள்வர். எச்சிலூறுவது கண்களில் மின்னும்.

தினப்படி சங்கதிதான் எனினும் பசி மெருகு கலையாத புதுச் சரக்குதான் ஒவ்வொரு முறையும். உச்சப் பசியில் சோற்றின் மீதான ஆவலை, காதலை, வெறியை எதிர்பாலினரால் கூடத் தூண்ட முடியாது.

இம்மானுவேலின் வகுப்பில் பிரகாசனும் சாமிநாதனும் சத்துணவு உண்ண மாட்டார்கள். வீட்டுக்குச் சென்று உணவருந்தி வருவார்கள். பிரகாசனின் அப்பா வட்டிக்கடை வைத்திருக்கிறார்.

கணேசன் செட்டியார். சாமிநாதன் கோவில் குருக்களின் மகன். பட்டையும் கொட்டையுமாய் இருப்பான். மதியம் வீட்டுக்குப் போனாலும் தயிர் சாதம்தான் சாப்பிடுவான் என வகுப்பறையில் கேலி பேசுவார்கள்.

இம்மானுவேலுக்கு காரணங்கள் எல்லாம் புரியும் வயதாகி இருக்கவில்லை எனினும் அவர்கள் சத்துணவில் போடும் சாப்பாட்டைச் சாப்பிடும் நிலையில் இல்லை என்பது வரை அறிந்திருந்தான்.

“ஏன்மா அவுங்க ஸ்கூல்ல சாப்பிடறதில்ல?” என அம்மாவிடம் ஒரு முறை கேட்டான்.

“அவுங்களுக்கு அதெல்லாம் ஒத்துக்காதுடா” என்றாள்.

இம்மானுவேலுக்கு பசி மெல்ல மேல் வயிற்றில் பரவியது. நேரம் கூடக்கூட நாவூறிக் காதடைக்கத் தொடங்கியது. வயிறு மட்டுமே பசிக்கான இடம் என்பதெல்லாம் ஆரம்ப கட்டம்தான். உணவு மணமுறிஞ்சி மௌனமாய் நாசி தூண்டப்பட, நா உமிழ்நீரைச் சுரந்து உரக்கப் பசியை முணுமுணுக்கும். காது கொஞ்சம் கொஞ்சமாக அடைத்து எச்சரிக்க, கை, கால்கள் மெல்ல நடுங்கி பசியை உரக்க அறிவிக்கும். இப்போது அவனது கைகள் இரண்டும் மெல்லிய நடுக்கத்திற்குட்பட்டன. கால்களைக் கட்டுப்படுத்திக் கொண்டான்.

சகல அவயங்களும் பசியைப் பறைசாற்றத் தொடங்கி இருந்தன. மனமும் எரிச்சல் படத் தொடங்கியது.

பாடம் நடத்தும் டீச்சரின் வார்த்தைகள் எதுவும் காதில் விழவில்லை. அதுவும் கணக்கு வகுப்பு. பசியில் இருக்கும் போது கணக்குப் பாடம் நடத்துவதை நரகத்தில் கூட தண்டனையாக வைத்திருக்க மாட்டார்கள். கண்கள் மட்டுமே கரும்பலகையைப் பார்த்தபடி இருந்தன. மனம் தட்டில் விழும் சோற்றுக் கவளத்துக்கும் அதன் மேலே ஊற்றப்பட்டு கத்திரிக்காயுடன் குழையும் பருப்புக் குழம்புக்கும் மயங்கி ஏங்கத் தொடங்கியது.

தோட்ட விளைச்சலில் டீச்சர்களும் ஆயாக்களும் வீட்டுக்கு எடுத்தது போக, தட்டுக்கு ஒரு துண்டு வீதம்தான் கத்திரிக்காய் போடுவார்கள். நான்காய் வகுபட்ட கத்திரியின் கரையத் தொடங்கிய ஒற்றைத் துண்டு!

இம்மானுவேல் நைச்சியமாய் அருகிலிருந்த முருகனிடம் திரும்பி "பசிக்குதுடா" என்றான். அவனும் ஆமோதிப்பாய் தலை ஆட்டினான். 12க்கு அடிக்கப் போகும் மதிய உணவு மணிக்குக் காத்திருந்தான்.

வயிற்றில் நெருப்பாய் பசியெரியத் தொடங்கிய வேளையில் தண்டவாளத் துண்டில் மணி அடித்தது.

வரிசையில் திமுதிமுவென அலுமினியத் தட்டுக்களைச் சேகரித்தபடி நின்றனர். உற்சாகமும் எரிச்சலும் கலந்துகட்டி ஒரு வரிசை. இம்மானுவேல் 15ஆவதாகவோ 16ஆவதாகவோ நின்றிருந்தான். அவன் சமர்த்து எப்போதும் அவ்வளவுதான். தனக்குப் பின்னால் நிற்பவர்களைப் பார்த்து சமாதானம் கொள்வான்.

மூன்று பேர் சோறும் சாறும் வாங்கிக் கொண்டு நகர, அடுத்ததாய் வந்து நின்ற மாணவியின் தட்டில் குழம்போடு வந்து விழுந்தது பல்லி ஒன்று. குழம்புச் சூட்டில் ஊறி வெந்து மேலும் வெளிறிய பல்லி.

முதலில் நல்ல கத்திரித் துண்டுதான் விழுந்திருக்கிறதென அகமகிழ்ந்து நகரத் தொடங்கியவள், சற்று குழப்பத்துடன் உற்றுப் பார்த்துவிட்டு "அய்யோ பல்லி" என்ற அலறலுடன் தட்டைக் கீழே போட்டாள்.

கொஞ்சம் நேரத்தில் அந்த இடம் களேபரமாக, தலைமையாசிரிய ருக்குத் தகவல் பறந்து விரைந்து வந்தார்.

சத்துணவு டீச்சரிடம் (ஆயா) விசாரணை செய்து முடித்த தலைமை ஆசிரியர், மாணவர்களைக் குழுமி நிற்க வைத்து, "எதிர்பாராத விதமா இன்னிக்கு சாப்பாட்ல பல்லி விழுந்துடுச்சு. அதனால எல்லாரும் இன்னிக்கு ஒரு நாள் மட்டும் அவங்கவங்க வீட்டுக்குப் போய் சாப்புட்டு வந்துடுங்க. ஒரு அஞ்சு பத்து நிமிசம் தாமதமானாலும் பரவால்ல. நாளைல இருந்து இந்தச் தப்பு நடக்காது." என்று அறிவித்தார்.

மாணவர்கள் சிதறவிட்ட மஞ்சாடிக் காய்களைப் போல் கலைந்தனர். பல்லி விழுந்த காதையைக் கதைத்தபடி வேகவேகமாக வீடு நோக்கி நடையும் ஓட்டமுமாய் உற்சாகத்துடன் கிளம்பினர்.

இம்மானுவேல் மிகச் சோர்ந்திருந்தான். அவன் வீட்டுக்குச் செல்ல குறைந்தபட்சம் இருபது நிமிடங்கள் ஆகும். அது ஒரு விஷயமில்லை அவனுக்கு. ஆனால் தற்போது பசி அவனை வெகுவாய்த் தளர்த்தி இருந்தது. காலையில் உண்ணாமல் வந்ததை எண்ணித் தன்னையே நொந்து கொண்டான்.

“அப்பவே அம்மா சொல்லிச்சு” என எண்ணியபடியே உச்சி வெயிலில் நடக்கத் தொடங்கினான்.

“டேய் இம்மானுவேல்” என்ற குரல் கேட்டுத் திரும்பினான். சாமிநாதன் வந்து கொண்டிருந்தான்.

“என்னடா சாப்பாட்ல பல்லியாமே?”

“ஆமாண்டா, பசி வேற தாங்க முடியல. இனி வீட்டுக்கு அவ்ளோ தூரம் போணும்.”

சலிப்பாய் எட்டு வைத்தான்.

சாமிநாதனின் வீடு பள்ளிக்கு அருகிலேயே இருந்தது. சிறுவர்களின் நடைக்கு ஐந்து நிமிடத் தொலைவுதான். பேசிக்கொண்டே அவனது வீடடைந்து விட்ட சாமிநாதன், “சரி பாத்துப் போடா” என்றான்.

“ம்” என்றபடி அடுத்த அடி வைக்க முயன்ற இம்மானுவேலின் கண்கள் இருண்டன. முதன்முறையாக இப்படி எல்லாம் நடப்பது கண்டு மிரண்டான். அப்படியே அருகிலிருந்த மரத்தைப் பற்றிக் கொண்டான்.

“டேய் என்னடா ஆச்சு?”

பதறியபடி சத்தம் போட்ட சாமிநாதனின் குரல் கேட்டு அவனது அம்மா வீட்டை விட்டு வெளியே வந்தாள்.

“என்னப்பா ஆச்சு?” என்றவளின் சொற்களில் பரிவு இருந்தது.

சாமிநாதன் பள்ளியில் நடந்தவற்றைச் சொன்னான்.

“பசி போலிருக்கும்மா. காலையும் சாப்பிடல அவன்.”

“அய்யய்யோ, அதான் இப்படி கண் எல்லாம் உள்ள போய் கிடக்கு” என்றாள் ஆதரவாய்.

“எதாவது சாப்பிடறியா?” எனக் கேட்டாள்.

இம்மானுவேலுக்கு பதில் சொல்லக் கூடத் தெம்பில்லை. தலையசைத்தான்.

“அப்படியே உக்காரு, இதோ வரேன்” என்றவள் உள்ளே சென்று ஐந்து நிமிடத்தில் வெளியே வந்தாள்.

இம்மானுவேல் முன் ஓர் இலைத் துணுக்கில் சூடான சாதம், மணக்கும் சாம்பார் மிதக்க வைக்கப்பட்டது. தெருவில் மரத்திற்கருகே அமர்ந்து இருந்தவனுக்கு உணவை பார்த்ததுமே கண்களில் ஒளி தெரிந்தது.

சாமிநாதனைப் பார்த்து “கை கழுவணுமே” என்றபடி எழுந்தான்.

“இருடா” என்று உள்ளே சென்ற சாமிநாதன் ஒரு குவளையில் தண்ணீர் கொண்டு வந்தான்.

வாங்கப் போன இம்மானுவேலிடம் “இருப்பா, நீ கை காமி. நான் தண்ணி விட்டுத் தரேன்” என்றாள்.

ஓரமாக கையில் நீர் விட்டுத் தந்தாள்.

கழுவி விட்டு இலையைக் கைகளில் எடுத்துக் கொண்டு திண்ணையில் அமர வந்தான் இம்மானுவேல்.

“அங்கயே உக்காருப்பா. நிழலா இருக்கு பாரு” என்றாள்.

இம்மானுவேல் மண் தரையில் அமர்ந்தான். அவன் எதிரே சுடுசோறும் நெய் மணக்கும் சாம்பாரும், ஒரு ஓரத்தில் அரிசி வடகங்களும் இருந்தன. பசி அவனது நுனி முதல் அடி வரை அலறிக் கிடந்தது.

சோற்றில் கை வைக்கப் போன அவனருகே தொட்டாங்குச்சியில் நீர் கொண்டு வந்து வைக்கப்பட்டது.

“ஜீவகாருண்யம்தான் முதல்ல. அப்பறம்தான் மத்ததெல்லாம்னு ராமலிங்க அடிகளே சொல்லி இருக்கார். நேக்கு மனசே கேக்கல. அதான்” - வேடிக்கை பார்த்துக் கொண்டிருந்த பக்கத்து வீட்டுப் பெண்மணியிடம் சாமிநாதனின் அம்மா சமாதானம் சொன்னாள். அவளுக்கு ஆமோதிப்பதைத் தவிர வேறு வழி இல்லை.

இம்மானுவேல் இலையைச் சுற்றிப் புழுதி. சற்றுத் தொலைவில் சாக்கடை. அதனருகே ஒரு சொறி நாய்.

சோற்றில் கை வைக்கப் போனவனை "சாமி" என்றழைத்த குரல் உசுப்பியது.

நிமிர்ந்து பார்த்தான். துருவேறிய இரும்பு பக்கெட்டும் கையுமாய் இசக்கி நின்றிருந்தாள்.

இம்மானுவேலுக்குக் கண்கள் நிறைந்தன. பதற்றத்துடன் மகனைச் சுற்றி ஒரு நோட்டம் விட்டாள் இசக்கி. வேடிக்கைப் பொருள் போல அவனைச் சூழ்ந்து சாமிநாதன், அவன் அம்மா, அக்கம் பக்கத்து மனிதர்கள்.

"எந்திரிடா" என்றாள்.

"அம்மா..."

"எந்திரி சாமி."

இம்மானுவேல் சோர்வாக எழுந்து நின்றான். பத்து வயதேறிய மகனைச் சிரமப்பட்டுத் தூக்கிக் கொண்டாள். புத்தகப்பையை மறுதோளில் மாட்டிக் கொண்டு நடக்க முற்பட்டவளை வெறித்தாள் சாமிநாதனின் அம்மா.

"பசிக்கற குழந்தைய சாப்ட விடாம தூக்கிட்டு போறயே" - சற்று ஏமாற்றம் கலந்த கோபத்தில் கேட்டாள்.

"இல்லம்மா. மன்னிச்சுருங்க. என்னைய மாதிரி இல்ல. அவனுக்குப் பச்சரிசிச் சோறெல்லாம் ஒத்துக்காது."

சற்று நிதானித்து, "செரிக்காதும்மா" என்றபடி நடையில் வேகம் கூட்டினாள். பக்கெட் விழுந்து உருண்டது.

('தமிழ்' இளவேனில் - 2017 மின்னிதழில் வெளியானது)

★★★

3. காருண்யம்

மருதமலை.

மலை மீது நின்றுகொண்டு அடிவாரத்தில் இருக்கும் ஊரை நோட்டம் விடும் பொழுது உப்பரிகையில் நின்றுகொண்டு குடிகளைக் கண்டு புன்னகையுடன் கையசைக்கும் இளவரசியின் தொனி வந்து விடுகிறது. உயரத்தில் நின்று கீழே பார்ப்பதும் ஓர் எளிய, ஆபத்தற்ற போதைதான்.

மிக தூரத்துச் சொந்தம் ஒருவரது இல்லத் திருமண நிகழ்ச்சி முடிந்து கோவில் முன்புறமிருந்து கீழே கொலு பொம்மை போல் தெரிந்த ஊரை வேடிக்கை பார்த்துக் கொண்டிருக்கையில் குறுக்கே ஓடிய குழந்தை தடுமாறி விழப் போனதில் கவனமீர்த்து "பாத்து, பாப்பா..." எனப் பதறிப் பிடித்த நொடியில் "ஏய், அடி பட்டுடுச்சா?" என ஒலித்த குரல் மிகப் பரிச்சயமானதாய் இருந்தது.

உள்ளுணர்வு உந்தத் திரும்பினேன். எங்கேயோ பார்த்த முகமாயிற்றே என்ற உறுத்தலோடு அந்தக் கண்ணாடி அணிந்த கண்களை உற்றுப் பார்த்துக் கொண்டிருந்தேன். பிள்ளையை வாரிக் கொண்டு அவளும் என்னைக் கவனித்துப் பார்த்து விட்டு யோசனையாக நின்றாள்.

சட்டென நினைவு வந்தது போல் முகபாவம் மாறி, ஒரு சிரிப்பு சேர்த்துக்கொண்டு, என் பெயரைச் சொல்லி "... தானே?" என்று

கேட்ட போது பளிச்சிட்ட பல்வரிசை நினைவூட்டி விட்டது.

மல்லிகா தேவி!

“மல்லிகாவா...! எப்படி இருக்கிங்க?” என்றேன் தயக்கத்துடன்.

“என்னடி, வாங்க போங்கன்னு சீன் போடற? எப்படி இருக்கே?”

உற்சாகமாய்க் கேட்டுக் கொண்டே ஒரு கையில் குழந்தை இருக்க, மறு கையால் என்னை அணைத்துக் கொண்டாள். ‘இன்னும் மாறாமல் அப்படியே இருக்கிறாள் பாவி!’ என்று மனது நினைத்துக் கொண்டது. ஆனால் அதைச் சொல்லாமல் உள்ளே அமுத்திக் கொண்டேன்.

விசாரிப்புகளின் ஊடே “எனக்கு கல்யாணம் ஆகி மூணு வருசமாச்சு. மாமா பையனையே கல்யாணம் பண்ணி வெச்சுட்டாங்க” என்ற தகவலைச் சற்று வெட்கத்துடன் பகிர்ந்திருந்தாள்.

“பாப்பா பேரென்ன?”

“ஷிவா... ஷிவானி!”

ஷிவா என்ற பெயரைக் கேட்டதும் ஒரு நொடி மாறிய என் முகத்தைக் கவனித்தும் பொருட்படுத்தாமல், “அம்மாவும் வந்துருக்காங்க. அங்க உக்காந்துருக்காங்க, பாரு” என்றாள்.

பாம்பாட்டி சித்தர் பீடத்துக்குச் செல்லும் படிகளில் ஒன்றில் ஓரமாய் அமர்ந்து இருந்தார். முன்பு முப்பதுகளின் பிற்பகுதியில் பார்த்த முகம் நரை கூடி முதுமைக்கு மாறி இருந்தது. இடைப்பட்ட பத்தாண்டுகளை விடவும் இரு மடங்கு வயதாகிவிட்ட தோற்றம்.

“நல்லா இருக்கிங்களாம்மா?”

“இருக்கேன் சாமி. நீயி...?” - அடையாளம் தெரியாமல் கேட்டார்.

“தெரியலயா உனக்கு? என் கூட ஸ்கூல்ல படிச்சாளே!”

பெயர் சொல்லி நினைவூட்டினாள் மல்லிகா. சட்டென அவர் முகம் ஒரு திடுக்கிடலுக்குச் சென்று மீண்டதைக் கவனித்தேன். அவர் சுதாரித்து மெல்லிய குரலில் கேட்டார்.

“ஓ! சரி சரி. வீட்ல எல்லாரும் நல்லாருக்காங்களா, சாமி?”

“இருக்காங்கம்மா.”

மல்லிகாவைத் திரும்பிப் பார்த்து யோசனையாய்க் கேட்டேன்.

"அப்பா எப்படி இருக்கார்?"

"தவறிட்டாரு. அதுக்கு அப்பறம்தான் எனக்கு கல்யாணம் ஆச்சு."

"ம். எனக்குத் தெரியவே இல்லடி."

"அது விடுடி. நாங்க வீடு காலி பண்ணிக் கிளம்பின அப்புறமா உன்னோட டச்சே இல்லையே. நீ என்ன பண்ணுவே! இல்லனா, கல்யாணத்துக்காவது கூப்ட்ருப்பேன்."

நான் அவளது அம்மாவைக் கவனித்தேன். மிக மெலிந்திருந்தார். ஞாபகப் பரணிலிருந்த பழைய சித்திரத்தில் தடிமனான அவரது உடல்வாகு வந்தது. மனம் சட்டென சிவாண்ணாவின் முகத்தை அதற்கு முன்னே கொண்டு வந்து நீட்டியது. உண்மையில் முகமல்ல; உடலைத்தான்.

பதினைந்து ஆண்டுகளுக்கு முன் - ஒண்டிக் குடித்தனங்கள் அதிகப் புழக்கத்தில் இருந்த காலகட்டம். காம்பவுண்ட் வீடுகள் கணிசம், ஒவ்வொரு காம்பவுண்டிலும் ஐந்து, பத்து என விசாலத்துக்கேற்ப வீடுகளின் எண்ணிக்கை இருக்கும். நாங்கள் குடி இருந்தது அப்படி ஒரு காம்பவுண்ட் வீடுதான். ஐந்து வீடுகள் கொண்டது. மூன்று அறை கொண்ட வீடு. அறைகள் என்பது பக்கவாட்டில் அல்ல. ஒரே நீண்ட வழி. வாசல் கதவைத் திறந்தால் கொல்லைப்புறம் தெரியும். நடுவில் இரு மண் சுவர் தடுப்புகள். கடைசித் தடுப்பு சமையலறை, நடுப்பக்கம் படுக்கைக்கு, முன்பக்கம் பெயருக்குச் சிறிய ஹால் - வராந்தா அல்லது திண்ணை என்றும் வைத்துக் கொள்ளலாம். எல்லா அறைகளுமே ஒரே அளவு - எட்டுக்கு எட்டு. குளியலறை, கழிப்பறை ஐந்து வீடுகளுக்கும் பொதுவாகப் பக்கவாட்டில்.

இதெல்லாம் ஒரு பொருட்டாகவோ குறையாகவோ தெரியாத வயது. இதைப் போலன்றி வேறு வசதியிலும் மனிதர்கள் உலகில் உண்டு என்பதே சரியாகப் புரிந்திடாத காலம். அந்தப் பகுதிக்குக் குடிபோய் அருகிலுள்ள மாநகராட்சிப் பள்ளியில் நான்காம் வகுப்பில் சேர்த்திருந்தார்கள். புதுப் பள்ளி, புது வகுப்பு எனவே புது சினேகங்கள் அறிமுகமாகத் தொடங்கியிருந்தன. அதுவும் நம் வீடு வழியே நடந்து போகும் நட்புகள் பிரத்யேகம் - பேசிக்

கொண்டே வீடு வரை நடக்கத் துணைக்கு ஆள் தேவை என்ற சுயநலம்தான். அப்படித்தான் மல்லிகா அறிமுகமாகி, சீக்கிரத்தில் நெருக்கமும் ஆனாள்.

ஒல்லியான தேகம், மாநிறம் என்பதெல்லாம் தாண்டி அவள் அணிந்திருந்த கண்ணாடிதான் அவளது வசீகரமான அடையாளமாக மனதில் விழுந்தது. எங்கள் வகுப்பிலேயே கண்ணாடி அணிந்த ஒரே பெண். என் சம வயதில் கண்ணாடி அணிந்த எவரையும் நான் அப்போது கண்டதில்லை. 'பெரியவங்கதான் கண்ணாடி போடுவாங்க' என்ற எண்ணம் தகர்ந்ததோடு 'இவளுக்கு இவங்க வீட்ல கண்ணாடி வாங்கித் தந்துருக்காங்க. ஆனா நம்ம வீட்ல பாட்டிலாம் அவங்க கண்ணாடியைத் தொடக் கூட நம்மை விட மாட்டேங்கறாங்களே!' என்ற மெல்லிய பொறாமையும் எழுந்தது.

"உன் கண்ணாடியைக் கொடேன். பாத்துட்டு தரேன்" என நான் பல நாள் கேட்டு, அவள் ஒவ்வொரு முறையும் தயங்கி, பின் ஒரு நாள் எப்படியோ மனம் வந்து அவள் தர, வாங்கி அணிந்த பொழுது, அந்தக் கண்ணாடியைக் கழற்றவே அது எங்கே இருக்கிறது எனத் துழாவும் நிலையில் கண்கள் மயமயத்து, எதிரிலிருப்பவை சிதைந்து தெரிந்ததில் அந்த ஆசை முற்றுப் பெற்றது.

பள்ளி முடிந்து சினேகிதிகள் நான்கைந்து பேர் ஒன்றாகக் கிளம்புவோம். வழியில் ஒவ்வொருவராக வீடு வர அல்லது வழி பிரிய இறுதியில் மல்லிகாவும் நானும் மட்டும் தனித்து விடப்படுவோம்.

மூன்றாவது தெருவில் மல்லிகா வீடு, நான்காவது தெருவில் எங்கள் வீடு. மல்லிகா வீடு இருந்த காம்பவுண்டில் பத்து வீடுகள் இருந்தன. எல்லா வீடுகளும் தலா ஒரே அறை. அந்த அறையிலேயே மூலையில் சிறுதட்டி வைத்துப் பிரித்து, மண்ணெண்ணெய் ஸ்டவ் வைத்து சமையலறையாக்கி இருந்தனர். ஒரு பீரோ ஒரு கட்டில் போக இருவர் அமர்ந்து பேசுமளவு இடமே மீதி இருக்கும். எங்கள் வீடு போலவே பக்கவாட்டில் பொதுவான குளியல் மற்றும் கழிவறைகள் இருந்தன.

முதன்முறை அவர்கள் வீட்டுக்குள் சென்ற கணமே திடுக்கிட்டுப் போனேன்...

கட்டிலில் ஒரு உருவம் அமர்ந்திருந்தது. இல்லை. அமர்த்தி வைக்கப்பட்டு இருந்தது. உடலைச் சுற்றிலும் முதுகிற்குப் பின்பும் தலையணைகளும் துணி மூட்டைகளும் அண்டக் கொடுக்கப்பட்டு இருந்தன. அது அந்த உருவம் சாய்ந்து விடாமல் இருக்க என்பது புரிந்தது. கூன் விழுந்த முதுகு காரணமாக உடல் வளைந்து தலை தொங்கிக் கொண்டு இருந்தது. கை, கால்கள் ப்ராக்கெட் குறிகள் போல் தோன்றின. பள்ளியில் சொல்லிக் கொடுத்த 'நப் போல் வளை' என்ற புதிய ஆத்திசூடி வரி நினைவு வந்த போது என்னை நானே திட்டிக் கொண்டேன்.

வாழ்வில் முதன்முறை இப்படி ஒரு உருவம் கண்ட அதிர்ச்சியில் பயந்திருந்தேன். மல்லிகாவின் அம்மா, "வா சாமி" எனத் தாட்டியாக, சொம்பில் நீர் அள்ளித் தந்தார். "இல்ல வேண்டாம்கா" என்றபடி கட்டில் உருவத்தையே இமைக்காமல் பார்த்துக் கொண்டிருந்தேன். (அப்பொழுதெல்லாம் ஆன்ட்டி என்ற விளி நடுத்தர மற்றும் விளிம்பு நிலை மக்கள் வாழ்வில் புழக்கத்தில் இல்லை.)

"தண்ணி குடி, புள்ள..." என்ற கணீர்க் குரல் வெளிப்பட்டு மேலும் அதிர்ச்சி அளிக்க, அந்தக் கட்டிலில் இருந்த உருவம்தான் பேசியது என்பது உறைத்து ஜீரணிக்க நேரமெடுத்தது.

மல்லிகா "எங்கண்ணன்தான்" என அறிமுகப்படுத்தியதில் ஓர் அலட்சியமோ ஆர்வமின்மையோ தெரிந்தது. அல்லது விரைந்து கடந்து விடும் அவசரமா? சில சொற்கள் பேசிக் கொண்டிருந்து விட்டு வீட்டில் தேடுவார்கள் என்று சொல்லிவிட்டு சீக்கிரம் கிளம்பி விட்டேன்.

அந்த முதல் நாள் முழுவதும் இந்த உருவமே நினைவில் உழன்றது. பாட்டியிடம் சொல்லிச் சொல்லி மாய்ந்து கொண்டிருந்தேன். "எதாவது உடம்பு முடியலையா இருக்கும்" என்றாள் பாட்டி. நான் சொன்னதை வைத்து எதையும் யூகிக்கவோ என்னைத் தேற்றவோ இயலவில்லை பாட்டிக்கு.

மறுநாள் பள்ளி செல்லும் போதே ஆர்வமும் பயமுமாய், "உங்கண்ணன் ஏன் அப்படி இருக்காங்க?" என்ற அபத்தக் கேள்வியை மல்லிகாவிடம் கேட்டு வைத்தேன். "சின்னதுல ஒரு காய்ச்சல் வந்துச்சாம். அப்பலேந்து இப்படி ஆயிருச்சு" என்றாள். நம்ப முடியாமல் நான் பார்க்க, "அம்மா அப்படித்தான்

சொல்லுச்சு" என்றாள். 'காய்ச்சல் வந்தா இப்படிலாம் ஆகுமா?' என அதிர்ச்சியாய் இருந்தது. அதுவரை பள்ளி விடுப்பெடுக்க மட்டுமே பயன்பட்ட காய்ச்சலின் மேல் முதன்முறையாக பயம் வந்தது.

பள்ளி முடிந்து வீடு திரும்பும் போது மல்லிகா வீட்டில் சென்று விளையாடிவிட்டோ, சும்மாவாவது பேசிக்கொண்டிருந்து விட்டோ வருவது வழக்கமாகி இருந்தது. அப்படிப் போகும் போதெல்லாம் ஓரிரு கேள்விகள், பதில்கள் என அவள் அண்ணனிடம் பேசுவதும் பழகிவிட்டிருந்தது. அவரை வித்தியாசமாய்ப் பார்ப்பது நின்றிருந்தது. முதலில் பயம் போனது. அப்புறம் தயக்கம் விட்டது. பிறகு மெல்ல மெல்ல ஒரு சகஜ மனநிலை உருவாகி விட்டது.

அவர் பெயர் சிவக்குமார். எல்லோரும் 'சிவா' எனக் கூப்பிட்டார்கள். அவருக்கு எங்களை விட ஐந்தாறு வயது அதிகம் என்றும் அறிந்து 'சிவாண்ணா' என அழைக்கத் தொடங்கி இருந்தேன்.

சிவாண்ணாவை அவர் அம்மா விளிப்பதில் ஒரு தனி வாஞ்சை இருக்கும். "சிவசு..." என்பார். அண்ணாவும் அம்மாவை "அம்மா" என முழுதாக அழைக்காமல் "ம்மோவ்" என்று ஒரு செல்லத்துடன்தான் அழைப்பார். குரல் கம்பீரமாய் கணீர் என இருக்கும். ஆளைப் பார்க்காமல் குரல் மட்டும் கேட்பவர்களுக்கு ஓங்குதாங்கான உயரத்தில் ஓர் ஆண் வலுவான உடலுடன் நிற்பதான பிம்பம் மனதில் எழும். அக்குரல் மட்டுமே அவரது உடலில் தெளிந்து செயல்பட்ட ஒரே விஷயம்.

ஒரு நாள் அவர் கையில் ரஜினி ப்ளோ-அப் ஒன்று கண்டு ஆச்சரியப்பட்டு "சிவாண்ணா, இதென்ன...? இவ்ளோ பெரிய ஃபோட்டோ!" என்று கேட்டேன். வாய் கொள்ளாத சிரிப்புடன், "அப்பா வாங்கித் தந்தாங்க..." என்று ஒரு சிறுவனைப் போல் குதூகலமானார். "உங்களுக்கு ரஜினி பிடிக்குமா?" என்ற என் கேள்வியில் ஆர்வமும் சிநேகமும் இழைந்திருந்தது. அது அப்படித்தான்.

"பிடிக்குமே! ரொம்ப பிடிக்கும். உனக்குப் பிடிக்குமா?" என்று உற்சாகமாய்க் கேட்டார். "மல்லிகா... அந்த ஸ்டிக்கர் அட்டைலாம் எடுத்து இவ கிட்ட காமி" என்று கோரினார். அதில் லேசாய்

அதட்டல் தொனி இருந்தது. உடன் ஒரு பெருமையும் ஒளிந்திருந்தது. நான் அவளைப் பார்த்தேன். அவள் அவரைப் பொருட்படுத்தாமல் வெங்காயம் நறுக்கியபடி இருந்தாள்.

தட்டிக்குப் பின் சமையல் வேலையாய் அமர்ந்திருந்த மல்லிகாவின் அம்மா எழுந்து வந்து சிவாண்ணாவின் அருகில் இருந்த ஒரு தலையணையைத் தூக்கிச் சில அட்டைகளை எடுத்துத் தந்தார். அப்போதுதான் தன் அருகில் இருக்கும் பொருளைக் கூட எடுக்க முடியாத அவர் நிலை நினைவில் உறைத்தது. அந்த அட்டைகள் முழுவதும் கறுப்பு வெள்ளையும், வண்ணமுமாக ஏராளமான ரஜினியின் புகைப்படங்கள். அவற்றில் பல திரைப்படங்களின் ஸ்டில்கள், செய்தித் தாள்களில் வெளியான விளம்பரங்களில் இருந்து கத்தரித்து எடுக்கப்பட்டவை.

"இந்த அட்டைலாம் நானே ஒட்டினது" என்றார். ஆச்சரியமாய்ப் பார்த்த போது மல்லிகா சொன்னாள்."எங்க காம்பவுண்ட்ல யார் வீட்ல பேப்பர் வாங்கினாலும் ரஜினி போட்டோ இருந்தா கட் பண்ணிக் கொண்டு வந்து எங்க அண்ணனுக்குக் கொடுத்துருவாங்க. பேப்பராவே வெச்சிருந்தா கிழிஞ்சுபோகுதுன்னு இப்போல்லாம் இப்படி அட்டைல ஒட்டி வைக்குது. காலி அட்டைப் பெட்டியை கட் பண்ணி அட்டையும், கொஞ்சம் சாப்பாடும் கிட்ட வெச்சுட்டா ஒட்டிக்கும்" என்றாள். அப்போதுதான் கவனித்தேன். அட்டையில் ஒட்டிய வரிசையில் ஒழுங்கின்மை இருந்தது. சில ஒரு படத்தின் மேல் கூட இன்னொரு படம் என இருந்தது. அவரின் கைகளைப் பார்த்தேன். கட்டை விரலும் ஆள் காட்டி விரலும் மட்டுமே அசையும். பரிவும், பரிதாபமும் ஒருசேர, "சூப்பரா இருக்குண்ணா" என்றேன்.

அவர் மகிழ்ச்சியாகச் சிரித்தார். இயல்பாகப் பொங்கிய கண்ணீரை மறைத்துக் கொண்டேன்.

இன்னொரு நாள் போயிருந்தபோது, "இதெல்லாம் என் கட்டிலுக்கு நேரா கட்டித் தொங்க விடணும்னு ஆசை. அப்பா ஒரு நாள் செய்றேன்னு சொல்லி இருகாங்க" என்றார். அண்ணாந்து பார்த்தேன். ஓட்டு வீட்டின் உயரம் குறைவுதான். கட்டில் மேல் ஒரு நாற்காலியைப் போட்டு கொஞ்சம் எம்பினால் கட்டி விடலாம். "சரிண்ணா" என்றேன். அந்தப் பெரிய ப்ளோ - அப்பை

பீரோவில் ஒட்டும்படி மல்லிகாவிடம் சொல்லிவிட்டு, பிறகு அவரே யோசித்துவிட்டு, "வேணாம்... பீரோல ஒட்டினா நான் பார்க்க முடியாது" என்று கையிலேயே வைத்துக் கொண்டார். பீரோ அவர் முதுகுப் பக்கமாய் இருந்தது. தலையைத் திருப்பிக் காண முடியாது. அவருக்கு எதிரில் இருந்த சுவரைச் சுட்டி "அங்கே ஒட்டவா?" எனக் கேட்டேன். அவர் தலையாட்ட, ஒட்டித் தந்தேன். அன்று அவரது சிரிப்பில் அத்தனை நிறைவு.

தொடர்ந்த நாட்களின் உரையாடல்களில் சிவாண்ணா தியேட்டருக்கு நினைவு தெரிந்த பின் போனதே இல்லை எனத் தெரிந்தது. வீட்டில் தொலைக்காட்சியும் இல்லை. ஆனால் அவருக்கு ரஜினியை மிகப் பிடிக்கும். மிக என்றால் மிக மிக மிக மிக... அது அவரைச் சுற்றியிருந்த எல்லோருக்கும் தெரிந்திருந்தது. வீட்டிற்கு அவரைப் பார்க்க வரும் உறவினரோ அக்கம் பக்கத்தினரோ ரஜினி போட்டோக்களை, ஸ்டிக்கர்களை வாங்கி வருமளவு. அப்பாவிடம் அவர் தின்பண்டங்கள் கேட்பதில்லை. ரஜினி புகைப்படங்கள்தாம் ஒரே கோரிக்கை. சிவாண்ணா வாழ்வின் ஒரே பொழுதுபோக்கு, ஒரே சந்தோஷம் அது என்பதால் அதற்கு அவ்வீட்டில் தடை இல்லை.

பார்க்கவில்லையே ஒழிய ரஜினியின் புதிய படங்கள் பற்றிய தகவல்களை விரல் நுனியில் வைத்திருந்தார். படித்து, கேட்டு வந்த ஞானம். அவர்கள் வீட்டில் ஒரு எஃப்எம் ரேடியோ மட்டுமே இருந்தது. அதில் ரஜினி பாட்டு வரும் போது ஓங்கிய குரலில் கூடவே சேர்ந்து குஷியுடன் பாடத் தொடங்கி விடுவார். தன் பெயர் தாங்கிய படத்தில் வரும் என்பதாலோ என்னவோ 'அடி வான்மதி...' பாடலை அடிக்கடி சத்தம் போட்டுப் பாடிக் கொண்டிருப்பார்.

அவ்வயதில் ரஜினியை எனக்குப் பிடித்துப் போக இருந்த அனேக காரணிகளில் சிவாண்ணாவும் ஒருவர் என்றானது. பத்தாண்டுகளுக்கும் மேல் படுக்கையை விட்டுக் கொஞ்சமும் நகராத, தன் படங்களைக் கூட திரையில் பார்க்க இயலாத ஒருவரின் வாழ்வில் இருந்த ஒரே மகிழ்ச்சியாக ரஜினி இருந்தார் என்பது அன்று எனக்கு அளித்த உணர்ச்சிவசம் விவரிக்க இயலாதது.

“ஏன் ரஜினிய பிடிக்கும்?” என்றேன் ஒருநாள் அண்ணனிடம்.

“பாட்ஷா படத்துக்கு அப்பா சின்னதுல கூட்டிப் போனப்பப் பிடிச்சிருச்சு. ஸ்டைலா இருக்கார்ல...”

“நீங்க படத்துக்குப் போயிருக்கீங்களா?”

“ஆமா. சின்ன வயசுல அப்பா தியேட்டருக்குக் கூட்டிட்டு போய் பார்த்த படமெல்லாம் ரஜினி படம்தான். அப்பறம் ஒடம்பு முடியாம போனப்பறமும் கூட ரெண்டு தரம் அப்பா தூக்கிட்டு போனாரு. ஆனா என்னால உக்காந்து படம் பாக்க முடியல. சாஞ்சிருவேன்ல. அதனால போறதில்ல. படம்னு பாத்தே பத்து வருசத்துக்கு மேல இருக்கும்,” என்று வருத்தம் ஏதுமற்ற சாதாரணக் குரலில் சொன்னார். அவருக்குத் தன் வாழ்க்கை குறித்த புகார்கள் ஏதும் இருப்பதாக உணர்ந்ததே இல்லை.

அதிலிருந்து தினசரிகளில் காணும் ரஜினியின் புகைப்படங்களை எல்லாம் வெட்டிக் கொண்டு வந்து சிவாண்ணாவின் அட்டையில் ஒட்டித் தரும் பழக்கத்தை ஆரம்பித்தேன். இதற்காகவே பள்ளியில் பையன்களிடம் பேச ஆரம்பித்து, ரஜினி ஸ்டில்களைச் சேகரிக்கத் தொடங்கினேன்.

என்ன பேசுவது எனத் தெரியாமல் சிரித்தபடி ஆரம்பித்த எங்கள் உரையாடல்கள் ரஜினியில் தொடங்கி ரஜினியில் முடிந்தன. “இந்த போட்டோ நல்லாருக்கில்ல...” “அதுல பாரேன் எப்படி நிக்கறாரு! பிறவி ஸ்டைல் மன்னன்!” “நீ இந்தப் படம் பாத்துட்டியா? நல்லாருக்கா?” என்பது போல் நீளும். ஆனால் ஒரு வித்தியாசமாய் எங்கள் உரையாடலில் அவர் என்னை விடச் சிறுபிள்ளை போல் கேள்விகள் கேட்டுக் கொண்டும், நான் அவருக்கு பதில்கள் சொல்லிக் கொண்டும் இருப்பேன். காரணம், அவர் வெளி உலகையே பாராத குழந்தையாகவே இருந்தார்.

நாளாக ஆக, சிவாண்ணாவைக் காணவே அவர்கள் வீட்டுக்கு தினம் போவது வழக்கமானது. அது மல்லிகா வீடு என்ற அடையாளம் போய் சிவாண்ணா வீடு என்றே குறிப்பிட ஆரம்பித்திருந்தேன். அவரும் கூட என்னை எதிர்பார்க்கத் தொடங்கினார் என்று இப்போது தோன்றுகிறது.

மல்லிகாவை விட சிவாண்ணாவோடு பேசிக்கொண்டிருக்கும்

சுவாரஸ்யம் எனக்கு அதிகமாகி இருந்தது. ஒருமுறை அசட்டுத்தனமாய் அவரிடமே "உங்களுக்கு இப்படி முதுகு வளைஞ்சிருக்கே, வலிக்காதா?" எனக் கேட்டதை இப்போது நினைத்துப் பார்த்தால் வருத்தமே எஞ்சுகிறது. அனுபவங்களின் வலியேறிய பின்தானே மனதில் முதிர்ச்சி கனிகிறது!

அவர்கள் வீட்டில் வேறு நாற்காலிகளோ ஸ்டூலோ கூடக் கிடையாது. அதனால் அவர் அமர வைக்கப்பட்டு இருக்கும் கட்டிலிலேயே ஓரமாய் அமர்ந்து கொள்வேன். எல்லாம் அந்தப் படுக்கையிலேயேதான். இரவானால் அண்டைக் கொடுக்கப்பட்டு இருக்கும் தலையணைகளிலேயே சாய்த்து வைப்பார்கள், அப்படியே உறங்கிக் கொள்வார்.

உறிஞ்சு டம்ளர் எனப்படும் ஸ்ட்ரா டம்ளர் ஒன்று இருந்தது சிவாண்ணாவுக்கு அவராகவே தண்ணீர் குடிக்க. அதில் கொடுத்தால் கைகளுக்கு நடுவே வைத்துக்கொண்டு உறிஞ்சிக் குடித்துக் கொள்வார். அம்மா அருகில் இல்லாத சமயங்களில் தண்ணீர் வேண்டுமெனில் அதில் நிரப்பி கையில் கொடுத்து விடுவோம். அம்மா இருந்தால் மகனுக்குத் தண்ணீரைக் கூட புகட்டித்தான் விடுவார்.

நானே கேட்காவிட்டாலும் "எதோ பெயர் தெரியாக் காய்ச்சலில் இப்படி ஆகிவிட்டது" எனவும், "யாரோ சொந்தக்காரங்க செய்வினை வச்சுட்டாங்க" என்றும் மல்லிகாவின் அம்மா பேச்சுவாக்கில் ஒவ்வொரு நாளும் ஒவ்வொரு காரணம் கூறுவார். "எங்க குடும்பத்துக்கு முன் ஜென்மத்தில் யாரோ இட்ட சாபம்" என்று ஒரு நாள் சொன்னார்.

சிவாண்ணாவை வாரம் ஒரு முறையோ, இரு முறையோ குளிக்க வைப்பார். பொதுக் குளியலறைகளின் முன்பாக பாத்திரம் கழுவக் கட்டப்பட்டு இருக்கும் சிமெண்ட் தடுப்பு ஜலதாரையில் அமர்த்தி தடுப்பையே துண்டு மட்டும் கட்டிய சிவாண்ணாவின் முதுகுக்கு அண்டைக் கொடுத்து சின்னக் குழந்தையைக் குளிப்பாட்டுவது போல் தலைக்கும் உடலுக்கும் சோப்பு தேய்த்துக் கொண்டிருப்பார் அம்மா. நான் வேடிக்கை பார்ப்பது தெரிந்தால் சிவாண்ணா வெட்கப்படுவார். பார்க்கும் எனக்குத்தான் விசித்திரமாய் இருந்ததே ஒழிய, மல்லிகாவுக்கோ, அந்த காம்பவுண்ட்வாசிகளுக்கோ, அவரம்மாவுக்கோ அது இயல்பான நிகழ்வாகவே இருந்தது.

ஒருநாள் நான் சிவாண்ணாவிடம் அமர்ந்து பேசிக்கொண்டு இருந்த போது அம்மாவை அழைத்தார்.

“சொல்லுங்கண்ணா... என்ன வேணும்? தண்ணி எடுத்துத்தரவா?”

“இல்ல, நீ அம்மாவக் கூப்பிடு” என்றார்.

ஒட்டி ஒட்டி அமைந்த வீடுகள் என்பதால் வேலை தீர்ந்த இடைவெளிகளில் அவரவர் வாசலில் நின்றே அடுத்த வீட்டோடு கதையளந்தபடி இருப்பர் பெண்கள். சிவாண்ணாவின் அம்மா ஏதோ சத்தமாய்ப் பேசிக்கொண்டிருந்தார். நான் வெளியே எட்டிப் பார்த்து அழைத்தேன்.

“அம்மா, அண்ணா கூப்பிடறாங்க.”

“கக்கூஸ் போகனும்மா...”

சிவாண்ணா வழக்கமான கணீர்க் குரல் அல்லாமல் சன்னமாய்ச் சொல்லவும், “நீ கொஞ்சம் வெளிய இரு சாமி” என்று என்னை வெளியே அனுப்பிவிட்டுக் கதவைச் சாத்திக் கொண்டார் அம்மா.

நான் இருப்பதா போவதா எனக் குழம்பி நின்றிருந்தேன். பதினைந்து நிமிடங்கள் போயிருக்கும். கதவைத் திறந்தார். புடவைக் கொசுவத்தை அள்ளி எடுத்து இடுப்பில் செருகிக்கொண்ட மல்லிகாவின் அம்மா இரு கைகளாலும் சிவாண்ணாவைப் படுத்தவாக்கில் அள்ளியபடி தூக்கிக்கொண்டு வெளியே வந்தார். மூச்சிரைக்க காம்பவுண்டின் கடைக்கோடியில் இருந்த கழிவறைக்கு நடந்தார். அம்மா தடித்த உடலாக இருந்ததும் கூட நல்லதுதான் என எனக்குத் தோன்றியது.

சில நிமிடங்களில் மீண்டும் அதேபோல் தூக்கிக்கொண்டு வீட்டுக்குள் வந்தார். பொத்தென சிவாண்ணாவைக் கட்டிலில் போட்டுத் தன்னை ஆசுவாசப்படுத்திக்கொண்டு பின் மகனைச் சரியாய் அமர்த்தி வைத்தார். பின், ஏற்கனவே வீட்டுக்குள் சுருட்டி வைத்திருந்த ஒரு காகிதப் பொட்டலத்தைக் கொண்டு போய் கழிவறையில் போட்டு விட்டு, தன் கையைச் சோப் போட்டுக் கழுவி மீண்டும் வீட்டுக்குள் வந்தார். இறுதியாக ஒரு பெருமூச்சு அவரிடமிருந்து வெளிப்பட்டது.

நான் புரிந்து அதிர்ந்தேன். லேசாகக் குமட்டிக் கொண்டு வந்தது.

சிவாண்ணாவுக்கு எப்படியும் பதினாறு வயதுக்கு மேல் இருக்கும். 'இவ்ளோ பெரிய அண்ணாவுக்கு ஆய் கழுவி விட்றாங்களா?' என அருவருப்பாக இருந்தது. அன்று இரவு வீடு வந்து யோசித்த போது தினம் அப்படித் தூக்கிச் சென்று மலம் கழிக்க வைத்து, அவரைக் கழுவி திரும்பத் தூக்கி வருவதென்பது சாதாரணக் காரியமல்ல என்பது புரிந்தது. அது எனக்குக் கற்பனை செய்ய முடியாத உறுத்தலாகவும் இருந்தது. ஆனால் சிவாண்ணாவின் அம்மா மீது மரியாதையும் பிரியமும் ஊற்றெடுத்தது.

மல்லிகாவுக்குத் தன் அண்ணனைப் பிடிக்குமா பிடிக்காதா என்றே எனக்கு சந்தேகமாய் இருந்தது. 'அண்ணா...' என்று கூட அவள் அவரை அழைத்து நான் பார்த்திருக்கவில்லை. அந்த வீட்டில் இருந்த ஒற்றைக் கட்டில், பீரோவைப் போல அண்ணாவும் ஒரு பொருளாகவே இருந்தார் அவளுக்கு என இன்று தோன்றுகிறது. சிவாண்ணாவின் அப்பாவும் அப்படித்தான் இருந்தார் என நினைக்கிறேன். எல்லோரின் பாசத்தையும் அவரது அம்மாதான் சரிகட்டிக் கொண்டிருந்தார்.

சிவாண்ணாவின் அம்மா வீட்டை விட்டுக் கடைக்குக் கூட செல்ல மாட்டார். "புள்ள இருக்கான்ல... தனியா விட முடியாது." என்றபடியே அந்த ஒற்றை அறையிலேயே சுற்றிச் சுற்றி வருவார். அதிகபட்சமாய் வாசல்படியில் அமர்ந்து பக்கத்து வீட்டுப் பெண்களுடன் கதையளப்பார். ஆனால் ஒரு கண்ணும் ஒரு காதும் மகன் மீதே இருக்கும். ஏதாவது வாங்க வேண்டுமானால், மல்லிகாவோ, நானோ, அக்கம்பக்கப் பொடுசுகளோ, வேலை முடிந்து வரும் மல்லிகாவின் அப்பாவோதான் செய்வோம். சினிமா, கல்யாணம், கடைத்தெரு, உறவினர் வீடு, ஏன் தன் பிறந்தகத்துக்குக் கூட மகனை விட்டு விட்டுச் செல்ல மாட்டார். அந்த ஒற்றை அறையில் அடுப்படிக்கும், மகனின் கட்டிலுக்குமாய் நடந்தே கழித்து வந்தார். சிவாண்ணாவுக்கும் அம்மாவுக்குமான வித்தியாசம் இவரால் நடக்க முடிந்தும் வெளியே செல்வதில்லை என்பதாகத்தான் இருந்தது.

மதியங்களில் கூட உறங்காமல் மகனுக்குக் காவல் இருப்பார். நீட்டி நிமிர்ந்து படுக்க முடியாத மகனுக்கு ஆசுவாசமாக தலையணைகளை அடுக்கி வசதி செய்து வைப்பார். கட்டிலுக்கு அடியில் ஒரு பிளாஸ்டிக் பக்கெட் வைத்திருப்பார்; அவசரமாய்ச்

சிறுநீர் கழிக்க வேண்டும் என்றால் வைக்க. ஒரே இடத்தில் அமர்ந்திருக்கும் பிள்ளைக்கு பூச்சி, பொட்டு ஏதும் வந்து கடித்து விடக் கூடாது என படுக்கையைத் தட்டி உதறி நேர் செய்து கொண்டே இருப்பார். "இந்தா சாமி... இன்னும் ஒரு வாய்..." என்று பதின்வயது மகனுக்கு அருகில் அமர்ந்து சோறூட்டி, மறு கையால் தண்ணீர் புகட்டுவதன் சிரமத்தை, சங்கடத்தைத் தாண்டி அந்தப் பாசத்தை எண்ணிப் பொறாமைப்பட்ட பிராயம் எனக்கு.

முதலில் சிவாண்ணாவின் ஓர் உறுப்பாக அம்மா இருக்கிறார் எனத் தோன்றியது. ஒரு கட்டத்தில் அம்மாவின் ஓர் உறுப்பாகவே சிவாண்ணா ஆகிவிட்டார் என உறைத்தது.

ஒரு முறை கூட சிவாண்ணா பற்றி அம்மா அழுது புலம்பிப் பார்த்ததில்லை. தன்னால் கவனித்துக் கொள்ள சிரமம் என்றும் அலுத்துக் கொண்டதில்லை. மற்றவரிடம் என்றில்லை, மகனிடம் பேசும்போதும் கூட சகஜமாய் ஒரு சராசரி உரையாடல்தான் இருக்கும்.

"தொட்டுக்க என்ன வைக்க? சாம்பார் போதுமா?"

"இன்னிக்குக் குளிக்கறியா?"

"அம்மா குளிக்கப் போறேன். ஒனக்கு ஒண்ணுக்கு ரெண்டுக்கு போகணுமா?"

அந்த உரையாடலில் வலியோ, விரக்தியோ கூட பார்த்ததில்லை. 'ம்மோவ்' என்ற அழைப்பின் இறுதிக்குள் அவர் மகனிடம் நின்றிருப்பார்.

சில நாட்கள் அம்மாவும் மகனும், கொஞ்சிக்கொள்வதையும் பார்த்திருக்கிறேன். அதில் "என் அழகு ராசா" என்ற சொற்றொடர் அடிக்கடி வரும். கொஞ்சலின் முடிவில் திருஷ்டி முறித்து விரல் சொடுக்கிக் கொள்வார். எப்பொழுதோ அண்ணனிடம் மரியாதை இல்லாமல் பேசியதற்கு மல்லிகாவைக் கரண்டியால் அடித்த சம்பவம் நினைவிருக்கிறது. அதற்கு அவர் சின்னப் பிள்ளை போல் களுக்கிச் சிரித்ததும். ஆண் - பெண் பேதம் விடுத்தும் அம்மாக்களுக்கு மகன்கள் மேல் பிரியம் அதிகம்தான். அதிலும் தலைச்சன் பிள்ளை என்றால் கேட்கவே வேண்டாம். மல்லிகாவுக்கு

அது ஒருவித எரிச்சலையோ பொறாமையையோ தந்திருக்கலாம் என இன்று தோன்றுகிறது. அவள் அண்ணன் மீது பெரிய பிரியம் ஏதும் கொள்ளாதிருக்கவும் அதுவே காரணமாக இருக்கலாம்.

திடீர் திடீரென சிவாண்ணா, “அம்மா வலிக்குதும்மா வலிக்குதும்மா” எனக் கத்திக் கூச்சலும் போடுவார். உடல் நோவில் அம்மாவைக் கண்டபடி ஏசுவார். சமயங்களில் ‘டி’ கூட போட்டுப் பேசுவார். அந்த நாட்களில் எல்லாம் சங்கடம் தவிர்க்க நான் விரைவாய்க் கிளம்பிவிடுவேன். ஆனால் அம்மா பதிலுக்குக் கோபப்பட்டோ, எரிச்சல்பட்டோ, சலித்துக்கொண்டோ நான் பார்த்ததே இல்லை.

அதே சமயம் “சரியாப் போவும்” போன்ற போலி ஆறுதல்களும் சொல்லிப் பார்த்ததில்லை. ஓர் இயந்திரம் போல் மகனின் கோபத்தை எந்த உணர்ச்சியும் இல்லாமல் எதிர்கொள்வார். எதோ எண்ணெய் வைத்து கை, காலெல்லாம் நீவி விடுவார். ஓர் அம்மாவின் கடமையாகத்தான் அனைவருக்கும் தோன்றி இருக்கும் என்றாலும் அவ்வளவு பெரிய மகனை அள்ளிக் கொண்டு பத்து வீடுகள் தாண்டிப் போய்க் கழுவி விடும், பல்லாண்டுகளாய் அந்தச் சின்ன அறை தாண்டி வெளியே செல்லாத அன்னையின் வேதனை பற்றி யாரும் சிந்திக்கவில்லையோ என இப்போது தோன்றுகிறது. அல்லது சிலர் சிந்தித்தும் விதியென ஒதுக்கிக் கடந்திருக்கலாம்.

நொடியில் ஓடிய நூறு எண்ணங்களைக் கலைத்தது மல்லிகாவின் மகளின் “அம்மா... தண்ணி! அம்மா... தண்ணி!” என்ற நச்சரிப்பு. “இரு... அம்மா பேசிட்டு இருக்கேன்ல” என்று பேச்சைத் தொடர்ந்தாள் மல்லிகா. மல்லிகாவின் அம்மா ஒரு பதற்றத்துடன் கூடையில் இருந்த தண்ணீர் பாட்டிலை எடுத்து பேத்திக்குப் புகட்டினார். அவள் குடித்து முடித்த பின்னும் “போதுமா போதுமா?” என்று கேட்டுக் கொண்டே இருந்தார். அந்த கேள்விக்கான பதில் சொல்லும் தெளிந்த வயதில்லை குழந்தைக்கு என்பதால் அவள் அதைக் கவனிக்காமல் இருந்தாள். ஆனால் மல்லிகாவின் அம்மா எங்கோ வெறித்த பார்வையில் தொடர்ந்து “சிவசு... தாகம் அடங்கிச்சா?” என்றபடியே இருந்தார்.

நான் மல்லிகாவைக் கேள்வியாய்ப் பார்த்தேன். "அம்மா இவளையும் அப்படிதான் கூப்பிடுது" என்று சிரித்தாள். அம்மாவின் உதடுகள் முணுமுணுத்தபடியே இருந்தன. உடல் முழுவதும் பதற்றம் இருந்தது. நான் மீண்டும் பின்னோக்கிச் சென்றேன்.

வழமை போல் ஒரு காலையில் பள்ளிக்குச் செல்ல மல்லிகாவை கூப்பிட அவள் வீட்டிற்குச் சென்றபோது. சிவாண்ணா இறந்திருந்தார். மண்டைக்குள் ஒரு வண்டு புகுந்து கொண்டது போல் அத்தனை குடைச்சல் என் மூளையில். நம்பவே முடியவில்லை. கொஞ்சமும் அவர் சாவை எதிர்பார்க்கவே இல்லை. அதுவும் அவ்வளவு சீக்கிரமாக. முதல் நாள் மாலை அவரிடம் பேசி விட்டுத்தான் வந்திருந்தேன். அன்று சந்திரமுகி படம் பார்த்திருந்தேன். அதைப் பற்றி பேசியிருந்தேன். படம் நன்றாக இருந்தாலும் அது ரஜினி படம் போலவே இல்லை என்று சொன்னேன். சிவாண்ணாவின் முகம் சூம்பிப் போனது.

"எப்படி திடீர்னு?" என்ற கேள்விக்கு எனக்குப் பதில் தெரியவில்லை. அந்தக் கேள்வியை யாரிடம் கேட்பது என்று கூடத் தெரியவில்லை. மல்லிகா அழுதபடி நின்றிருந்தாள். மிகச் சிறிய வீட்டின் முன் படுக்க வைத்து, குளிக்க வைக்க ஏற்பாடு செய்து கொண்டு இருந்தனர். தெற்குப் பார்த்து தலை வைக்க இடப்பற்றாக்குறை இருந்தது. அழுது கொண்டே அம்மா எப்போதும் போல் இடுப்பில் முந்தானையை இழுத்துச் செருகி மகனைத் தூக்கிக் கொண்டு குழாயடி நோக்கி நடந்தார். அத்தனை நேரம் அதிர்ச்சியில் இருந்த நான், உடைந்து தேம்பி அழத் தொடங்கினேன்.

"அம்மா ரொம்ப இளைச்சிட்டாங்க, இல்ல, மல்லிகா?"

"ஆமா, அம்மாவுக்கு தூக்கமே இல்ல. இப்பன்னு இல்ல, ரொம்ப வருசமாவே. நைட்ல சுத்தமா தூங்கறது இல்ல. தன்னை மீறி டயர்ட் ஆகித் தூங்கினாதான் உண்டு. அதுவும் சீக்கிரம் விழிப்பு வந்திடும். நாங்களும் டாக்டர்ட காட்டிப் பாத்துட்டோம். அப்பறம் அதுவே பழகிப் போய், விட்டாச்சு."

நான் தலையசைத்து அம்மாவைப் பார்த்தேன். நான் பார்த்ததை உணர்ந்ததும் சிரித்தார். அதில் உயிர்ப்போ சினேகமோ இல்லை. அலைபேசி எண்களைப் பரிமாறிக்கொண்டு விடைபெற

ஆயத்தமானோம். மல்லிகாவின் கைபற்றினேன். பழைய நினைவுகள் மீண்டும் வந்தன.

சிவா அண்ணனைப் புதைக்கையில் கூடவே அவர் ரஜினி ஸ்டிக்கர்கள் ஒட்டி வைத்திருந்த அட்டைகளும் சேர்த்துப் புதைக்கப்பட்டதாக மல்லிகா சொன்னாள், அவருக்கு மிகப் பிடித்தமான ஒன்றை உடன் வைத்துக் கொள்ளட்டும் என்று.

இரண்டு நாட்கள் சென்று மல்லிகாவிடம் "திடீர்னு எப்பிடி....?" எனக் கேட்ட போது "நைட் தூக்கத்துலயே இறந்துட்டான் போல. காலைல எந்திரிக்கலை" என்றாள். உண்மையில் மல்லிகாவை விட சிவாண்ணாதான் எனக்கு அதிக நட்பாய் இருந்தார். ஒருவேளை அவர் பேயாய் நம்மிடம் வருவாரோ என்று கூட யோசித்தது உண்டு.

காரியங்கள் முடிந்து ஓரிரு நாளில் மல்லிகாவின் பக்கத்து வீடுகளில் அரசல் புரசலாக ஒரு பேச்சு எழுந்தது. இறந்த அன்று நள்ளிரவில் சிவாண்ணன் "தண்ணி, தண்ணி" எனக் கேட்டுக் கொண்டே இருந்த சத்தம் தங்களுக்குக் கேட்டதாகவும் சற்று நேரத்தில் அந்தச் சத்தம் நின்று விட்டதும் மல்லிகாவின் அம்மா தண்ணீர் கொடுத்து விட்டதால் சப்தம் நின்று விட்டதாக நினைத்ததாகவும் பக்கத்து வீட்டுப் பெண் சொன்னாள். மல்லிகா வீட்டில் அதுபற்றி மறுக்கவும் இல்லை; ஆமோதிக்கவும் இல்லை. இந்தப் பேச்சு இன்னும் அடுத்தடுத்த வீடுகளிலும் பரவி மறைமுகமாக எல்லாரும் "தண்ணி கொடுத்திருந்தா பொழைச்சிருப்பான்" எனப் பேசத் தொடங்கினர்.

அந்தக் கிசுகிசு உரையாடல்களின் உச்சகட்டமாய் ஒரு பெண், "விஷம் சாப்பிட்டா ரொம்பத் தண்ணி தாகம் எடுக்குமாமே!" என்றது வீதியெங்கும் பரவியது. அம்மா எதற்கும் பதில் சொன்னதில்லை. மகன் படுத்திருந்த கட்டிலில் அமர்ந்து கொண்டே வெறித்துப் பார்த்தபடி இருப்பார்.

ஒரு மாதம் கூட இல்லை. இந்த மறைமுகக் குத்தல் பேச்சுகள் தாளாமல் மல்லிகாவின் குடும்பம் வீடு காலி செய்து கொண்டு பூர்வீக கிராமத்துக்கே சென்றுவிட்டனர். அதன் பிறகு இப்போதுதான் அவர்களை மறுபடி பார்க்கிறேன். இடையே நாங்களும் வீடு மாற்றி விட்டோம்.

"சும்மா சாமி கும்பிட வந்தீங்களா? உன் ஹஸ்பண்ட் வரலையா?" என்றேன் மல்லிகாவிடம்.

"இல்ல மாசம் ஒருக்கா இங்க படி ஏறி மலைக்கு வரவங்களுக்கு நாங்க தண்ணீர் பந்தல் வச்சு நீர் மோர் தரது வழக்கம். அம்மாவோட விருப்பம். எங்க வீட்டுக்காரர் அங்க பந்தலில்தான் இருக்காரு. நாங்களும் சாமி கும்பிட்டுட்டு அங்க போயிருவோம்."

"மாசா மாசமா?"

"ம். ஆமா. எங்க கூடத்தான் இருக்கு அம்மா. அது இப்படி செய்யணும்னு வேண்டுதல் வச்சுருக்கு. எங்க எல்லாருக்கும் தண்ணி மொண்டு படுக்கைகிட்ட வச்சிட்டும், நைட்ல தூங்காம முழிச்சுட்டே உக்காந்திருக்குடி. உனக்குப் புரியுதுல்ல! அம்மாவ எப்படி சரிபண்றதுனே தெரியாமத்தான் நானும் எல்லாம் பண்ணிப் பாக்கறேன்" என்ற மல்லிகாவின் கண்கள் கலங்கிச் சிவந்தன. அவசரமாய் அதை மீறிச் சிரித்து வைத்தாள்.

என் கண்களில் தளும்ப முற்பட்ட நீரை உள்ளிழுத்துக் கொள்ள சிரமப்பட வேண்டி இருந்தது. அம்மாவை ஒரு முறை அணைத்துக் கொண்டு படியிறங்கினேன். அந்த இரவில் என்ன நடந்திருக்கும் எனப் பல ஆண்டுகளாக மனதில் உறுத்திக்கொண்டிருந்த கேள்வியைக் கிள்ளி எறிந்தேன்.

சில கேள்விகளுக்குப் பதில் தெரியாமல் இருப்பதே நல்லது.

(ஃபிப்ரவரி 6, 2022)

★★★

4. சொகுசு

பேருந்திலிருந்து இறங்கி நடக்கத் தொடங்கினான். ஏப்ரல் வெயில் சுட்டெரித்தது. வியர்த்து நனைந்த சட்டை உடலுடன் ஒட்டிக்கொண்டது. ஒட்டி உராய்ந்து மேலும் நனைந்தது. மனதும் உடலும் எரிந்தது.

"மயிராண்டிக... எப்டிலாம் ஏமாத்தறானுங்க!"

திட்டினான். பேருந்து நிலையம் விட்டு வெளியே வந்து அருகிலிருந்த ஆட்டோ ஸ்டாண்டில் "சுப்பைய்யா வீதி எங்க இருக்குங்க?" என்றான். ஆட்டோக்காரர் ஏற இறங்கப் பார்த்தார்.

"மொட்டையா வந்து சுப்பையா வீதினா? எந்த ஏரியானு சொல்லுங்க."

சட்டைப் பையில் இருந்து அலைபேசியை எடுத்து இரண்டு நொடி துழாவலுக்குப் பின்னர்,

"ஓணாம்பாளையம்னு போட்ருக்கு."

"தம்பி ஊருக்குப் புதுசா?"

"ம்."

"இது காந்திபுரம்."

"ஓணாம்பாளையம் எல்லாம் வேற ஏரியா. ஊருக்கு உள்ள போகணும். அட்ரஸ் வச்சிருந்தா நம்ம வண்டிலேயே போயிரலாம்.

மீட்டர்பொறுத்து ஐந்நூறோ, அறுநூறோ முன்னப் பின்ன ஆகும்."

"இல்ல. பஸ்சுக்கு எங்க நிக்கணும்?"

சின்ன ஏளனப் பார்வையுடன் பஸ் நிற்குமிடத்தின் திசையைக் கை காட்டினார். வரிசையில் வந்த பேருந்துகளில் ஒன்றில் அவசரமாய் அரைகுறையாய் பெயர் சரிபார்த்து ஏறிக்கொண்டான்.

மதிய நேரத்திலும் கூட்டம் நிரம்பி வழிந்தது. நடத்துனரிடம் டிக்கெட் வாங்கி விட்டு நசுங்கிப் பிதுங்கி நின்றுகொண்டான். காலையிலிருந்து எதுவும் காணாத வயிறு கொள்ளி வைத்த பிணம் போல் பற்றி எரிந்தது. மனம் ரவியை நினைத்துக் கொண்டது. தாயை அவமதிக்கும் வசவுச் சொல் ஒன்றை மனதுக்குள் உதிர்த்தான்.

பள்ளிக் காலம் தொட்டு நண்பன். ஒரே தெருவில் குடியிருந்தார்கள். இவர்களோடு ஒப்பிடுகையில் ரவியுடையது குடும்பமும், வீடும் பெரியது. பாட்டி, இரண்டு சித்திகள், அம்மா, அப்புறம் ரவி. அப்பாவைப் பற்றி அவன் ஏதும் சொன்னதில்லை, இவனும் கேட்டதில்லை. பிற்பாடு இவன் அம்மாவும், அவன் அம்மாவும் பேசிக்கொண்ட சில நாட்களில் அம்மா சொன்னாள்: "அவங்கப்பா பிரிஞ்சு போயிட்டாராம். டைவோர்ஸ்."

சொந்த வீடுதான் அவர்களுடையது. வீட்டில் ரவி தவிர அனைவரும் ஆளுக்கொரு சின்ன வேலையில் இருந்தனர். ரவியின் அம்மா தனியார் ஆரம்பப் பள்ளி ஒன்றில் தமிழாசிரியை. குறைந்த சம்பளம். சித்திகள் இருவரும் ஏதோ தனியார் நிறுவனத்தில் பணி. அவர்கள் பாட்டி அப்பளம், ஊறுகாய் என வீட்டிலேயே தயாரித்து விற்பனை செய்வார். ரவி வீட்டின் செல்லப் பிள்ளை. நினைத்தது உடனே கிடைக்கும். கிரிக்கெட் பேட், சைக்கிள், வாட்ச் என விரும்பிய எதையுமே ஒரு வாரத்தில் வாங்கி விடுவான்.

அப்போதெல்லாம் ரவிக்கும் தனக்குமான நட்பு நிபந்தனையற்றது. இவன் பொருட்களை அவனும், அவன் பொருட்களை இவனும் அனுமதி கேட்காமல் எடுத்துக் கொள்வர். இவன் பொருள் என்று சொல்லப் பெரிதாய் ஒன்றும் இருக்காதுதான். ஆனாலும் எதையும் எடுக்கும் உரிமை அவனுக்கு இருந்தது. இவனுக்கும்

ரவிக்குமான பொதுவான நண்பர்களுக்கே இவர்கள் இருவரின் தனிப்பட்ட நட்பு லேசாகப் பொறாமை தரும்.

அப்போது இவன் வீடு அத்தனை செழிப்பானதில்லை. இப்போதும் இல்லை. ஒரு பாத்திரக் கடையில் கணக்கெழுதும் கிளார்க் இவன் அப்பா. அவ்வப்போது மொத்த கொள்முதல் வாங்கும் போது முதலாளியுடன் வெளியூர் செல்ல வேண்டி வரும். அம்மா படித்திருக்கவில்லை. வேலைக்கும் சென்றதில்லை. ஆனால் இவன் ஒரே மகன் என்பதால் அந்த எளிய குடும்பத்துக்குப் பெரிய பணச் சிக்கல்கள் வராத அளவு வரவுக்கும்செலவுக்கும் சரியாய் ஓடியது. சின்னச் சின்ன மாதக் கடைசி கைமாற்றுகள் தவிர பெரிய கடன்களும் இல்லை.

விரும்பியதை உடனே வாங்கிக் குவிக்கும் வசதி இல்லைதான். ஆனால் எந்தப் பொருளும் இல்லை என இவனை ஏங்கிப் போக விட்டதில்லை ரவி. “இந்தாடா நீ வச்சுக்கோ” என உடனே தந்துவிடுவான். இவனாகத் திருப்பித் தரும் வரை கேட்கவும் மாட்டான். ஒரு முறை பள்ளியில் இவன் பேனா கொண்டு போக மறந்தபோது, அவன் பேனாவை இவனிடம் தந்துவிட்டு எழுதாமல் அமர்ந்திருந்து டீச்சரிடம் அடிவாங்கினான். அப்போது கூட இவனைப் பற்றிச் சொல்லவில்லை. இது ஒன்றும் பெரிய குற்றமல்ல. ஆனாலும் ராஜம் டீச்சர் அடி அப்படி இருக்கும். “பேனா மறக்குமோ! திங்க மறக்கறதில்லைல” என்று கேட்டுக் கேட்டே அடி வெளுத்தார். ஒரு முறை இவனுக்காக வகுப்புத் தோழி ஒருத்தியிடம் காதல் தூது சென்று மாத்து வாங்கினான்.

அந்தக் காதல் நினைவு மெலிதாய்ப் புன்முறுவலை வரவழைத்தது. நெரிசலில் யாரோ நிறுத்தத்தின் பெயர் சொல்லிக் கத்தியதில் மீண்டவனுக்குச் சட்டெனக் கோபம் வந்தது. ‘நாம தான் இதெல்லாம் நினைச்சுக்கறோம். ஆனா கொஞ்சம் கூட கூசாம பணத்தை வாங்கிட்டு ஊரையும் விட்டு ஓடின நாய்களை நினைச்சு சிரிக்க என்ன இருக்கு?’ எனத் தன்னையே திட்டிக்கொண்டான்.

இறுதி ஆண்டு கல்லூரி போகிறான். செமஸ்டர் ஃபீஸ் கட்ட வேண்டும். பகுதி நேர வேலைக்குப் போய்க்கொண்டே படித்துக் கொண்டும் இருப்பதின் சிரமம் அவன் இளமை எனும் பொற்காலத்தை அரித்துக் கொண்டிருந்தது. நினைக்க

பெருமூச்சாய் வெளிவந்தது. ஒரு பக்கம் தன் வயது இளைஞர்கள் எப்படி எல்லாம் சொகுசாய் இருக்கிறார்கள் என எண்ணிய போது சுயஇரக்கத்தில் மனம் விம்மித் தணிந்தது.

ஓணாம்பாளையம் நிறுத்தத்தில் இறங்கிக் கொண்டான். தாகம் தவித்தது. இறங்கிய இடத்தில் ஒரு பழக் கடை இருந்தது. பழச்சாறு அருந்தும் எண்ணம் வர விலைப் பட்டியலைத் தொலைவிலிருந்தே பார்த்து அந்த எண்ணத்தைக் கைவிட்டு அருகே இருந்த காஃபிக் கடையில் டீ அருந்தினான். சூடான தேநீர் வயிற்றுக்குள் இறங்கி அந்த வெயிலுக்கு மேலும் எரிந்தது.

வீதிப் பெயர் சொல்லி விசாரித்தான். அது அத்தனை சுலபமாக இருக்கவில்லை. அரை மணி சுற்றித் திரிந்து இடத்தைக் கண்டடைந்தான். ரவி பெயர் சொல்லிக் கேட்டபோது யாருக்கும் தெரியவில்லை. ரவியின் அம்மா பெயர் சொல்லிக் கேட்டான். “அந்தம்மாவா?” என்று ஒரு மாடி வீட்டைக் காட்டினார்கள். சுர்ரென கோபம் தலைக்கேறியது. ‘இவ்ளோ நல்ல வீட்ல இருந்துட்டா பணம் தர மாட்டேன்றாங்க, பரதேசிங்க’ எனக் கறுவிக்கொண்டே அந்த வீட்டின் கேட்டைத் திறக்க முயன்றான். உட்பக்கம் தாழ்போட்டிருந்தது. பலமாக கேட்டை ஆட்டினான். சப்தம் கேட்டு வீட்டின் கதவு திறந்து ஒரு தாத்தா எட்டிப் பார்த்தார். இவனுக்கு திக்கென்றது. ‘வேற வீட்டுக்கு வந்துட்டமோ?’

“யாருப்பா?”

“இங்க ரவினு... அவங்க அம்மா கூட மீனானு பேரு...”

“மீனா வீடா? இப்பிடி சந்துக்குள்ள போப்பா” என்றவாறு கேட் திறந்து விட்டார்.

தயக்கத்துடன் அந்த வீட்டுக்கும் காம்பௌண்ட் சுவருக்கும் இடைப்பட்ட சந்துக்குள் நுழைந்தான். அங்கே சிமெண்ட் கூரை வேய்ந்த ஹாலோ ப்ளாக் அறை ஒன்று ஓரமாய் இருந்தது. திறந்திருந்த கதவு வழி குழம்பு கொதிக்கும் மணம் கமழ்ந்தது.

“ரவி...”

“ரவி...”

அழைத்தபடி வெளியே நின்றான். எட்டிப் பார்த்த முகம் அவன்

அம்மா மீனா என்பது உறைக்க சிறிது சமயமெடுத்தது. நிறைய மாறி இருந்தார், எப்போதுமே ஒடிசலான உடல்வாகுதான் அவருக்கு. அந்த மெலிந்த தேகத்தில் மாற்றம் ஏதுமில்லை. ஆனால் முகத்தில் வித்யாசம் இருந்தது. உடல் மொழியில், உடை உடுத்தலில் வேறுபாடு தெரிந்தது. மிக இளவயதுத் திருமணம் அவருக்கு. எனவே இருபது வயதில் ரவி பிறந்திருந்தான். மிக ஸ்டைலான தலைமுடி அலங்காரம், கொஞ்சம் நாசூக்கான புடவை கட்டல் என வீட்டில் மற்றவர்களை விட நாகரிகமாகத் தனித்துத் தெரிவார். அவர் பள்ளிக்கு ஆசிரியையாகப் போய் வந்தது காரணமாக இருக்கலாம். ரவியின் பாட்டிக்கும் மகள்களில் மீனா ரொம்பச் செல்லம் எனத் தோன்றும். மூத்த மகள் என்பதாலோ அல்லது கணவனைப் பிரிந்து வாழும் மகள் என்பதாலோ ஒப்பீட்டளவில் அதிகம் சம்பாதிப்பவள் என்பதாலோ கரிசனம் அதிகம்தான் இவர் மீது. அதன் விளைவான பூரிப்பு அவரிடம் எப்போதும் தென்படும். ஆனால் தற்போது அந்த நளினம், நாசூக்கு காணவில்லை. கண்ணைச் சுற்றி மெல்லிய கருமை இருந்தது. சில நரைகள் தெரிந்தன. ஆனாலும் அத்தனையும் மீறி புன்முறுவலும், அமைதியும், சற்றே மேதமைத்தனமான சாயலும் இருந்தது.

“ரவி இல்லையா?”

“டேய்... நீயா? ஏன்டா தாடி கீடிலாம் வளர்த்துட்டு அடையாளமே தெரில எனக்கு. நல்லா இருக்கியா? அம்மா எப்பிடி இருக்காங்க. முதல்ல உள்ள வா.”

உள்ளே வைக்கத் துணிந்த காலைப் பின் இழுத்துக் கொண்டு மறுபடி விறைப்பாகக் கேட்டான்.

“ரவி இல்லையா?”

“அவன் வேலைக்குப் போயிருக்கான். சாயந்திரம்தான் வருவான். நீ உள்ள வா.”

எப்படி இவரால் எதுவுமே நடக்காதது போல் கூசாமல் பேச முடிகிறது எனத் தோன்றியது. அது கோபத்தைக் கிளறி விட்டது.

“நான் காசு வாங்க வந்திருக்கேன். பணம் வாங்கி இரண்டு வருசத்துக்கு மேல ஆச்சு. திருப்பி தரணும்ணே தோணாதா உங்களுக்கெல்லாம்?”

அவன் குரல் உயரவும் மீனா சட்டெனப் பதற்றமாக அக்கம் பக்கம் திரும்பிப் பார்த்துக் கொண்டார்.

“சரி, நீ உள்ள வந்து பேசு.”

“ஏன் மானம் போயிரும்னு பயமா?”

பயப்படுவது தெரிந்ததும் இன்னும் குரல் உயர்த்தினான். அதில் பழிவாங்கும் வெறி லேசாய் எட்டிப் பார்த்தது.

“ஏன்டா இப்படிப் பேசற. நீ சின்ன பையன்டா. முதல்ல உள்ளார வா. நான் சொல்றேன்.”

அழுத்தமாய் அவன் கைபிடித்தார். அந்தப் பிடியில் ஒரு கெஞ்சல் இருந்தது. அதற்கு மசியாவிடினும் காரியம் சுமுகமாக முடிய வேண்டும் என்ற உந்துதலும், தாளாது வறுத்த வெயிலும் காரணமாக அவன் உள்ளே நுழைந்தான்.

ஒற்றை அறை. ஒரு மர ஸ்டூல் எடுத்துப் போட்டார்.

“உக்காரு.”

வேகமாய் ஒரு சொம்பில் மண் பானைத் தண்ணீர் எடுத்து வந்து கொடுத்தார். மறுக்க முயன்ற ரோஷத்துக்கும் தொண்டை தவித்த தாகத்துக்கும் இடையே அதை வாங்கிக் குடித்தான். ஓரமாய் காஸ் அடுப்பில் குழம்பு கொதித்துக் கொண்டு இருந்தது. இன்னொரு சட்டியில் ஏதோ வறுவல்.

குறைவான சாமான்கள். அவன் வீடே பரவாயில்லை என்று தோன்றுமளவு பரிதாபமாக இருந்தது. வீட்டைச் சுற்றிய கண்களுக்கு டிவி, பிரிட்ஜ் என எதுவும் புலப்படவில்லை. அவர்களின் பழைய பாட்டி வீடு நினைவுக்கு வந்தது. மாதத் தவணையிலாவது டிவி, ஃபிரிட்ஜ் எல்லாம் வாங்கி வைத்து இருந்தார். குடும்பத்தலைவியான பாட்டி வீட்டை நிர்வகித்த சாமர்த்தியமா அவர்களின் சிக்கனமா அல்லது அத்தனை பேரும் நடந்துகொண்ட அனுசரணையா எது எனத் தெரியவில்லை. அந்த வீட்டுக்குள் நுழைந்தாலே ஒரு நிம்மதி மனதில் பரவும். நல்ல மனிதர்களாலும் நேர்மறை அலைவரிசையாலும் நிறைந்த வீடு எனத் தோன்றச் செய்யும்.

அப்படி இருந்தவர்கள் இப்போது இந்த வீட்டில். வீடு கூட இல்லை இது. இதை என்னவென்று சொல்வது? வெளியில் அடித்த

வெயிலின் அனலை சிமெண்ட் ஷீட் வீட்டுக்குள் கிஞ்சித்தும் குறையாமல் கொண்டு வந்து கொட்டியது.

மனம் மாற்றமடையும் முன் மூளை உசுப்பியது. இவர்கள் நிலை கண்டு உச்சுக் கொட்ட இங்கே வரவில்லை. நம் நிலை அதை விட மோசம்.

“பணம் எப்போ கிடைக்கும்?”

“இப்போதான் ரவி புதுசா வேலைக்குச் சேர்ந்திருக்கான்டா. சம்பளம் அடுத்த மாசம் அஞ்சாம் தேதி கிடைக்கும்னு சொன்னான். மூணு மாசத்துல கொஞ்சம் கொஞ்சமாத் தந்துடறோம்.”

“எது மூணு மாசமா? நான் இன்னிக்கு பணம் இல்லாமப் போறதா இல்ல. அப்பாவுக்கு ஸ்ட்ரோக் வந்து வேலைக்குப் போகாம ஒரு வருசமா வீட்ல இருக்காரு. நான் ஒருத்தன் பார்ட் டைம் வேலையும் பாத்து, படிக்கவும் செய்யணும். நாங்க ஒழுங்கா சாப்டே பல மாசமாச்சு.”

இந்த வரியைச் சொல்லும் போது கொதிக்கும் குழம்பின் மேல் பார்வை சென்று மீண்டது.

“எல்லாத்தையும் சொல்லிச் சொல்லி பல தடவ கேட்டும் ரவி கண்டுக்கல. இப்போ ரெண்டு மாசமா ஃபோன் கூட எடுக்கறதில்ல. நம்பர் மாத்திட்டானா? ஆனா ஊர ஏமாத்திட்டு நம்பர் மாத்திட்டு நிம்மதியா இருக்கீங்க பாருங்க.”

மீனா அவனை இமைக்காமல் பார்த்தார். மெலிதாய்ச் சிரிப்பும் வந்தது போல் இருந்தது. விரக்தியா ஏளனமா என சந்தேகம் வந்தது. அல்லது தனக்குத்தான் அப்படித் தோன்றுகிறதோ!

“எவ்ளோ பொடியனா இருந்த நீ. இப்போ எப்படிப் பேசற. பாக்க சந்தோசமா இருக்கு. ஆனா இந்த வார்த்தைலாம் ரொம்பக் கஷ்டமா இருக்கு...”

ஒரு பெருமூச்சுக்குப் பின்...

“சரி, அவன் வரட்டும் பேசுவோம். மொதல்ல சாப்பிடு நீ.”

பசி வயிற்றிலும், மணம் மூக்கிலும், உமிழ்நீர் நாவிலும், சாப்பிடு என்ற வார்த்தை காதிலுமாய் தூண்ட ‘கொண்டா கொண்டா’ என குடல் அகல வாய் பிளந்து காத்திருந்தது. ஆனால் மனதின் திட்டங்கள் வேறாக இருந்தன.

“நான் சோறு திங்க வரல. கடன் திரும்பக் கேக்க வந்த எனக்கே சாப்பிட கூசுது. ஆனா பணத்தை வாங்கிட்டு திரும்ப தராம மூணு வேள நல்லா கொட்டிக்க முடிது உங்களாலெல்லாம் கூச்சம் இல்லாம. என்ன?”

நக்கலாய் கேட்டு விட்டு மீனாவைப் பார்ப்பதை தவிர்த்தான்.

“இங்க ஹவுஸ் ஓனர் பாட்டி, தாத்தா தனியா இருக்காங்க. வயசானவங்க. அவங்களுக்கு சமைச்சுக் கொடுக்கறேன். அதான் இந்த வீட்டுக்கு வாடகையே. அட்வான்சும் தரலை நான். மூணு வேளைக்கும் சமைச்சு அவங்களுக்கு ஹாட் பாக்சில் கொண்டு கொடுத்துரணும். அவங்களுக்குக் கொடுத்தது போக நமக்கும் சாப்பாடு ஆச்சு. எதோ இந்தச் சமையல்தான் இப்ப கை கொடுக்குது. பசியாத்தற புண்ணியம் வீணாகாதுன்னு எங்கம்மா சொல்வாங்க. ஆனா கஷ்டம்தான் அதிகமும் வந்து கூடுது. தங்கச்சிங்க கல்யாணம் முடிஞ்சதும் வீடு வித்து எல்லாருக்கும் பங்கு பிரிச்சுட்டாங்க அம்மா.”

“ம்”

“அப்புறம் அம்மாவுக்கு மார்ல கேன்சர். உனக்குத் தெரியும்ல! டிரீட்மெண்ட்டுக்கேகைல இருந்த பணமெல்லாம் கரைச்சுட்டேன். வீடு வித்ததில் என் பங்கு காலி. அம்மா போனதுமே எல்லாமே போச்சு. எனக்கு திடீர்னு கண்ணைக் கட்டி காட்டுல விட்டாப்ல ஆயிடுச்சு. கொரோனா வந்து அங்க ஸ்கூலும் மூடிட்டாங்க. இங்க ஒரு ஸ்கூல்ல வேலை கிடைச்சுதுனு வந்தேன். என்ன செய்ய நம்ம நேரம் இங்கயும் ஸ்கூல்ல தேவைக்கு அதிகமா ஆட்கள் இருக்காங்கனு நிறுத்திட்டாங்க. நான் வெறும் தமிழ் டீச்சர் தானே. சப்ஜெக்ட் எதும் எடுக்க முடியலை. இப்ப ஸ்கூல்லாம் இன்னும் திறக்காம வேலையும் கிடைக்கல. டியூஷன் எடுத்தாலும் ஒன்னு, இரண்டு புள்ளைங்க வருது. அதுங்களும் ஃபீஸ் தர்றதில்ல. சொல்லித் தரக் கணக்குப் பார்க்க முடியுமா?”

“......”

“இங்க வீடும் பெரிய வசதி இல்ல பாரேன் நிறைய புள்ளைங்கள வச்சு சொல்லியும் தரமுடியாது. நான் சாயந்திரம் ஒரு புள்ளைக்கு தமிழ் சொல்லித் தர அவங்க வீட்டுக்கே போறேன். அப்பிடியும் இப்பிடியுமா ஓட்டறோம். சீக்கிரம் ஸ்கூல் திறந்துருவாங்கனு

சொல்றாங்க. திறந்துட்டா கம்மி சம்பளம்னாலும் நான் ஏதோ ஒரு ஸ்கூலுக்குப் போயிருவேன்."

"......"

"ரவி காலேஜ்ல ஆன்லைன் க்ளாஸ்னாலும் ஃபீஸ் அதே மாதிரிதான் கேட்கறாங்க. இந்த வருஷம் செமஸ்டர் ஃபீஸ் எப்பிடியும் கட்ட முடியாதுனு படிப்பை நிறுத்திடலாம்னு யோசனை. உங்ககிட்ட ஊர் விட்டு வரும்போது பத்தாயிரம் வாங்கினோம். இந்த கொரோனா இல்லாட்டி கொஞ்சம் கொஞ்சமாவது திருப்பி தந்துருப்பேன்டா. உன்னைய ஏமாத்த நினைக்கலடா. நம்பு."

"என்ன ஏமாத்த நினைக்கல? ஒரு முறையாவது நீங்களா பணத்தை இப்போ இப்படி தரோம்னு சொல்லி இருக்கீங்களா? நானா கேட்டு கேட்டு இப்போ அப்போனு இழுத்தடிச்சான் ரவி. கடைசில ஃபோனும் எடுக்கறதில்ல. வீடும் தெரியாம நாய் மாதிரி வெயில்ல அலைஞ்சு திரிஞ்சு வந்துருக்கேன். ஒரு கஷ்டம்னதும் அப்பாக்கு ரிட்டையர் ஆனப்ப கிடைச்ச பணத்துல இருந்து உங்களுக்குத் தூக்கிக் கொடுத்தோம். சரி மூணு மாசத்துல தரோம்னு சொன்னீங்களேன்னு. ஃபிரெண்டுனு நம்பித்தானே தந்தோம். இப்போ அப்பாக்கு பக்கவாதம் வந்து ஒரு வருஷம் ஆச்சு, கைல இருந்த காசும் தீந்து, ஒரு நாளைக்கு ஒரு வேளை நல்ல சாப்பாடு சாப்பிட்டா பெருசுனு ஆயிருச்சு. இப்போ உங்களத் தேடி வரதுக்கு கூட நான் வேலை செய்ற இடத்துல அட்வான்ஸ் வாங்கிட்டு வந்துருக்கேன். படிக்கணும், வேலையும் பாக்கணும், அப்பாவுக்கு மருந்து செலவு வேற. பைத்தியம் பிடிக்குது. நீங்க இன்னிக்கு காசு குடுத்தாத்தான் நான் அங்க இங்க மிச்சத்தை பொரட்டி இந்த செமஸ்டர் ஃபீஸ் கட்ட முடியும். கொஞ்சமாச்சும் மனசாட்சி இருக்கா உங்களுக்கு எல்லாம்?"

மீனா மௌனமாக இருந்தார்.

"ஏதாச்சும் சொல்லுங்க. என்ன பொய் சொல்லலாம்னு யோசிக்கறீங்களா?"

"ஏமாத்த நினைக்கல. கைல காசு இல்லாம என்னன்னு போன் பண்ணி சொல்றதுன்னு தோணும். காசு இல்ல தர முடியாதுனு சொல்லக் கூப்பிட்டீங்களானு கேப்பிங்கில்ல? அதோட போன மாசம் ரவி ஃபோனும் வித்துட்டான். வேற வழில பேச முயற்சி

பண்ணி இருக்கலாம்தான். ஆனா பணத்தை ரெடி பண்ணிட்டு பேசலாம்னு இருந்தோம். தப்புதான். ஆனா ஏமாத்த நினைக்கல."

"சரி இப்போ சொல்லுங்க, காசு எப்போ வரும்?"

"இந்த மாசம் சம்பளம் வந்ததும் கொஞ்சம் தரோம். அடுத்த ரெண்டு மாசத்துல மீதியும் பாதிப் பாதியா தந்துடறோம்."

"எனக்கு இந்த மாசம் பணம் கட்டணும். புரியுதா இல்லையா உங்களுக்கு?"

"ம்ம்..."

"ரவி வரட்டும் கேக்கறேன்."

"சரி, நீ சாப்பிடு. அவன் வரட்டும்."

"இல்ல, வேண்டாம்.'

"பசியோட வந்துருப்படா. சொன்னாக் கேளு. மொதல்ல கொஞ்சம் சாப்பிடு."

"பணத்துக்கு ஒரு முடிவு தெரியாம சாப்பிடவெல்லாம் தோணாது."

மீனா கொஞ்சம் குழம்பும், வறுவலும், சோறும் அங்கிருந்த ஹாட் பாக்ஸ்களில் எடுத்துக் கொண்டு "ஹவுஸ் ஓனர் அம்மாவிடம் குடுத்துட்டு வந்துடறேன்" என்றவாறு அகன்றாள்.

மீதம் இருந்த சோற்றின் மேல் கண்கள் சென்றது. எச்சில் விழுங்கிக் கொண்டான்.

★★★

பள்ளி நாள் ஒன்றில் அம்மாவுக்கு நல்ல காய்ச்சல். வீட்டில் ஏதும் சமைக்கவில்லை. அம்மா சுருண்டு கிடந்தாள். அப்பா வேலை விஷயமாக முதலாளியுடன் வெளியூர் சென்று இருந்தார். இவன் அம்மாவுக்கு மாத்திரை தந்து விட்டு பள்ளிக்குக் கிளம்பி விட்டான். பசித்தது. ரவி வீட்டுக்குச் சென்று அவன் தயாராகி வரும் வரை வாசலில் நின்றான். உள்ளிருந்து வந்த ரவியின் பாட்டி இவன் முகம் பார்த்து "சாப்டியாடா?" என்றார். "ம்ம்" என்று மையமாய் தலை ஆட்டினான்.

"என்ன சுரத்தே இல்லையே சாப்டியா இல்லையா?"

"சாப்பிடல பாட்டி. அம்மாக்கு ஜுரம்."

"என்னாச்சுடா?"

"தெரில பாட்டி. காய்ச்சல் மருந்து போட்ருக்கு. சரி ஆயிரும். ஏதும் சமைக்கலை."

"சரி முதல்ல வந்து நீ சாப்பிடு."

"ஸ்கூலுக்கு லேட் ஆயிருச்சு பாட்டி."

"பொல்லாத ஸ்கூலு. புள்ள பசியோட இருக்கறதவிட பாடம் முக்கியமா. உள்ள வாடா."

உள்ளே சென்று தயங்கி அமர்ந்தான். சுடச் சுட இட்லியும் சட்னியுமாய் பாட்டி பரிமாறினார். ரவியின் அம்மா மீனா வேலைக்கு கிளம்பிக் கொண்டு இருந்தார். போதும் என்றவனை நின்று திரும்பி, "என்ன போதும். நல்லாச் சாப்பிடு, எதுக்கு வஞ்சனை வச்சாலும் சாப்பிட்றதுல வஞ்சனை கூடாது" என்றபடி மேலும் இரண்டு இட்லி எடுத்து வைத்தாள். பாட்டி சிரித்துக் கொண்டே. "எங்க மீனா அப்பிடியே என்னை மாதிரி. யாரும் பசியோட இருக்கக் கூடாது அவளுக்கு." பெருமிதப்பட்டுக் கொண்டார்.

அதன் பிறகு ரவியின் பாட்டி இவன் போகும்போதெல்லாம் சாப்பிடாமல் அனுப்பியதில்லை. பெரிய மூக்குத்தியும், மஞ்சள் முகமுமாய் இருப்பார் பாட்டி. கை மணம் என்றொரு பதம் உண்டு. அது அந்தப் பாட்டிக்குத்தான் அப்படிப் பொருத்தம். ஒரு ரசமும் துவையலும் வைத்திருந்தால் கூட அவ்வளவு ருசியாய் இருக்கும். இன்னும் இன்னும் என வாங்கிச் சாப்பிடலாம். சாப்பிட்டும் இருக்கிறான். இன்னும் சொன்னால் இதற்காகவே சாப்பாட்டு வேளையில் சென்று நின்ற நாட்கள் உண்டு. ஒரு நாள் கூட அதற்காக முகம் மாறினதில்லை, பாட்டியும் சரி மற்றவர்களும் சரி.

★★★

நிழலாடியது. மீனா உள்ளே வந்தார்.

"இந்தாடா..."

தயக்கமாய்ப் பார்த்தான். கையில் பணம் இருந்தது.

“இதுல அஞ்சாயிரம் இருக்கு. சம்பளம் வந்ததும் மீதி அஞ்சாயிரம் போட்டு விடச் சொல்றேன். ஹவுஸ் ஓனர் அம்மாட்ட வாங்கிட்டு வந்தேன். சாப்பாடு கொடுக்கறதுல கழிச்சுக்கறேன்னு. என்ன அடுத்த மாசத்துல இருந்து வாடகை தரணும். அதான் ரவி வேலைக்கு போறான்ல எப்படியாச்சும் சமாளிச்சுக்கலாம். இதை இப்போ வாங்கிக்கோ. என்னை நம்பு. சம்பளம் வந்ததும் மீதிப் பணத்தை கண்டிப்பா அனுப்பச் சொல்றேன். அப்படி வராட்டி நீ நேர்ல வந்து என்னைத் திட்டிக்கோ.”

சிரித்தார். அவர் கண்ணில் கண்ணீரும் வருவது போல் இருந்தது. இவன் வாங்காமல் யோசனையாய்,

“மீதிப் பணம் கண்டிப்பா வரும்னா நான் வேற பக்கம் கடன் வாங்கி பீஸ் கட்டிருவேன். ஆனா ஏமாத்திட்டீங்கனா?”

“இல்ல மாட்டேன். ரவிதான் படிக்க முடியாது போல. நீயும் ஏன் படிக்காம இருக்கணும். நீங்கல்லாம் முன்னேறித்தான் நாங்க இனி நிம்மதியா எங்க காலத்தை முடிக்க முடியும். வாங்கிக்க.”

பணத்தை கையில் திணித்தாள்.

“சரி அப்போ நான் கிளம்பறேன்.”

“இரு சாப்டுட்டு போ. என்ன கோவமோ அதை என்கிட்ட காட்டினதோட போகட்டும். சோத்துல காட்டாத. உக்காரு.”

தயங்கினான்.

“உக்காருடா. அதான் காசு வந்ததும் சாப்பிடறேன்னு சொன்னல்ல!”

வட்டலில் சோறு போட்டு குழம்பு ஊற்றினாள். வறுவல் தொட்டுக் கொண்டு சாப்பிட்டான். இல்லை... அள்ளி விழுங்கினான். மறு சோறு வாங்கும் போது அதற்கு மேல் சட்டியில் சோறு இல்லை. “உங்களுக்கு?” என்றான். “நான் எங்க போறேன். திரும்ப வச்சுக்கலாம். நீ சாப்பிடு” என்று பரிமாறினார். கை கழுவ வெளியே சென்ற போது கண்ணீர் முட்டியது. கை கழுவி விட்டு முகத்தைக் கண்ணீரோடு சேர்த்துக் கழுவிக் கொண்டான்.

குற்றவுணர்வு எழுந்தது. நல்லவனாக வாழவும் பணம் தேவை. அந்த சொகுசு எத்தனை பேருக்கு வாய்க்கிறது எனத் தோன்றியது.

“கிளம்பறேன்.”

“இரேன். ரவி வரட்டும். பாத்துட்டுப் போலாம்.”

“இல்ல, நான் திரும்பறதுக்குள்ள இருட்டீரும். அப்பாவுக்கும் முடியல. அம்மா தனியா இருக்கும். ஏதும் உடம்புக்கு முடியாட்டி கஷ்டம். அவன்ட சொல்லுங்க. உங்கள நம்பித்தான் போறேன்.”

“கண்டிப்பா சொல்றேன். எப்பிடியும் பணம் அனுப்பிடுவான். இல்லனா நானே அனுப்பறேன்.”

கிளம்பி செருப்பு போட்டு கொண்டவனை, ‘இருடா’ என்று நிறுத்தி விட்டு உள்ளே ஓடினாள்.

ஒரு சின்னப் பொட்டலத்துடன் வந்து “சோத்து வடகம். உனக்கு முன்ன ரொம்ப பிடிக்கும்ல! கொண்டு போ. அம்மாட்ட பொரிச்சு தரச் சொல்லு”.

வாங்கிக் கொண்டான். முகம் பார்க்காமல் தலை குனிந்து “ஸாரி...” என்றான்.

“அட விடு. சின்னப் புள்ள நீ.பொறுப்பா குடும்பத்தை பாத்துக்கற. நானும் ரவியும் சண்டை போட்டா அவன் திட்ட மாட்டானா என்னை? பசியில கொஞ்சம் கோவமா பேசிட்ட. உங்களுக்கு நிலைமை இவ்ளோ மோசமா இல்லைனா நீ என்ட காசு திருப்பி கூட கேட்ருக்க மாட்டல்ல! எனக்குப் புரியுது. நல்ல நாள்னு ஒன்னு வராமயேவாபோயிரும் நமக்கெல்லாம்! நல்லாப் படி.”

“எப்படி எதுவுமே நடக்காதது போல் பேச முடிகிறது இவர்களால்” என்று இப்போதும் தோன்றியது. இம்முறை தொண்டை அடைத்தது.

“அவனையும் எப்படியாச்சும் படிக்கச் சொல்லுங்க.”

“பாப்போம். எதுனா வழி இருக்கும்.”

கிளம்பினான். காம்பவுண்ட் விட்டு இறங்கி நடந்தவனின் சட்டைப் பையில் ஐந்தாயிரம் பாறாங்கல்லாய்க் கனத்தது. நீர்த் திரையால் வழியை மறைத்தது.

(மார்ச் 23, 2022)

★★★

5. ஊழ்

“பேபி நார்மலா இருக்கு. அஞ்சு வருஷ காத்திருப்புக்குப் பரிசு.”

டாக்டர் சொன்னதும் அனிஷா நெகிழ்ந்துபோய் ஸ்கேன் திரையையே உற்றுப் பார்த்துக் கொண்டிருந்தாள்.

“இவ்ளோ எக்சைட் ஆக வேண்டாம். ரொம்ப எமோஷனல் ஆகறதும் சரி இல்லை. மத்தபடி ஹேப்பியா இருங்க!”

அவளது கையைப் பற்றியிருந்த அவளது கணவனிடம் டாக்டர் சொன்னார்.

“நல்லாப் பாத்துக்கோங்க. டெலிவரிக்கு இன்னும் 45, 50 நாள் தான்.”

மகிழ்ச்சியாகத் தலையாட்டினான். மருத்துவமனை விட்டு வெளியே வந்து காரில் ஏறியதும் அனிஷா அம்மாவுக்கு அலைபேசினாள்.

“எல்லாம் நார்மல்னு சொல்லிட்டாங்கம்மா. எனக்குத்தான் கொஞ்சம் பயமா இருக்கு.”

“டாக்டர் சொல்றாங்கில்ல. ஒண்ணும் பயமில்லை. இங்க வந்துடுன்னாலும் கேட்க மாட்டேங்கற. அந்த ஹாஸ்பிடல்லதான் டெலிவரி பாக்கணும்னு நிக்கற. நான் அடுத்த வாரம் வந்துடுவேன். அப்பா டெலிவரி டைம்ல வரேன்னாரு. அவர் உன்னைவிட

பயப்படறாரு. நீதான் பெத்துக்கப் போற சரி. இந்த மனுஷனுக்கு என்னவாம்."

அம்மா அலுத்துக் கொண்டாள். வாகன நெரிசலின் ஹாரன் சப்தம் விடாமல் அடித்தது.

★★★

அம்மா கற்பகமும், அக்காள் மீனாட்சியும், அண்ணன் அய்யப்பனுடன் கூடிப் பேசிக் கொண்டிருந்தனர். கல்லூரி விட்டு வீடு நுழைந்த சாரதா அந்த ஆலோசனைக் கூட்டத்தின் இயல்பற்ற தன்மையில் குழம்பி "என்ன பேசிட்டு இருக்கீங்க?" என ஆர்வமானாள். அம்மா பதில் சொல்லவில்லை. மீனாட்சி ஏதோ சொல்ல வருவதற்குள் அய்யப்பன் முந்திக் கொண்டான்.

"நாமெல்லாம் கேரளா டூர் போறோம் சாரதா."

சாரதாவால் நம்பவே முடியவில்லை. அவளது இந்த இருபது வயது வரை பிறந்து வளர்ந்த இந்த மண்ணை விட்டு வீட்டில் அழைத்துப் போனதில்லை. பொருளாதாரமோ, மனநிலையோ அது பற்றிய பேச்சுக் கூட வந்ததில்லை. பள்ளியில் கூட்டிச் செல்லும் சுற்றுலாக்களுக்குக் கூட அனுப்பியதுமில்லை. அதனால் அய்யப்பன் சொன்னதைக் கேட்டதும் அதிர்ச்சியும் ஆச்சரியமும் மகிழ்ச்சியாக வெளிப்பட்டது.

"நிஜமாவா! என்ன திடீர்னு? எப்போ போறோம்?"

"நிஜமாத்தான். வெள்ளி இரவு கிளம்பி சனி, ஞாயிறு முழுக்க அங்க. திங்கக்கிழமை காலையில் வந்துடலாம்."

"சூப்பர்ணா!"

சாரதாவுக்கு உற்சாகமாக இருந்தது. என்னென்ன உடைகள் தேர்வு செய்வது, எந்தக் காதணி, வளையல்கள் பொருத்தமானது, விசேஷங்களுக்கு மட்டும் வெளியே எடுக்கும் அந்த மெல்லிசான செயின் எடுப்பதா என இப்போதே மனதிற்குள் போட்டுப் பார்த்துக் கொண்டாள்.

அப்போது சுந்தரம் உள்ளே வந்தான். நீர் நிரம்பித் தளும்பிய குடத்தைத் தோளில் சுமந்திருந்தான். அவனது மேலுடம்பு எலும்பும் தோலுமாய் நெஞ்சு உள்வாங்கி மூச்சிரைத்தபடி இருந்தது.

சமையலறை தாண்டி பின்கட்டில் இருந்த பெரிய தொட்டியில் தண்ணீர் ஊற்றிக் குடத்தைக் காலி செய்து விட்டு மீண்டும் தெருக் குழாய்க்குச் சென்றான்.

சாரதா யோசனையாய் "அப்போ சுந்தரண்ணன்?" என்றாள். அம்மா இப்போதும் பதில் சொல்லவில்லை. அய்யப்பனே மீண்டும் பேசினான்.

"அவனும்தான் வரான்..."

சாரதாவுக்கு இது சரி வருமா என்ற குழப்பமும், சுந்தரண்ணனை தனியே விட்டு சென்றால் யார் பார்த்துக் கொள்வார்கள் என்ற கேள்வியும் ஒன்றாய் எழ 'கூட்டிட்டு போய்தான் ஆகணும்' என்று சுயசமாதானம் சொல்லிக் கொண்டாள். 'ஆனா அங்கேயும் போய் உடம்புக்கு முடியாம போய்ட்டா?' என யோசிக்கும்போதே அடுத்த குடத்தை எடுத்தபடி அவர்களைக் கடந்த சுந்தரம் குடத்தைக் கீழே போட்டு ஒரு பக்கமாய் சாய்ந்தான். ஈஈஈ என்ற வினோத சப்தம் அவனிடம் இருந்து வர, கையும் காலும் இழுத்துக் கொண்டது. அவன் வலிப்பு வந்து துடிதுடிப்பதைக் கண்டு அந்த வீட்டில் யாரும் அதிர்ச்சி அடையவில்லை.

"நடுக் கூடத்துல குடத்தைப் போட்டுத் தண்ணிய கொட்டி வச்சாச்சா?" என்றாள் மீனாட்சி எரிச்சலுடன். அய்யப்பன் இடத்தை விட்டு அகன்றான். அம்மா தளர்ந்துபோய்ப் பார்த்திருந்தாள். அது கவலையா விரக்தியா என்று பிரித்தறிய இயலவில்லை. சாரதா பெருமூச்சு விட்டபடி சுந்தரத்திடம் வந்து அமர்ந்து அவனது கைகளைப் பற்றிக் கொண்டாள்.

கற்பகத்தின் மூத்த மகன் சுந்தரம். முதல் குழந்தை. அறுபதுகளில் அத்தனை மருத்துவ வசதி இல்லாத காலத்தில் செவிலி ஒருத்தி வீட்டிற்கே வந்து பிரசவம் பார்த்தாள். தலைப்புறம் அல்லாமல் கால் முதலில் வெளியே வரப் பார்த்து சிக்கலானதால் ஆயுதம் போட்டு பிள்ளையை எடுத்தாள். பிறந்தது முதலே சுந்தரத்தின் தலை அமைப்பு நீட்டமாய், சற்றே பெரியதாய் இருந்தது. கத்தி வைத்த காரணமா வேறேதும் பிறவிக் கோளாறா எனத் தெரியவில்லை.

சுந்தரத்திற்குப் பிறந்து சில நாட்களிலேயே வலிப்பு வரத் தொடங்கியது. கடும் காய்ச்சலினால் என்று ஆரம்பத்தில்

நினைத்தது நாட்டு வைத்தியரின் சில பல மருந்துகளுக்குப் பிறகு தீவிரம் கூடிப் போனது. ஒரு வயது தாண்டிய பின் வாரத்தில் ஓரிரு நாட்களாவது வலிப்பு வந்து விடும். முன்பெல்லாம் சாவிக் கொத்தை கையில் கொடுத்து அழுத்தி வலிப்பு அடங்கியதும் அதனால்தான் அடங்கியது என அபத்தமாக நம்பினர். இப்போது அதுவும் தருவதில்லை.

சில ஆண்டுகளில் ஊருக்கு ஆங்கில மருத்துவம் வந்த பின் டாக்டரிடம் காட்டியதில் தொடர் வலிப்புகளால் குழந்தையின் மூளை பெருமளவு பாதிப்பு அடைந்திருப்பது தெரியவந்தது. மற்ற பிள்ளைகள் போல வயதுக்குத் தகுந்த பேச்சோ, நடையோ, படிப்போ அவனுக்கு இருக்கவில்லை. திக்கித் திக்கிப் பேசுவான். பேசினதையே திரும்பத் திரும்பச் சொல்லிக் கொண்டிருப்பான். அவனது நிலை கண்டு அதிர்ந்து, வருந்தி, விரக்தியுற்று ஒரு வழியாய் அதை வாழ்வின் பகுதியாக எடுக்கப் பழகின போது சுந்தரத்திற்குப் பத்து வயது ஆகி இருந்தது.

எண்பதுகளில் அலோபதி மருந்துகளின் உதவியுடன் சுந்தரத்தின் பேச்சில் திக்கல் சற்றே குறைந்தது. வலிப்பு வரும் இடைவெளியும் அதன் வீச்சும் கணிசமாகத் தணிந்தது. ஆனால் சொன்னதையே சொல்வதும், தொடர்பின்றித் திடீரென எதையோ பேசுவதும் அதிகரித்தது. மறுபுறம் கற்பகம் துயரம் தாளாமல் அய்யப்பன், மீனாட்சி, சாரதா எனப் பிள்ளைகளைப் பெற்றுப் போட்டுக் கொண்டே இருந்தாள். அவர்கள் அனைவரும் நல்ல, உடல் மன நிலையுடன் இருந்ததே கற்பகத்துக்குப் பெரிய நிம்மதி.

நாள் தவறாமல் மருந்து உட்கொள்ள வேண்டிய கட்டாயத்தையும் தவறும் பட்சத்தில் நிலை மோசமாகும் என்பதையும் மருத்துவர்கள் கற்பகத்திடம் அழுத்தமாகவே கூறி இருந்தனர். ஆனால் அவளால் அதைத் தொடர முடியவில்லை. குடும்பச் சுமை அதிகமானதால் கற்பகத்தின் கணவன் வேலைக்கு சிங்கப்பூர் சென்று விட, சின்னப் பிள்ளைகளைச் சமாளிக்கவும், வளர்க்கவுமே ஓய்ந்து போன கற்பகம், சுந்தரத்திற்குப் பல நாள் மருந்து கொடுக்க மறந்து போனாள்.

தொடர்ந்து கொடுத்திருந்தால் குணமாகி இருப்பானோ என்னவோ, குறைந்தபட்சம் இத்தனை மோசமாகப் போயிருக்காதோ என்றெல்லாம் பிற்பாடு கற்பகத்துக்குத் தோன்றியிருக்கிறது.

பள்ளியில் சேர்த்துப் படிக்க வைக்க நடந்த முயற்சியும் அடிக்கடி வரும் வலிப்பால் கைவிடப்பட்டது. ஐந்தாம் வகுப்போடு நிறுத்திவிட்டு ஒரு கடைக்கு வேலைக்கு அனுப்பி அதுவும் வேலைக்காகவில்லை. எல்லாரும் அவனது நோயின் தீவிரத்தையும், அவ்வேளை அவன் படும் பாட்டையும் கண்டு பயந்தனர்.

திரும்பச் சில இடங்களில் பார்த்து மருந்து மாத்திரைகளை மாற்றித் தொடர்ந்தும் கூட பாதிக்கப்பட்ட மூளை நரம்புகள் நேர்படவில்லை. சுந்தரத்தின் உடல் எலும்பும் தோலுமாய் ஆகியது. யாரிடமும் பேசாமல் ஆனான். பேசினாலும் சொன்னதையே சொல்லும் இயந்திரமாக இருந்தான்.

நாளாக நாளாக பரிதாபம், பரிவெல்லாம் தேய்ந்து வீட்டு வேலைகளுக்குச் சுந்தரத்தைப் பழக்கத் தொடங்கினர். தண்ணீர் பிடிப்பதும், பாத்திரம் கழுவுவதும் சுந்தரத்தின் நிரந்தர வேலை ஆனது. கற்பகத்தின் கணவன் மாரடைப்பு கண்டு சிங்கப்பூரிலிருந்து பிணமாகத்தான் திரும்பினான். கல்லூரி படிப்பை முடித்த கையோடு வீட்டுப் பொறுப்பை அய்யப்பன் எடுத்துக் கொண்டான். மீனாட்சி பள்ளி இறுதிக்குப் பின்னரே தையல் பழகி வீட்டில் இருந்தே துணி தைத்து வருமானம் ஈட்ட முனைந்தாள். சாரதா இப்போதுதான் கல்லூரி.

உண்மையில் சாரதாவைத் தவிர வீட்டில் யாருக்கும் சுந்தரத்தை பிடிக்கவில்லை. அய்யப்பனுக்கு எல்லாப் பொறுப்பும் தன் தலையில்என்ற அழுத்தமே பெரிதாய்ப் பட்டது. மீனாட்சி தன் அழகை மீறி குடும்ப வறுமை காரணமாகக் கீழான இடத்தில் வாழ்க்கைப்பட்டு விடுவோமோ என அஞ்சினாள். அதற்கு ஏதோ வகையில் தன் அண்ணன் சுந்தரமே காரணம் என நம்பினாள். சுந்தரத்தை தன் அண்ணன் எனக் கூறி கொள்ள இருவருமே விரும்பவில்லை. அம்மா யாரையும் எதிர்த்துப் பேசும் நிலையில் இல்லை.

சாரதாவுக்கு சுந்தரத்தைப் பிடிக்குமா இல்லையா என அவளுக்கே தெரியாது. ஆனால் ஒரு பரிதாபம் இருந்தது. அவள் அவன் மீதான அன்பை, அக்கறையை வெளிப்படுத்தும் போதெல்லாம் நாளை அவள் வீட்டுப் பொறுப்பை ஏற்கும் போதுதான் அந்தச் சுமையின் அழுத்தம் புரியும், இப்போது பாசம் பொத்துக்கொண்டுதான் வரும் என மறைமுகமாக மீனாட்சி அக்கா குத்திப் பேசுவாள்.

வலிப்பு அடங்கியதும் சுந்தரம் கையைத் தரையில் ஊன்றி நகர்ந்து சுவரில் சாய்ந்துகொண்டான். பெரிய பெரிய மூச்சுகளாய் விட்டான். அம்மா நீர் கொண்டு வந்து தந்தாள். வாங்கிக் குடித்து விட்டுச் சாய்ந்தான். மீனாட்சி வந்து "தண்ணியைத் தொடைச்சு விட்டுடு" என்றாள். சுந்தரம் தலை அசைத்தான். வீட்டில் யார் என்ன வேலை சொன்னாலும் தலை அசைப்பான். உடனே அதைச் செய்தும் முடிப்பான். மறுத்துப் பேச முடியும் என்று தெரியாது.

சாரதா "நான் துடைக்கறேன்" என குடத்தை நகர்த்தி வைத்துத் துடைத்தாள். "சூடா ஏதாவது குடிக்கறியாண்ணா?" எனக் கேட்டாள் சாரதா. துடைத்த பின்னும் தரையில் விரவிக் கிடந்த ஈரத்தைப் பார்த்தபடியே, "கொடம் எடுத்துட்டு வந்தேன்... கொடம் எடுத்துட்டு வந்தேன்..." என்று சொல்லியபடியே இருந்தான் சுந்தரம்.

★★★

வெள்ளி மாலை எல்லோரும் கிளம்பித் தயாராகி இருந்தனர். சுந்தரத்திற்கு ஒரு நல்ல சட்டை அணிவித்துவிட்டாள் சாரதா.

"அண்ணா நாம வண்டில வெளிய போறோம். ரொம்ப தூரம். ஜாலியா இருக்கும்."

"வண்டிலயா...? வண்டிலயா...?" என அதையே கேட்டுக் கொண்டிருந்தான்.

மீனாட்சி தன்னை சிறப்பாய் அலங்கரித்துக் கொண்டிருந்தாள். அய்யப்பன் அலுவலகம் விட்டு வரும்போதே வாடகை கார் எடுத்து வருவதாக சொல்லி இருந்தான். செலவு பிடிக்குமே என யோசித்தாள் சாரதா. ஆனால் அதைப் பற்றி ஏதும் கேட்கவில்லை. அம்மா இறுக்கமாகவே இருந்தாள்.

"அம்மா அண்ணனுக்கு உள்ள மாத்திரைலாம் எடுத்துக்கிட்டியா?"

"ம்ம்ம்."

"ஏன்மா திடீர்னு அங்க போய் உடம்புக்கு முடியாமப் போனா என்ன செய்யறது?"

"என்ன செய்ய முடியும்? தலைவிதின்னு எதுனாலும் பார்த்துதான் ஆகணும்."

"ம்ம்ம்."

அய்யப்பன் வண்டியோடு வந்து "கிளம்பலாம்" என்றான். சுந்தரம் ஏதோமுணுமுணுத்துக் கொண்டிருந்தான். "கொஞ்சம் சும்மா இருடா" என்றாள் எரிச்சலுடன். டிரைவர் சுந்தரத்தை வித்தியாசமாய் பார்க்க, அய்யப்பன் "எங்க அண்ணன்தான். கொஞ்சம் சரி இல்லை" என்று சொல்லி விரலைத் தன் நெற்றிப் பக்கவாட்டில் வைத்துச் சுற்றிக் காட்டினான்.

"நாற்பது வயசு இருக்குமா சார்? சின்னப் புள்ள மாரி பேசிட்டு இருக்காரே!"

"ம். முப்பத்தாறு. சீக்காவே இருக்கறதால வயசாளி மாதிரி தெரியுது."

"நேரா கொச்சியா சார்?"

"ஆமா. அங்க சோட்டாணிக்கரை அம்மன் கோவில். பக்கத்துல எங்காவது ரூம் போட்டுக்கலாம்."

அய்யப்பன் சொன்னதைக் கேட்டு சாரதா நிமிர்ந்து உட்கார்ந்தாள்.

"அது என்னதுண்ணா சோற்றாணிக்கரை?"

டிரைவர் சாரதாவை ஓரக்கண்ணால் கண்ணாடியில் பார்த்துச் சொன்னான்.

"அது ஒரு பேமஸ் கோவில், பாப்பா. தெரியாதா?"

"அப்போ நாம கோவிலுக்குதான் போறோமா?'

சற்றே ஏமாற்றத்துடன் கேட்டாள் சாரதா. "கொஞ்சம் பேசாம வரியா?" அதட்டினான் அய்யப்பன். கார் கிளம்பியது.

முன் இருக்கையில் அய்யப்பன் அமர்ந்திருந்தான். பின் இருக்கையில் மற்ற நால்வரும். சுந்தரம் உறங்கிப் போயிருந்தான். உறங்கும் வரை ஏதோ பேசிக் கொண்டே இருந்தான். அண்ணனின் வழக்கம் போல் இல்லாமல் அது ஏதோ உற்சாகமாய்ப் பட்டது சாரதாவுக்கு.

★★★

அனிஷாவுக்கு அம்மா வந்த பின் சற்று நிம்மதியாக இருந்தது. வீட்டில் தன்னுடன் ஒரு ஆள் இருப்பது அதுவும் அம்மா இருப்பது பெரிய தைரியம் தந்தது. பிள்ளை வயிற்றில் உதைப்பது முதல்

மார் கனப்பது, பாதம் வீங்குவது என எல்லாவற்றிற்கும் விளக்கம் கேட்டு கொண்டே இருந்தாள். எல்லாமே முன்பே டாக்டரிடம் கேட்டுத் தெரிந்து கொண்டதுதான். ஆனாலும் அம்மா சொல்லும் காரணங்களும் சமாதானங்களும், நிறைய ஆசுவாசம் தந்தது.

வருடங்களின் காத்திருப்பு. சில மருத்துவர்களை மாற்றி, பல தெய்வங்களையும் மாற்றி வேண்டிக் கொண்டதன் பலன். 'யாருக்குக் குறை' என்ற பரிசோதனைகளின் போதெல்லாம் அவளது கணவன் மிகவும் உருக்குலைந்து போயிருந்ததாய் அனிஷா உணர்ந்தாள். வெளிப்படையாகச் சொல்லாவிடினும் அது ஒரு பெரும் வலிதான். ஆனால் பெண்ணுக்குக் கொஞ்சம் பழகிய வலி. ஆணுக்கு நேரடியாக இருத்தலுடன் தொடர்புடையது. அவளுக்குத்தான் பிரச்சனை என்று வந்தபோது கணவன் முகத்தில் மெல்லிய நிம்மதி படர்வதைக் கவனித்தாள். ஆனால் அதற்கு முன்பும் சரி, பின்பும் சரி, எந்தச் சந்தர்ப்பத்திலும் அவளை அவன் விட்டுத் தந்ததில்லை. எரிச்சலோ குத்தலோ சொல்லில் அமர்ந்ததில்லை. ஐந்தாண்டுக் காத்திருப்பில் அந்தப் புரிதலும், அனுசரணையும் கூடி இருந்ததே தவிர, குறையவில்லை.

இன்னும் பத்து நாளில் பிரசவத் தேதி. கொஞ்சம் முன்பின் ஆகலாம் என்று சொல்லி அம்மா மருத்துவமனைக்குச் செல்லத் தேவையான எல்லாவற்றையும் தயார் நிலையில் வைத்தாள்.

★★★

கார் கொச்சி நோக்கிச் சென்றுகொண்டிருந்தது. சாரதாவுக்கு அய்யப்பனின் தாராளச் செலவு ஆச்சரியமாகவே இருந்தது. இரவு ஓர் உணவகத்தில் எல்லாரும் சாப்பிடும் போது சுந்தரத்திற்குப் பிடிக்கும் என பூரி கொண்டு வரச் சொன்னான் அய்யப்பன். அபூர்வம்!

அய்யப்பனைச் சொல்லிக் குற்றமில்லை. அப்பா மறைவுக்குப் பிறகு முழு குடும்ப பொறுப்பும் அவனுடையதாயிற்று. சொந்த வீடு என்பதால் வாடகை இல்லையே தவிர ஐந்து பேர் கொண்ட குடும்பத்திற்கான செலவு சாதாரணமில்லை. மீனாட்சியின் தையல் வருமானம் அவளது அலங்காரத்திற்கும் ஆடைகளுக்குமே சரியாய் போகும். அவள் அழகிதான். அதற்காகவே பெண் கேட்டு வந்த வரன்கள் பத்தாவது இருக்கும். 'நீங்க ஒண்ணும் செய்ய

வேண்டாம் நாங்க பாத்துக்கறோம்' என்றெல்லாம் சொல்லும் மாப்பிளை வீட்டார் சுந்தரத்தைக் கண்டதும், அல்லது அவன் பேசியதும் 'அப்பறம் சொல்றோம்' என நழுவுவர். இருபத்தைந்து வயதைத் தாண்டி விட்டாள் மீனாட்சி. சுந்தரத்தைக் குறித்துக் கவலைப்படாத வரன்கள் நகையும், வசதியும், அந்தஸ்தும் அதிகம் எதிர்பார்த்தனர். சுந்தரத்தின் மேல் மீனாட்சிக்கும், அய்யப்பனுக்கும் வெறுப்பு வளர இதுவும் ஒரு காரணம். அந்தத் தர்க்கம் சாரதாவுக்கு விளங்கியதில்லை. நாமாவது நன்றாகப் படித்து மேலானதொரு வேலைக்குப் போய்ச் சிரமங்களை பகிர்ந்து கொள்ள வேண்டும் என நினைத்துக் கொள்வாள்.

சுந்தரம் பூரியை ஆசையாய்ச் சாப்பிட்டான். "பூரி... பூரி..." என சொல்லிக் கொண்டே சாப்பிட்டான். திடீரென அம்மாவிடம் திரும்பி "தண்ணி வந்துரும்... மணி ஆச்சு..." என்றான். அம்மா "சாப்பிடு நீ. இன்னிக்குத் தண்ணி பிடிக்க வேண்டாம்" என்றாள். சுந்தரத்திற்கு எப்போது வேண்டுமானாலும் வலிப்பு வரக்கூடும் என்ற எச்சரிக்கை எல்லாருக்கும் இருந்தது. ஆனால் அதிசயமாய் ஒரு முழு நாள் கடந்தும், ஊர் விட்டு ஊர் வந்தும் அவனுக்கு அப்படி நிகழவில்லை. வெளியே வந்ததும், யாரும் திட்டாமல் இருப்பதும் கூட காரணமோ என நினைத்துக் கொண்டாள் சாரதா.

அய்யப்பன் மட்டும் ஏதோ சிந்தனையோடே இருந்தான். அம்மா பேசாமலே வந்தாள். மீனாட்சி அடிக்கடி தன் கைப்பையில் இருந்து கண்ணாடியை பார்த்துக் கொண்டும், வேடிக்கை பார்ப்பதும், தன்னை யாரேனும் பார்க்கிறார்களா என்று நோட்டமிடுவதுமாய் இருந்தாள். அவளுக்கு ட்ரைவர் தன்னை மதிக்காமல் சாரதாவைக் கவனிப்பது தாங்க முடியாததாக இருந்தது.

கார் எர்ணாகுளம் தாண்டியது. அங்கே விசாரித்து பாதுகாப்பானது என உறுதி செய்து கொண்டு ஒரு லாட்ஜில் அறை எடுத்தான் அய்யப்பன். காலை கோவிலுக்குச் செல்வதாக ஏற்பாடு. எர்ணாகுளத்தில் இருந்து சொற்ப கிலோமீட்டர்களில் கோவில் என்று பேசிக் கொண்டார்கள்.

காலையில் சீக்கிரமே எழுந்து தயாராகிக் கோவிலுக்கு கிளம்பினார்கள். ஆண்கள் சட்டை அணியக் கூடாது. வேட்டியும் துண்டும் மட்டும் தான். பெண்கள் புடவை அல்லது தாவணி

மட்டுமே என்ற கட்டுப்பாடுகளுக்கு ஏற்ப உடுத்திக் கொண்டனர். சுந்தரத்துக்கு அய்யப்பன் வேட்டி கட்டி விட்டான்.

சோட்டாணிக்கரை பகவதி கோவில் அந்தக் காலை நேரத்திலேயே சாரதா நினைத்ததற்கு மேலான கூட்டத்துடன் இருந்தது. டிரைவர் இது பெண்களின் சபரிமலை போல என்றார். தமிழ் நாட்டைப் போல் அல்லாமல் ஒரு அமானுஷ்யத்தன்மை கேரளக் கோவில்களுக்கு உள்ளதாகச் சாரதாவுக்குப் பட்டது. "அம்மே நாராயணா... தேவி நாராயணா..." எனப் பக்தர்கள் மனம் உருகிக்கொண்டிருந்தனர். பகவதிக்கு தூய வெள்ளாடை உடுத்தப்பட்டிருந்தது. "அம்மை மதியம் செவ்வாடையில் மகாலக்ஷ்மியாகவும், இரவில் நீல ஆடையில் துர்க்கையாகவும் மாறிக் காட்சி தருவாள்" என யாருக்கோ விளக்கிக் கொண்டிருந்தார்கள்.

"அப்படினா இப்போ?"

"காலைல வெள்ளை ஆடையில் சரஸ்வதியாக அருள் பாலிக்கிறாள்."

அவர் சொன்னது எல்லாம் மலையாளத்தில். மனம் தமிழில் குத்துமதிப்பாக மொழிபெயர்த்துக் கொண்டது. பேசினால் புரியும் வண்ணம் தமிழுக்கு நெருக்கமாய்தான் இருக்கிறது மலையாளம் என்று நினைத்துக் கொண்டாள் சாரதா. பிரகாரத்தைச் சுற்றிக் கும்பிட்டபின் அந்த வளாகத்திற்குள்ளே இருந்த கீழ்காவு எனும் கோவிலுக்கு அய்யப்பன் அழைத்துச் சென்றான்.

சற்றே கீழிறங்கிப் போகும் பாதை. கோவிலுக்கு முன்பாக பெரிய மரம் ஒன்று. அதன் அருகில் அநேகம் பேர் அமர வைக்கப்பட்டிருந்தனர். கண்டதுமே தெரிந்து போயிற்று - அவர்கள் நல்ல மனநிலையில் இல்லை. அவர்களை அமர்த்தி ஏதோ பூஜை செய்து கொண்டிருந்தனர். ஓலமிட்டுச் சப்தம் எழுப்பினர். சிலர் வெறி கொண்டு சாமி வந்தது போல் ஆடினர். அது பேய் பிடித்த ஆட்டம் எனப் பேசிக் கொண்டனர். அந்தப் பூஜையும், ஓலமும், ஆட்டமுமான சூழல் பயமும், கிளர்ச்சியுமான ஓர் உணர்வை அளித்தது. அதைப் பார்த்தால் சுந்தரம் என்ன நினைப்பான் எனச் சாரதா பார்க்க நினைக்கும் போதே சுந்தரம் பற்களை இறுகியபடியே கை, கால்கள் இழுத்து மெல்லத் தீவிரம் அடைந்தது வலிப்பு.

சுற்றிக் கூட்டம் கூடியது. அங்கிருந்த பூசாரி ஒருவர் வந்து ஏதோ மந்திரம் போல் முணுமுணுத்து சுந்தரம் முகத்தில் நீர் தெளித்தார். சுந்தரம் சற்று நேரத்தில் எழுந்து அமர்ந்தான். ஆனால் அந்தச் சூழலும் சப்தமும் அவனை நிலை தடுமாறச் செய்தது. அவனது பலமற்ற உடல் நடுங்க நடுங்க, எழுந்து கோவிலின் வாசலுக்கு ஓட முயன்றான். அய்யப்பன் சுந்தரத்தை இறுக்கி பிடித்துக் கொண்டான். சுந்தரம் அம்மாவைப் பார்த்து "போலாம்... போலாம்..." என்று சொல்லிக் கொண்டே இருந்தான். அய்யப்பன் பலமாய் அவனை இழுத்துக் கொண்டு போய் அந்த கூட்டத்தில் அமர்த்தினான்.

திமிறி விலகப் பார்த்தான் சுந்தரம். தெம்பற்ற உடல், சற்று முன் வந்த வலிப்பு என எதிர்க்க இயலாமல் கத்தத் தொடங்கினான். சாரதாவிற்கு அந்தச் சூழலே பயமாய் இருந்தது. அருகில் ஒரு இளம் பெண் தலைவிரி கோலமாய் கத்திக் கொண்டிருந்தாள். அவளது அருகில் இருந்த பெண் - அவளது அம்மாவாக இருக்க வேண்டும் - "சக்தியுள்ள தெய்வம் இந்தப் பத்ரகாளி..." என்றாள். அப்போதுதான் அந்தக் கோவிலை கவனித்தாள் சாரதா. இது தனிக் கோவில் இங்கு சாந்தமான அம்மன் இல்லை. இது காளி கோவில்.

இந்தப் பகுதி பிரத்யேகமாக பேய் பிடித்தவர்க்கும், பில்லி - சூனியம் போன்ற செய்வினைகளுக்கு ஆட்பட்டவர்களுக்கும், மனநலம் குன்றியோருக்குமான பரிகாரப் பிரார்த்தனைகளுக்கானது. கோவிலின் முன்பிருந்த பெரிய அரச மரம் முழுக்க ஆணி அடிக்கப்பட்டிருந்தது. சுற்றிலும் பில்லி - சூனியத்திற்கு பயன்படுத்தப்படும் சின்னச் சின்னப் பொம்மைகளும் இருந்தன. சாரதாவுக்குப் பேய் - பிசாசு நம்பிக்கை எல்லாம் இதுவரை வந்ததில்லை. ஆனால் சுற்றித் தலைவிரிகோலமாகக் கத்தும் பெண்களும், அடக்க இயலாமல் திமிறும் ஆண்களும் என அதெல்லாம் உண்மையோ என ஐயம் வந்தது. சுந்தரத்தைப் பார்த்தாள்.

அவன் ஊளை இடுவது போல் அழத் தொடங்கினான். பூசாரி இப்போது அவனிடம் வந்து அவனது முன் நெற்றி முடியை பிடுங்கினார். சுந்தரம் மேலும் பலமாய் கத்தினான். அவர் அதை ஓர் ஆணியில் சுற்றித் திரும்ப மந்திரங்கள் சொன்னார். அந்த

ஆணியை அய்யப்பனிடம் கொடுத்து அந்த மரத்தில் அடித்து விட்டு வரும்படி கூறினார். அவரது வேகமான மலையாளம் புரியாமல் விழித்தவனுக்கு அருகில் இருந்த நடுத்தர வயதுப் பெண்மணி நிதானமாய் விளக்கினார். மறுபடி மாலையில் வரச் சொல்லி பூசாரி அனுப்பினார்.

அறைக்கு வந்த பின்னும் சுந்தரம் "வீட்டுக்குப் போலாம்... போலாம்" என்று அரற்றிக் கொண்டே இருந்தான். அம்மா மருந்து கொடுத்துத் தூங்க வைத்தாள். மாலை திரும்பக் கோவிலுக்கு செல்லும்போது கோவிலுக்குள்ளேயே கால் வைக்க மாட்டேன் என்பது போல் முரண்டு பிடித்தான் சுந்தரம். அய்யப்பன் கிட்டத்தட்ட தரதரவென இழுத்துச் சென்றான். டிரைவர் "ஏதோ கெட்ட சக்தி இருக்கறதாலதான் கோவிலுக்குள்ளே போக விட மாட்டேங்குது" என்றார். சாரதாவுக்குக் குழப்பமாய் இருந்தது.

இரவு குருதி பூஜை என்றனர். பூஜைகள் முடிந்து நோயாளிகளுடன் வந்தவர்க்கும், நோய், பேய் பிடித்தவர்களுக்கும் பூசாரிக்கு உதவியாளர் போல் இருந்தவர் பிரசாதமாகக் குருதித் தீர்த்தம் என்று கூறி சிவப்புத் திரவத்தைத் தந்தார். நடுங்கிப் போனாள் சாரதா. 'குருதினா ரத்தம்ல!' என்று அதிர்ந்தாள். தன்னைச் சுற்றிக் கேள்வியாய் பார்த்தாள். "குங்குமம் கலந்த தண்ணீதான்..." என்றாள் ஒரு பெண்மணி ஏளனப் புன்னகையுடன். வாங்கி கொண்டாள் சாரதா. எல்லாருக்கும் அந்த நீர் தரப்பட்டது. சுந்தரத்தையும் பிடித்து வாயில் கொஞ்சம் ஊற்றினர். துப்ப முயன்றவனை மூக்கைப் பிடித்து விழுங்க வைத்தனர்.

ஒரு மூதாட்டி "எல்லாம் சரி ஆகும்" என்று தைரியம் சொன்னாள். சாரதா அவர் அழைத்து வந்திருந்த அவரது மகனைப் பார்த்தாள். கொடூரமாய் அலறிக்கொண்டிருந்தான். "முன்ன இதைவிட மோசமாய் இருந்தான். இப்போ எவ்வளவோ பரவாயில்லை' என்று கூறினாள் அந்தக் கிழவி. சாரதாவும் அய்யப்பனும் மறுபடி அவனைப் பார்த்தனர். நாளையும் வரும்படி பூசாரி கூறினார். அய்யப்பன் தலையை ஆட்டினான். சுந்தரத்தின் திமிறலால் காளி கோவிலுக்குள் மட்டும் செல்லாமல் லாட்ஜுக்குத் திரும்பினர்.

அறைக்கு வந்ததும் சாரதா அய்யப்பனிடம் "சுந்தரண்ணனுக்கு இருக்கறது நோய். இங்க இவங்க பண்றது பேய் ஓட்றது. நாம தொண்ணூறுகளில் இருக்கோம். இதெல்லாம் நம்பறதே தப்பு."

என்றாள். சுந்தரம் இன்னும் மிரண்டு போய்தான் இருந்தான். அம்மாவிடம் "வீட்டுக்கு போயிரலாம்" என்று சொல்லிக் கொண்டே இருந்தான், அதில் எரிச்சலடைந்த மீனாட்சி "இந்த லூஸைக் கொஞ்சம் சும்மா இருக்க சொல்றீங்களா? தல வலிக்குது..." என்றாள்.

அய்யப்பன் சாரதாவிடம் "இல்ல... இங்க எல்லாத்துக்கும் பரிகாரம் இருக்கு. ஊர்லயே மீனாட்சி கல்யாணத்துக்கு தடை ஏன்னு ஜாதகம் பாத்தோம். அவர் சொல்லி அனுப்பினதுதான். குடும்பத்துக்கு யாரோ செய்வினை வச்சுருக்காங்க. சுந்தரத்துக்குச் சரி ஆகாம மீனாட்சி கல்யாணம் நடக்காது. அவனை இனி டாக்டர்களால் சரி பண்ண முடியும்னு தோணல. அப்படியே ஒரு வழி இருந்தாலும் அதுக்கான வசதி நம்மகிட்ட இல்ல. என் ஒருத்தன் சம்பாத்தியத்தில் உங்க ரெண்டு பேர் கல்யாணத்தையே எப்படி பண்ணி முடிக்க போறேன்னு தெரில. ஒரே வழியாவும் கடைசி வழியாவும் இங்கே நான் நம்பி வந்துருக்கேன். மீனாட்சி கல்யாணம் ஆனாத்தான் அடுத்து உனக்கு எனக்குன்னு நம்ம வாழ்க்கை எல்லாம் பாக்க முடியும். எத்தனை காலத்துக்கு இவனை இப்படி வச்சுருக்க முடியும்? இதை முயற்சிப்போம்" என்றான்.

சாரதாவுக்கு ஜாதகம், பரிகாரம் எல்லாம் நம்பிக்கை இல்லை. ஆனால் அதைச் சொல்ல இது சரியான சந்தர்ப்பம் இல்லை என்று பட்டது. அய்யப்பன் குரல் லேசாய் உடைவதைப் போல் வேறு தோன்றியது. அவன் சொல்வதில் ஒன்று உண்மைதான். அவன் மட்டும்தான் அத்தனை பாரத்தையும் சுமக்கிறான். 'சரி இதுவும் ஒரு முயற்சியாய் இருந்து விட்டு போகட்டும். என்ன இப்போ!' என்று சமாதானம் சொல்லிக் கொண்டாள்.

தன் திருமணம் பற்றிய பேச்சும் அதற்கு சுந்தரம்தான் தடை என்ற கூற்றும் மீனாட்சியை மேலும் எரிச்சல் ஆக்கியது. "அந்த சனியனை மருந்து கிருந்து குடுத்து கொஞ்சம் தூங்க வையேன்" என்று அம்மாவை நோக்கிக் கத்தினாள்.

★★★

மதிய தூக்கத்தின் நடுவே அனிஷாவுக்கு வலி கண்டது. "அம்மாஆ..." என்று அலறினாள். அத்தனை நாட்களாய்த் தைரியம் சொல்லிக் கொண்டிருந்த அம்மா வியர்த்து விறுவிறுத்தாள். மருமகனுக்கும்

புருஷனுக்கும் சம்பந்திக்கும் உடனே அழைத்து விவரம் சொன்னாள். அடுத்த ஒரு மணி நேரத்திற்குள் மருத்துவமனை பிரசவ அறையில் இருந்தாள் அனிஷா.

சில மணி நேரப் போராட்டங்களுக்குப் பின்னர் டாக்டர் "பேபி வெளிய வர சிரமப்படுது. ஒரு சின்ன கட் தேவைப்படும். பயப்படவேண்டாம். இதுவும் நார்மல் டெலிவரிதான்" எனச் சமாதானம் சொல்லி பிரசவத்தை முடித்தாள். அழகான ஆண் குழந்தை. புருஷன் வந்து கண்களை நீர் மறைக்கக் குழந்தையை ஏந்தினான். அனிஷா புன்னகைத்தாள். அவனது பெற்றோரும் வந்து சேர்ந்தனர். அப்பா மட்டும் இன்னும் வரவில்லை.

அனிஷா "அப்பாவும் உன்கூடவே வந்திருக்கலாம். அங்க தனியா உக்காந்து என்ன பண்ணறார்?" என்றாள்.

"அவர் உனக்கு பிரசவம் நல்லபடியா முடியணும்னு நிறைய வேண்டுதல் வச்சிருந்தார். கோவில் கோவிலா சுத்திட்டு இருப்பார். இப்போனு இல்ல, நீ பிறக்கறப்பவே அப்படிதான். பயந்துட்டே இருந்தார். பிரசவத்துக்கு பயந்து ஒரே பொண்ணு போதும்னு முடிவு பண்ணினதும் அவர்தான். வலியை அனுபவிக்கப் போற நான் கல்லு மாதிரி இருந்தேன்" என்று சிரித்தாள் அம்மா.

மாலை அவளது அப்பா வந்து விட்டார். குழந்தையைத் தூக்கிக் கொண்டு அனிஷாவைப் பார்த்து "நல்லாருக்கியாடா?" என வாஞ்சையாய்க் கேட்டார்.

"நான் நல்லா இருக்கேன்பா."

சுருள்சுருளாய் முடியும், கொழுகொழுவென உடலுமாக மூக்கும் முழியுமாய் இருந்த குழந்தையைப் பார்த்துப் பெருமூச்சு விட்டார்.

"மூணே முக்கால் கிலோ இருக்கான். அதனாலேயே வெளிய வர சிரமம்னு சின்ன சர்ஜரி தேவைப்பட்டுச்சு."

"ஒண்ணும் பிரச்சனை இல்லையே" பதறிக் கேட்டார்.

"அதெல்லாம் ஒன்னுமில்ல. பாக்கறீங்கில்ல உங்க பொண்ணு நல்லாத்தானே இருக்கா!"

"ம்ம் அதில்ல. குழந்தையை செக் பண்ணினாங்களா? நல்லா இருக்கான்னு சொன்னாங்களா?"

“இப்போதான் பொறந்திருக்கான். நல்லா அழறான், நல்லா சிரிக்கிறான், டாக்டர் எல்லாம் பார்த்துட்டு தான் போயிருக்கார். சும்மா பயந்து சாகாதீங்க. அனிஷாவையும் பயப்படுத்தி விடாதீங்க...”

“ம்ம்ம்.”

மனைவியின் அதட்டலுக்குக் கட்டுப்பட்டு இருக்கையில் அமர்ந்து கொண்டார். ஆனால் மனம் பரபரத்தது.

★★★

மறுநாள் கோவிலுக்குள் சுந்தரத்தைக் கொண்டு செல்லவே முடியவில்லை. திமிறினான், கதறினான். சுந்தரத்திற்கு யார் திட்டினாலும் தெரியாது. அதன் அவமானமோ, வலியோ புரியாது. அதற்காக அவன் வருந்தியதே இல்லை. ஆனால் அடித்தால் வலிப்பதால் அழுவான். வலி தவிர வேறு எதற்கும் அவன் அழுது அந்தக் குடும்பம் பார்த்ததே இல்லை. இன்று கோவிலுக்குள் வருவதற்குள்ளான அவனது அழுகை பெரும் வலியைக் கண்டது போல் இருந்தது. ஒரு கட்டத்தில் பொறுமை இழந்த அய்யப்பன் சுந்தரத்தைக் கன்னம் கன்னமாக அறைந்தான். அங்கிருந்த சிலரும் சேர்ந்து சுந்தரத்தை வலுக்கட்டாயமாக இழுத்துச் சென்று பூஜையில் அமர்த்தினர். “அம்மா... அம்மா...” என்று அழுது கொண்டே இருந்த சுந்தரத்தைப் பார்த்து பரிதாபப்படுவதைத் தவிர வேறென்ன செய்வதெனத் தெரியவில்லை சாரதாவுக்கு. அம்மா அதைப் பார்க்கச் சகிக்காமல் முகத்தைக் திருப்பிக் கொண்டாள்.

பூசாரி சுந்தரத்தின் தலையில் ஒரு கோல் போல் ஏதோ வைத்து மந்திரங்கள் சொல்லத்தொடங்கினார். திடீரெனெ வெறி கொண்டது போல் எழுந்த சுந்தரம் ஓட எத்தனித்தான். அடிக்கக் கை கொண்டு போன அய்யப்பனின் கையைக் பலமாய்க் கடித்தான். அய்யப்பன் ரௌத்திரமானான். அந்த இடத்தில் வைத்தே சுந்தரத்தை மிதித்தான். காதோடு சேர்த்துத் தொடர்ந்து மிதித்துத் தரையில் படுக்க வைத்தான். கதறி அழுத மகனைப் பார்த்து அருகில் வந்த அம்மாவைப் பார்த்து ‘போயிரு பேசாம’ என்று அதட்டி அடக்கினான் அய்யப்பன். சுந்தரத்திற்கு மீண்டும் ஒரு முறை வலிப்பு கண்டது.

கோவில் நிர்வாகிகள் வந்து இங்கே அடிக்கக் கூடாது எனக் கண்டித்து அனுப்பி வைத்தனர். திரும்பும் வழி எங்கும் “காது வலிக்குது... காது வலிக்குது...” என அழுது கொண்டே வந்தான் சுந்தரம். காதை தொட்டுப் பார்த்தபோது அவன் உடல் சூடு கண்டிருந்ததை உணர்ந்தாள் சாரதா. “அண்ணனுக்குக் காய்ச்சல் அடிக்குது” என்றாள் சன்னமாக.

“ஒங்கண்ணனப் போய் சாகச் சொல்லு” என்று கத்தினான் அய்யப்பன்.

உடனே துணி மணிகளைப் பையில் அடைத்து எடுத்துக் கொண்டு அறையைக் காலி செய்தனர். ட்ரைவரிடம் சொல்லிக் கிளம்பினர். ஊருக்குத் திரும்பும் வழியில் இரு புறமும் மரங்கள் அடர்ந்திருந்த ஆளற்ற காட்டுப் பகுதியில் டிரைவரிடம் வண்டியை நிறுத்தச் சொன்னான் அய்யப்பன்.

சுந்தரத்தை இழுத்துக் கீழே போட்டான். திரும்ப வண்டியில் ஏறிக் கொண்டு “போலாம்” என்றான். அதிர்ந்து பார்த்த டிரைவரிடம் மறுபடி ஒருமுறை “போலாம்” என்றான் அழுத்தமாக. அம்மா “டேய் என்னடா சொல்ற?” என்றாள். சாரதா வாயடைத்துப் பார்த்தாள். மீனாட்சி கூட அதிர்ந்தது போல் இருந்தது.

அய்யப்பன் அம்மாவை பார்த்தான். “உனக்கு உன் பையன் முக்கியம்னா நீயும் இறங்கிரு. இனி இவனுக்குச் சோறு போடவோ, வைத்தியம் பார்க்கவோ என்னால ஆகாது. காப்பகத்தில் கேட்டு பாத்தாச்சு. இத்தனை சொந்தங்கள் இருக்கீங்க. அனாதைன்னு சொல்லி சேர்க்க முடியாது. பணம் கட்டுங்கனு சொல்றாங்க. கடைசி வழியா இங்க வந்தேன். இதுக்கும் ஒத்துழைக்கல. இனி வேற வழி இல்ல. வீட்ல வச்சிருந்தா எங்க எல்லார் எதிர்காலமும் மண்ணாயிரும்.”

மூன்று பெண்களும் ஏதும் பேசாமல் அவனைப் பார்த்தனர். அய்யப்பன் தொடர்ந்தான். ”இல்ல. உங்க எல்லாருக்கும் அவன் முக்கியம்னு தோணினாச் சொல்லுங்க. தாராளமா அவனைக் கூட்டிட்டுப் போங்க. நான் இங்கயே இறங்கிடறேன்.”

அம்மா அழுதபடி உதட்டைக் கடித்தாள். சாரதா மட்டும் ”இது பாவம்ணா...” என்றாள். கடும் குளிர் காய்ச்சலுடன் நடுங்கியபடியே எழுந்து நின்ற சுந்தரம் ‘அம்மா... அம்மா...” என்றான்.

அய்யப்பன் வெடித்தான். "உண்மைல இவனைப் பார்த்தாவே எனக்கு வெறி ஆகுது. இதுக்கு மேல கூட்டிட்டு போனா ஒரு நாள் இல்ல ஒரு நாள் நானே கொன்றுவேன். அதை விட இங்க உயிரோட விட்டுட்டு போனாலாச்சும் யாராவது அனாதைன்னு ஏதாச்சும் காப்பகத்தில் சேர்த்துப்பாங்க. என்னால சத்தியமா முடியல. தூக்கமே இல்ல ராத்திரி எல்லாம். எவ்வளவு பொறுப்புகளை சமாளிக்கறது? இருபது வயசுல இருந்து சுமக்கறேன் குடும்பத்தை." சப்தம் எழுப்பாமல் அழுதான்.

குடும்பத்துக்குப் படியளப்பவனின் அழுகை பலம் மிக்கது. அது அவர்களை அசைத்தது. 'இப்படி அடி வாங்கறதை விட எங்காவது நல்லா இருக்கட்டும்' என சாரதா கூட தனக்குத் தானே சமாதானம் சொல்லிக் கொண்டாள்.

யாரும் வாய் திறக்காத ஒரு சின்ன அமைதிக்குப் பின் கார் கிளம்பியது. "அம்மா... அம்மா..." எனும் சுந்தரத்தின் குரல் பின்னால் தேய்ந்தது. திரும்பி பார்க்க யாருக்கும் தைரியம் வரவில்லை.

★★★

அன்றைய இரவில் குழந்தையிடம் இருந்து வந்த அழுகை தவிர்த்த வித்தியாசமான ஒலியைக் கவனித்து எழுந்து பார்த்தாள் அம்மா. அனிஷா உறங்கிக் கொண்டிருந்தாள்.

'குழந்தை என்னமோ போல வித்யாசமா இருக்கான்' என்பது உரைத்தது. வாயருகே வெள்ளையாக தெரிந்தது. 'ஒரு நாள் குழந்தை இவ்ளோ பால் கதக்குமா? முதல்ல இவ்ளோ பால் குடிக்குமா?' என்ற குழப்பமும் சேர்ந்துகொண்டது அவசரமாய் நர்ஸை அழைத்தாள். அறைக்கு வெளியே இருந்த விசிட்டர் பகுதியில் படுத்திருந்த கணவரிடம் விவரம் சொன்னாள். பதறி எழுந்து உள்ளே ஓடி வந்தார்.

அதற்குள் இரவுப் பணியில் இருந்த டாக்டரும் வர, குழந்தையை பார்த்தவுடன் "ஃபிட்ஸ் வந்துருக்கு. உடனே ஐசியூவுக்கு கொண்டு வாங்க..." என்று கட்டளை இட்டார். எல்லாரும் அலறி அடித்துக் கொண்டு போக டாக்டர் அனிஷாவிடம் "நீ இங்கயே இரும்மா. இது ஒண்ணுமில்ல. பொதுவா சில குழந்தைகளுக்கு

வரதுதான். சரி ஆகிடும். பயமில்லை." என்று தைரியம் சொல்லி விட்டு போனார். அம்மா அழுதபடியே டாக்டர் பின்னால் ஓடினாள்.

பயத்திலும், சோர்விலும் இருந்த அனிஷாவிடம் வந்து கை கூப்பி நின்றார் அப்பா.

"என்னைய மன்னிச்சிருடா..."

"நீங்க என்னப்பா பண்ணுவீங்க? பயந்து குழப்பத்துல பேசறீங்களா? இது ஒண்ணுமில்ல. பயப்படாதீங்க சரி ஆய்டும்" - தன் அச்சத்தை மறைத்து அப்பாவுக்கு தைரியம் சொன்னாள் அனிஷா.

"சரி ஆகணும்... சரி ஆகணும்..." என்று சொல்லிக்கொண்டே தளர்வாய் இருக்கையில் போய் அமர்ந்துகொண்டு "என்னையத் தண்டிச்சுக்கோ. பச்சக் குழந்தையை விட்டுடு" என்று உள்ளங்கைக்குள் முகம் புதைத்துக்கொண்டு தேம்ப ஆரம்பித்தார் அய்யப்பன்.

(ஆகஸ்ட் 7, 2022)

★★★

6. அரிது அரிது

பேருந்து அக்காலை வேளையில் மிதமான கூட்டத்துடன் நகர்ந்துகொண்டு இருந்தது. மிதமான கூட்டம் என்றால் எவரும் அதில் நின்று கொண்டு பயணிக்க அவசியமில்லை. பேருந்தில் ஒலிக்க விட்டிருந்த ‘பேர் வச்சாலும் வைக்காம போனாலும்’ பாடல் - பழைய வடிவம் - துள்ளல் இசையுடன் அனைவரின் ஆழ்மனதிலும் பாய்ந்து கொண்டிருந்தது.

ஆனால் மேல்மனம் ஒவ்வொருவருக்கும் ஒவ்வொன்றைப் பற்றியிருந்தது. ஒரு கிழவி வியாதியின் வாதையுடன் முகச்சுழிப்பைத் தாங்கியிருந்தாள். பேருந்துத் தடத்தில் அரசு பொது மருத்துவமனை இருக்கிறது. அங்கே அவள் செல்லக்கூடும். ஒரு பதின்மப் பெண் நோட்டுப் புத்தகத்தை மடியில் விரித்து வைத்துக் கொண்டு ஏதோ முணுமுணுத்துக் கொண்டிருக்கிறாள். அடுத்த நிறுத்தம் நடுத்தர வர்க்கத்தினர் விரும்பும் ஒரு தனியார் பள்ளி. அன்று அவளுக்குத் தேர்வாக இருக்கலாம். ஒரு மத்திம வயது ஆண் கையில் ஒரு தோல்ப் பை வைத்திருக்கிறார். அதில் முனையில் மஞ்சள் தடவப்பட்ட பத்திரிக்கைகள் கொத்தாக. அனேகமாக அவரது மகளுக்குத் திருமணமாக இருக்கும். உறவினர்களை நேரில் அழைக்கப் போகிறார் போல. ஓர் இளைஞன் ஜன்னலோரம் அமர்ந்து வெளியே வேடிக்கை பார்த்தபடி வருகிறான். வெட்கம் விட்டு மறுபடி பார்க்குமளவு திருத்தமாக இருக்கிறான். கல்யாணம்

ஆகி இருக்குமா? இருக்காது. இவ்வளவு நிம்மதியாகவும் மகிழ்ச்சியாகவும் இருக்கிறான். எனக்கு எல்லோரையும் கவனிக்கும் போதை உண்டு.

என் மனம் முப்பது நிமிடத் தாமதத்திற்கு பதறிக்கொண்டிருந்தது. மாத இறுதி என்பதால் அலுவலகத்தில் உடனடியாக முடிக்க வேண்டிய சில பல வேலைகள் பயமுறுத்தின. அது ஒரு தேசம் தழுவிய பார்சல் அலுவலகம். எனக்கு சதா எண்களோடு போராடும் வேலை.

நிறுத்தத்தில் இறங்கி, அரக்கப் பரக்கப் பத்த்த்து நிமிடம் நடந்து, வாயிலில் அடையாள அட்டை தேய்த்து நுழைந்து, இருக்கையில் அமர்ந்து, கைப்பையிலிருந்து சிறுபாட்டிலில் ஒரு மிடறு நீரருந்தி, கணினியை உயிர்ப்பித்திருந்த போது பின்னிருந்து குரல் கேட்டது.

"சேச்சி...!"

புன்னகையுடன் திரும்பினேன். ஜேக்கப் ஒரு கோப்புடன் இளித்தபடி நின்றிருந்தான்.

"மேனேஜர் இதைக் கொடுக்கச் சொன்னாரு..."

கூடுதல் சுமை. கூடுதல் உழைப்பு. கூடுதல் தலை வலி. உள்ளுக்குள் சலித்துக் கொண்டே கோப்பை வாங்கியபடி உரக்கக் கத்திக் கேட்டேன். எல்லோரும் திரும்பிப் பார்த்தனர்.

"காலைல என்ன சாப்டே, ஜேக்கப்?"

"புரோட்டா."

அவன் முகத்தை உற்றுப் பார்த்தேன். இளித்தான். நிச்சயம் பொய் சொல்கிறான்.

குழந்தை கிறுக்கி வைத்த ஓவியம் போல் கோணலான முகம். அக்காலை வேளையிலும் அதில் சோர்வு அடர்ந்திருந்தது. வாயை மீறி அதிகப்பிரசங்கித்தனமாகத் துருத்தி நிற்கும் பற்கள். சற்று முயன்றால் கரும்பைத் தொடையில் வைத்து முறிப்பது போல் முறித்து விடலாம் எனத் தோன்றச் செய்யும் உடல்வாகு. அலுவலகத்தில் பார்சல் எடை பார்க்க வைத்திருக்கும் இயந்திரத்தில் ஒரு முறை வலுக்கட்டாயமாய் நிற்க வைத்துப் பார்த்த போது முப்பத்தைந்து கிலோவுக்குச் சில நூறு கிராம்

குறைவாக இருந்தான். இருபத்து மூன்று வயது இளைஞனுக்கு எவ்வகையிலும் தொடர்பற்ற எடை. அன்றும் இளித்தான்.

ஜேக்கப்பிற்கு வலது பக்கம் காது கிடையாது. கிடையாது என்றால் சுத்தமாகக் காதே இருக்காது. அந்த இடத்தில் மொழுக்கென்று அடைத்திருக்கும். மடலற்று காதுத் துளை இருக்க வேண்டிய இடத்தில் சிறு குழிவு இருக்கும் - இருந்த காதை அறுத்து சாணமிட்டு மொழுகியதைப் போல். மறுபக்கம் எல்லோருக்கும் இருப்பதைப் போல் காது இருக்கும். அந்த ஒரு காதுதான் உண்மையில் அவன் முகத்தை சீர்மை குலைத்து கோணலாக்கியது.

இல்லாத விஷயங்களல்ல, இருக்கும் விஷயங்களே சில சமயம் குறையாகி விடுகின்றன.

அந்த ஒரு காதிலும் கேட்டல் குறைபாடு இருந்தது. எனவே கத்திப் பேசினால் மட்டுமே அவனுக்கு ஓரளவுக்குக் கேட்கும். அதுவும் முகத்திற்கு நேராகப் பேசினால். பின்புறமிருந்து அழைத்தால் சுத்தமாய்க் கேட்காது. இடது புறமாய் வந்து கூப்பிட்டால் மோசம் இல்லை.

“ஏன்டா பொய் சொல்ற? அப்படிச் சாப்பிடாம யாருக்குத்தான் சேத்து வைக்கற?”

இளித்தான். அவன் சிரிப்பு அப்படித்தான். எத்துப்பல் என்பதாலோ என்னவோ அவன் விரக்தியாய் சிரித்தாலும், மகிழ்வாய் சிரித்தாலும் இளிப்பது போலத்தான் இருக்கும்.

“டேய்…”

கேஷியர் அதட்டலாக அவர் இருக்கையிலிருந்து அழைத்தார். மொத்த அலுவலத்திலும் ‘டேய்’ என்ற விளி ஜேக்கப்புக்கு உரியது. ஜேக்கப்பிற்கு அவர் அழைத்தது கேட்கவில்லை.

“டேய், செவிடா…”

மறுபடியும் கத்தினார். நான் ஜேக்கப்பிடம், “கேஷியர் கூப்பிடறார், பாரு” என்றேன்.

“சார்…” ஓடினான். அவர் முகத்தைக் கடுகடுப்பாக வைத்தபடி சத்தமாகச் சொன்னார்.

“வேலை டென்ஷன் ஒரு பக்கம் ப்ரஷர் ஏத்துதுன்னா, இன்னொரு பக்கம் உன்னைக் கூப்பிட்டுக் கூப்பிட்டே நெஞ்சு வலி வந்திடும் போல. மெஷின் ஏதாவது வையேன்.”

இளித்தான். அவனாவது அதற்கெல்லாம் செலவு செய்வதாவது. வயிற்றுக்கே வஞ்சகம்.

“யாரோ தனக்கு பெரிய மனசுன்னு காட்டிக்க உன்னை எங்க தலையில கட்டிட்டாங்க.”

கேஷியர் முந்தைய மேனேஜரைத்தான் குறிப்பிடுகிறார். அவர்தான் ப்யூன் பணியிடம் காலி ஆனதும் அங்கே ஒரு மாற்றுத் திறனாளியைப் போடுவது எனப் பிடிவாதமாக இருந்து எதிர்ப்புகளை மீறிச் சாதித்தார். அங்கே ப்யூன் என்றால் ஃபைல் தூக்குவது, பார்சல் தூக்குவது முதல் ஊழியர்களுக்கு டீ, காஃபி, வடை தூக்குவது வரை செய்ய வேண்டும். அதனால் கை, கால் ஊனமோ, பார்வை இல்லாமலோ, பேச முடியாமலோ இருந்தால் சரிப்படாது. வேலைகள் பாதிக்கப்படும். ஆனால் அதுவே செவித் திறன் பாதிக்கப்பட்ட ஒருவரை நியமித்தால் பெரிய தொந்தரவு ஏதும் இருக்க முடியாது என ஊழியர்களிடம் சமாதானமும் சமரசமும் பேசியே ஜேக்கப்பை வேலைக்கு எடுத்தார்.

ஜேக்கப்பிற்கு சம்பளம் மிகக் குறைவு. அது தெரிய வந்த போது மேலாளரின் நோக்கம் ஊனமுற்றோர் மீதான அக்கறையா அல்லது செலவினக் குறைப்பு நடவடிக்கையா என எனக்குக் குழப்பமாக இருந்தது. அதைப் புரிந்து கொள்வதற்குள் அவர் வேலையை விட்டுப் போய் புதிய மேலாளர் வந்து விட்டார். இன்னொன்று எங்கள் அனைவருக்குமே வெளியிடங்களை ஒப்பிடுகையில் சம்பளம் குறைவுதான். வீடு பக்கம், வேலை பழகி விட்டது என ஏதாவது அர்த்தமற்ற காரணத்தோடு இங்கே ஓட்டிக்கொண்டிருக்கிறோம். என் பொருட்டு தன் அறிவு, திறமை மீறி இங்கே வேலையில் நீடிக்கும் சந்திரன் உட்பட.

ஜேக்கப்பிற்கு அப்பா இல்லை. இரு சகோதரிகளும், அம்மாவும் ஊரில் இருக்கிறார்கள்.

“சேச்சி, என் சேச்சிகளுக்கு எல்லாம் காது நல்லா இருக்கும். வடிவான பெண்டுகள்.”

என் மனதைப் படித்தானோ என்னவோ ஒரு நாள் ஜேக்கப் திடீரெனத் தானே வந்து இந்த விஷயத்தைச் சொன்னான். எனக்குச் சங்கடமாகவும் சற்று நிம்மதியாகவும் இருந்தது.

"சேச்சின்னு ஏன் என்னைக் கூப்பிடற? அக்கான்னு சொல்லலாம்ல? இல்லனா மேடம்னு."

அவனுக்குக் கேட்கும்படியும் மற்றவர்கள் கேட்காதபடியும் சொல்லச் சிரமப்பட்டேன்.

"இல்ல, உங்களுக்கு மலையாள முகம். அதனால் சேச்சினுதான் கூப்பிடத் தோனுது."

அவன் கத்த, சந்திரன் என்னைத் திரும்பிப் பார்த்தான். நான் தலைகுனிந்து கொண்டேன்.

ஜேக்கப் இங்கு பணிக்குச் சேர்ந்து ஓராண்டு ஆகிறது. மூணாறில் இருந்து வந்து வேலை செய்கிறான். ஏழாம் வகுப்புக்கு மேல் படிக்காமல் அங்கு தேயிலை பறிக்கும் வேலையில் இருந்திருக்கிறான். பின் இங்கு வீடு வீடாக பேப்பர் போடும் வேலை பார்த்திருக்கிறான்.

ஜேக்கப் சொற்பச் சம்பளத்தில் தங்கி இருக்கும் அறைக்கான செலவு போக மீதியை ஊருக்கு அனுப்பி வைக்கிறான். அவன் வீட்டின் ஒரே வருமானம் அவன்தான். பெண் பிள்ளைகளை வெளியே வேலைக்கு அனுப்ப அவன் அம்மைக்கு ஆர்வமில்லை. அந்தப் பெண்களும் வீட்டிலேயே இருந்து பழகி விட்டதால் அதை எதிர்க்கவில்லை. அதனால் வீட்டின் அத்தியாவசியப் பணத் தேவை கூட அதிகரித்தபடி இருந்தது. அதன் பொருட்டு ஜேக்கப் காலையில் சாப்பிடுவதே இல்லை என்பது சில நாள் பழக்கத்திலேயே கண்டு கொண்டேன். மதியத்துக்குத் தக்காளி, புளி, தயிர் சாப்பாடுகள் - எலுமிச்சை பிடிக்காது - விற்கும் மெஸ்ஸில் ஏதாவது ஒரு சோற்று பொட்டலம் வாங்கி வந்து சாப்பிடுவான். அது அரை வயிற்றுக்குக் காணாது. கடிக்கத் துண்டு மசால் வடை கூட இல்லை. ஊறுகாய்தான்.

நான் என் மதிய உணவுடன் அவனுக்கு பொரியலோ கூட்டோ வடகமோ ஒரு டப்பாவில் எடுத்து வருவேன். ஏதோ நாளில் ஆரம்பித்த வழக்கம். அதில் எனக்குத் தனிப்பட்டு ஒரு சிரமமும்

இல்லை. மாலை கிளம்பும் முன் டப்பாவைக் கழுவிக் கொடுத்து விடுவான்.

இரவு இட்லி சாப்பிடுவதாகச் சொல்வான். "உண்மையா?" எனக் கேட்பேன். இளிப்பான்.

சிதறிய கவனத்தை குவித்து வேலையில் ஆழ்ந்தேன். டப்பென ஏதோ விழும் சப்தத்தில் நிமிர்ந்தேன். எடை இயந்திரத்தின் அருகில் ஜேக்கப் நின்றிருந்தான். ஒரு பார்சல் கீழே விழுந்திருந்தது. எப்படியும் இருபத்தைந்து கிலோ இருக்கும். வரும் பார்சல்களை எடை பார்க்க, கனரக வாகனத்தில் ஏற்ற இரு லோடுமேன்கள் உண்டு. அவர்கள் இல்லாத போது அல்லது போதாத போது அலுவலக ப்யூன் அந்தப் பொறுப்பை ஏற்க வேண்டும். எடை இயந்திரத்தில் எடுத்து வைத்து எடை பார்த்து புக்கிங் செய்ய உதவ வேண்டும்.

லோடுமேன் இல்லாததால் வாடிக்கையாளர் சரக்கை புக் செய்ய எடை பார்ப்பதற்காக ஜேக்கப்பை அழைத்திருக்கிறார். பெரிய பார்சலைத் தூக்க முடியாமல் இவன் தவற விட்டிருக்கிறான். வாடிக்கையாளர் உடனே பதற்றத்தில் கூச்சல் போட ஆரம்பித்தார்.

"இப்படி பார்சலை அலட்சியமாத் தூக்கிப் போடற. உங்கள நம்பித்தானே பொருள் அனுப்பறோம். இதன் மதிப்புத் தெரியுமா? ஏதும் டேமேஜ் ஆனா நீங்கதான் தரணும்."

"இல்ல சார்..."

ஜேக்கப் ஏதோ சொல்ல ஆரம்பிக்கும் முன், அங்கு சூழலைச் சீர் செய்ய வந்த கேஷியர் படாரென்று அவனது முதுகில் அறைந்தார். ஜேக்கப் நிலைகுலைந்து தடுமாறினான்.

"ஏண்டா... உன்னால இதைக் கூட ஒழுங்கா செய்ய முடியாதா? தண்டத்துக்குத் சம்பளம் வாங்கிட்டு இருக்க. எல்லாத்துக்கும் ஒரு ஆள் வரணுமா? என்றபடி வாடிக்கையாளரைப் பார்த்து "நான் பாத்துக்கறேன், சார். இப்ப லோடுமேன் வந்திடுவான்." என்று நகர்ந்தார்.

வாடிக்கையாளர் கொஞ்சம் அதிர்ந்து, கொஞ்சம் பதறி, இறுதியில் சமாதானமானார்.

நான் ஜேக்கப்பைப் பார்த்தேன். முதுகைத் தடவியபடியே ஒரு நொடி மாறிய முகத்தை டக்கென இளிப்புக்கு கொண்டு வந்தான். பொறுக்க இயலாமல் கேஷியரிடம் சென்றேன்.

“சார், அவன் ஏதோ தவற விட்டுட்டான். தப்புதான். அதுக்குன்னு அடிப்பீங்களா?”

“என்னம்மா புரியாம பேசற? விழுந்த பொருள் மதிப்பு அதிகம். ஏதும் சேதம்னா போலீஸ் வரை போவானுங்க. குறைஞ்சது மேனேஜர் கிட்ட கம்ப்ளைன்ட் போகும். நான் இவனை அடிக்காம விட்ருந்தா இந்நேரம் அந்த ஆள் பிரச்சனை பண்ணி இருப்பான். மேனேஜர் வந்து இவனை வேலைய விட்டே தூக்கி இருப்பார். பழைய மேனேஜர் மாதிரி இல்ல.”

“சார், நீங்க என்ன சமாதானம் சொன்னாலும் ஒருத்தரை அடிக்கற ரைட்ஸ் நமக்குக் கிடையாது. இவனைக் கடுமையா அதட்டியோ, அவரிடம் மன்னிப்புக் கேட்டோ கூட இந்தச் சூழலைக் கையாண்டிருக்க முடியும். அடிக்கறது எக்ஸ்ட்ரீம் நடவடிக்கை.”

“அது…”

“முதல்ல அவனால இவ்ளோ வெயிட் தூக்க முடியாது. அவன் எடைக்கு சமமா இருக்கு.”

“அப்படிப் போடு. இந்த சாருக்கு எடை தூக்க முடியாது, நடக்க முடியாது, நிக்க முடியாது. திங்கவும் தூங்கவும் மட்டும்தான் முடியும்ன்னா எதுக்கு வேலைக்கு வரணும்? வேலைனு வந்துட்டா எல்லாம் செஞ்சு பழகத்தான் வேணும். வயசுப் பையன்தானே! நீ என்னமோ அந்தச் செவிடனுக்கு ரொம்ப சப்போர்ட் பண்றியே! அப்படி என்ன கண்டுட்ட அவன்ட்ட?”

கடைசி வரியில் அவர் குரல் தாழ்ந்து ஒரு விதமான ஆபாசத் தொனிக்கு வந்திருந்தது. இவ்வளவுதான் இவர்களின் புத்தி. இப்படியான சொற்கள் இது முதன் முறையும் அல்ல.

அதிர்ந்தேன். பேச்சு எழவில்லை. ஒரு பெண் மீதான இறுதி ஆயுதத்தைப் பிரயோகித்து விட்டார். திரும்பி ஜேக்கப்பைப் பார்த்தேன். அவன் இளித்தபடியே “என்ன சொல்றாரு?” என்றான். அவர் பேசியது அவனுக்குச் சரியாய்க் கேட்கவில்லை. பாவமாக இருந்தது.

"ஏன்டா எல்லாத்துக்கும் சிரிச்சிட்டே நிப்பியா? திருப்பி என்னனு கேட்க மாட்டியா?"

"தூக்க முடில சேச்சி. அதான். என் தப்புதானே!" என்றான். அப்பொழுதும் இளித்தான்.

"கொஞ்சம் வாயைத் தொறந்து பேசு. உனக்கு முடியாத வேலையா இருந்தா முடியலைனு முன்னாடியே சொல்லு. அதுக்கு பயப்பட அவசியமில்ல. எல்லாத்துக்கும் தலை ஆட்டாத."

அதற்கும் தலை ஆட்டினான். கேஷியர் எனக்குக் கேட்பது போல் முணுமுணுத்தார்.

"கூட்டிட்டு போய்க் கொஞ்சு." அதன் பிறகு கேட்காதது போல் ஏதோ முணுமுணுத்தார்.

நான் திரும்பி கேஷியரை முறைத்தேன். அவர் நமுட்டுச் சிரிப்புடன் கணினியைப் பார்ப்பது போல் நடிக்க ஆரம்பித்தார். சந்திரன் கோபத்துடன் அவரைப் பார்ப்பதையும் ஓரக் கண்ணால் கவனித்தேன். அவன் ஆர்வக்கோளாறாக ஏதும் அவருடன் சண்டை இழுக்காதிருக்க வேண்டும். இழுத்தால்தான் என்ன? அவனுக்கு இந்த வேலை போனால் வேறு நல்ல வேலை சுலபத்தில் கிடைக்கும். வெளியே போய் வாழ்க்கையில் முன்னேறப் பார்க்கட்டும். எனக்கு அங்கீகாரமான ஒரு பார்வை குறைவது எல்லாம் ஒரு விஷயமா!

ஜேக்கப்பைப் பார்த்தேன். அவன் சில நிமிடங்கள் முன்பாக நடந்த சம்பவங்களின் சுவடு கொஞ்சமும் இன்றி கேஷியருக்குத் தேநீர் வாங்கி வர காசு வாங்கிக் கொண்டிருந்தான்.

ஜேக்கப்பை எந்தப் பெண்ணும் காதலிக்க முடியுமா? சந்திரன் போல் புத்திசாலியோ, இன்று பேருந்தில் பார்த்த ஜன்னலோர இளைஞன் போல் அழகனோ அல்ல. சராசரி ஆணுக்குரிய சுயமரியாதை இல்லை. பணம் கூட இல்லை. பலவீனமான குடும்பம். காதலை விடுங்கள், அவனுக்குக் கல்யாணமே ஆகுமா என்ன! பெருமூச்சு எழுந்தது.

ஜேக்கப் சேர்ந்த நாளில் இருந்தே அவனை இந்த அலுவலக ஆட்கள் நடத்தும் முறை அவலமானதுதான். எல்லாரும் அவன் காதைப் பார்த்து கதைகள் கேட்டனர். பிறக்கும் போதே

அப்படித்தான் என்றான். ஊர், குடும்ப நிலவரம் என அவன் பேசப் பேசப் அவன் பேச்சின் அசட்டுத்தனம் எல்லாருக்கும் பிடிபட்டு விட்டது. அந்த அம்மாஞ்சித்தனம் எல்லாருக்கும் அவன் மேல் ஆதிக்கம் செலுத்தும் எதோ ஒரு வீரத்தைத் தந்தது. பெயர் சொல்லி அழைப்பது மெல்ல மெல்லக் குறைந்து "டேய்" என்றும், "ஏய்" என்றும், அவன் திரும்பாத போது "செவிடா" என்றும், "செவிட்டுக் கிறுக்கன்" என்றும் மாறிப் போனது.

அவர்கள் கிறுக்கன் என்றும், செவிடன் என்றும் அழைப்பது அவனுக்கு கேட்கிறதா என்று ஐயம் ஏற்படும் அளவுக்கு அவன் முகத்தில் எந்த உணர்வு மாறுபாடும் இல்லாமல் தேமே என இருக்கும். ஒரு முறை கோபம் தலைக்கேறி "ஜேக்கப், உனக்கு காது மட்டும்தானே செவிடு? ஊமை இல்லைல்ல? அவர்களிடம் திருப்பித்தான் பேசேன். என்னைப் பேர் சொல்லிக் கூப்பிடுங்க, இல்லைனா தம்பினு கூப்பிடுங்கனு சொல்லேன்" எனக் கடுமை காட்டி பேசிய போது மட்டும் அரை விநாடிக்கும் குறைவாய் அவனது முகம் மாறியது.

அதைக் கவனிப்பதற்குள் முகத்தைச் சரி செய்து பழைய இளிப்புக்கு மாறி விட்டான்.

எனக்கு என் மேல் எரிச்சல் வந்தது. "ச்சே... கடைசில நானும் அப்படியே சொல்லிட்டேன். இனி இவன் மேல இப்படி கோபத்தைக் காட்டவே கூடாது" என எண்ணிக் கொண்டேன்.

"சாரி, ஜேக்கப்."

அவன் என் மன்னிப்பை ஏற்கவோ நிராகரிக்கவோ முயலாமல், "சேச்சி இன்னிக்கி என்ன பொரியல்?" என்றான். யோசித்தால் அவன் இப்படிக் கொஞ்சமாவது இயல்பாய் ஏதாவது பேசுவதே இந்த அலுவலகத்தில் என் ஒருத்தியிடம் மட்டுமே என்பது உறைத்தது. அந்த ஒட்டுதல் மற்றவருக்கு புறம் பேசவும், புறணி பேசவும் வசதியாய் அமைந்து போனது.

ஒரு மதிய உணவு இடைவேளையில் ஒருத்தி - புருஷனின் படுக்கையறைப் போதாமை வரை பகிர்ந்து கொள்ளும் மிக நெருக்கமான தோழிதான் - "தினமும் அந்த லூசுக்கும் உன் கிச்சன்ல இருந்து ஸ்பெஷலா டிஃபன் பாக்ஸ் வருது போல.

பாத்தும்மா, அவன் சாப்பிடறதில்லைன்னு ஊட்டி விட்றாத" எனக் கேலி பேசினாள். எல்லோரும் சிரித்தனர்.

"ஒரு வேளை செஞ்சாலும் என்ன தப்பு? என் தம்பின்னா ஊட்டி விட மாட்டேனா என்ன?"

சட்டென அனைவரும் அமைதியாகினர். அது நல்ல பதிலடிதான். ஆனால் நான் ஏன் அதைச் சகோதரத்துவம் என அறிவித்து என் கற்பை நிரூபிக்க வேண்டும்? அதுவே சந்திரனுடன் இணைத்துப் பேசி இருந்தால் நான் அவ்வளவு பதறி இருக்க மாட்டேனோ என யோசித்தேன். நானும் ஜேக்கப்பை ஆழ்மனதில் தாழ்மையாகவே பார்க்கிறேனோ! எனது ஆதரவெல்லாம் அப்படியில்லை எனத் தப்பித்துக் கொள்ளத்தானோ? அதுவே குற்றவுணர்வு அளிப்பதாக இருந்தது. அதிலிருந்து ஜேக்கப்பை முன்னிட்ட அவர்களின் அசட்டு இரட்டைப் பொருள் பேச்சுகளை நான் பொருட்படுத்திப் பதில் அளிப்பதில்லை.

நான் இந்த அலுவலகத்தில் சேர்ந்து ஏழாண்டுகள் ஆகிறது. கல்லூரி முடித்துச் சேர்ந்த புதிதில் அலுவலகத்திலேயே வயதில் சிறியவளாய் இருந்ததில் நிறைய செல்லமும், என் வேலை தவிர்த்து நிறைய எடுபிடி வேலைகளும் கிடைத்தன. ஆறு மாதங்களில் ஒரு மீட்டிங்கில் மேலாளர் அனைவர் முன்பும் சுறுசுறுப்பாய் வேலை செய்வதாய் பாராட்டிப் பேசினார். அன்றைய நாள் முடியும் முன்னமே "கொஞ்சம் சின்ன வயசு புள்ளைங்கன்னா உடனே பல்லக் காட்டிடுவானுக" என அவரைப் பேசும் சாக்கில் என் மீதும் வெறுப்பை தூவினர். அன்றைய நாள் முழுக்க அழுது தீர்த்தேன். வயதும் அனுபவமும் கூடக் கூட மனிதர்களின் கீழ்மையை சகிக்கும் பக்குவமும், அதைக் கண்டும் காணாமல் கடக்கும் உறுதியும் வந்து விட்டது. அதிகபட்சம் வேறு வழியில் மென்மையாகப் பழி வாங்கலாம்.

ஆனால் ஜேக்கப் விஷயத்தில் அவனது போதாமையும், உடற்குறைபாடும் இவர்களுக்கு தரும் சுதந்திரமும், தைரியமும் எனக்கு சகிக்க இயலாததாய் நாளுக்கு நாள் மாறிக் கொண்டிருந்தது. அவனுக்கான என் ஆதரவு கொச்சையாக்கப்பட்டது கூட தேவலாம் எனுமளவு அவர்கள் அடுத்த கட்டமாய் அந்த ஆதரவினாலேயே அவனை மென்மேலும் சீண்டத் தொடங்கினர். அந்தக் கட்டம்

வந்ததும் நான் இது அவனுக்கு மேலும் சிக்கல் உண்டாக்கும் என்ற அச்சத்தில் மற்றவர்களிடம் அவனுக்காக போராடுவதை குறைத்துக் கொண்டேன். “நீயே பேசுடா” என அவனிடம் சில முறை சொல்லித் தோற்றும் போனேன்.

ஆனால் இன்று அவனை அடித்ததும் வரம்பு மீறிய புற வன்முறை என்ற வகையில் தாங்க இயலாமல் கேட்டு விட்டேன். ஆனால் எனக்கு எல்லாவற்றையும் விட மிக அதிர்ச்சியாக இருந்தது அங்கே யாருக்கும் அது தவறெனத் தோன்றவில்லை. குற்ற உணர்வு இல்லை. சந்திரனுக்கு எழுந்த கோபம் கூட என்னைத் தரக்குறைவாக கேஷியர் பேசியதால்தான்.

வலியவன் எளியவன் மீது காட்டும் அத்துமீறல் காதில் விழாதளவு அத்தனை செவிடாக நம் சமூகம் மாறி விட்டதா? நாளை நமக்கு நடந்தால் யார் கேட்பார் எனத் தோன்றாதா?

ஜேக்கப் மிகக் கடுமையாக உழைக்கிறான். அலுவலக வேலை தவிரவும். கேஷியருக்கு சிகெரெட் வாங்கி வரவும், மேனேஜர் வில்லாவில் தோட்டம் சீர்படுத்தவும், அவசரத்திற்கு சொந்த வேலையாய்க் கடைகளுக்கு போகவும் ஏவினர். தினம் எல்லார் மேசைகளையும், கணினிகளையும் துடைத்து சுத்தம் செய்வதில் தொடங்கி, இரவு கடைசி வாகனத்தில் அவன் எடைக்கு மீறிய பார்சல்களை லோட் ஏற்றுவது வரை எல்லா வேலைகளையும் செய்கிறான். அவன் அலுவலகம் விட்டுக் கிளம்ப இரவு பத்து மணியைத் தாண்டும்.

அலுவலகத்தில் ஏதாவது பொருள் காணவில்லை என்றாலோ, இடம் மாறி இருந்தாலோ விசாரணையே இன்றி “ஏன் எடுத்த? ஏன் மாத்தி வச்ச?” என அவனைத்தான் கேட்டனர். அவன் மறுப்பைப் பொருட்படுத்தவே மாட்டார்கள். “இப்படி ஊமைக் கோட்டான் மாதிரி இருக்கறவனைத்தான் நம்பவே முடியாது” எனத் தீர்ப்புகள் எழுதுவர் . சம்பளம் கிடைத்த மறுநாள் ஊருக்குப் போய் பணத்தைக் கொடுத்து விட்டு அடுத்த நாளே திரும்புவான்.

“ரெண்டு நாள் இருந்து அம்மா கையால சாப்டுட்டு வரலாம்ல”, என்றேன் ஒரு முறை. “அம்மாதான் போகச் சொல்லுச்சு” என்றான். அவன் பேச்சில் எந்த வலியும் இல்லை. அவனுக்கு எல்லாம் பழகி இருந்தது. அம்மாவிடமே அப்படி எனும் போது மற்றவர்கள்

பிரச்சனை இல்லை. பேச்சுக்களும், ஏச்சுக்களும், குத்தல்களும் சகஜமாகி இருந்தது.

மனதுக்கு ஆயுட்கால அனஸ்தீஷியா தந்தது போல் மரத்துப் போயிருந்தான் ஜேக்கப்!

தெரிந்தவர்களிடம் அவனுக்காக வேறு வேலைகள் இருந்தால் சொல்லும்படி கேட்டு வைத்தேன். காது கேட்காது என்றதுமே "சரி, இருந்தா சொல்றோம்" என இழுத்தனர். எவரும் பின் சொல்லவே இல்லை. நாளடைவில் எனக்கு இப்படித் தோன்ற ஆரம்பித்தது: எங்கு சென்றாலும் இது மாதிரி மனிதர்களைத்தான் எதிர்கொள்ள வேண்டும், அதற்கு இங்கேயே இருக்கட்டும். நாமாவது உதவிக்கு உடன் இருக்கிறோம் என எதோ அவனை காத்து ரட்சிக்கும் ஆளாய் என்னை நானே எண்ணிச் சமாதானப்படுத்திக் கொண்டேன்.

பழையதும் புதியதுமாக முன் பின் மாற்றி மாற்றி யோசித்து மண்டை நோவெடுத்தது.

மதிய உணவுக்கு இன்னும் அரை மணி இருந்தது. இருக்கும் வேலைகளை பார்த்தாலே சாப்பிட போக முடியாது எனத் தோன்றியது. ஜேக்கப் பார்சல்களுக்குத் தேவைப்படும் பெரிய பெரிய அட்டை பெட்டிகளை மடக்கி அடுக்கி கொண்டிருந்தான். "ஜேக்கப்" என்று சத்தமாய் அழைத்தேன். "சேச்சி" என ஓடி வந்தான். அவனுக்கு மற்றவருடையதை விட என் குரல் எளிதாக எட்டி விடுவதாய் எனக்கு ஒரு நம்பிக்கையும் பெருமையும் இருந்தது.

"கடைக்குப் போய் ஒரு காஃபி குடிச்சுட்டு வரலாம், வர்றியா?"

அன்று அவனுக்கு நேர்ந்த அவமதிப்புக்குச் சிறிய பரிகாரமாவது இந்த உலகின் சார்பில் செய்து விட வேண்டும் என எனக்கு ஒரு வெறி இருந்தது. அவனுடன் வெளியே போய்ச் சமமாக நின்று காஃபியை அருந்துவதன் மூலம் அச்சிறு அசைவை உண்டாக்க முடியும்.

மகிழ்ச்சியாய், வேகமாய்த் தலை ஆட்டினான். அவன் காசு தர வேண்டியதில்லை என அவனுக்குத் தெரியும். தவிர, வேலையில் இருந்து சில நிமிடங்கள் இடைவேளை. நான் எழுந்து கொண்டேன். சந்திரன் என்னை ஒரு மாதிரி பார்த்தான். சிரித்துக் கொண்டேன்.

இன்சார்ஜ் மேடமிடம் சொல்லி அனுமதி வாங்கி அவனையும் அழைத்துக் கொண்டு டீ கடைக்குச் சென்றேன். கடை முன் கூட்டம் இருந்தது. நான் ஒதுங்கி நின்று அவனிடம் காசு கொடுத்து, "ரெண்டு காஃபி வாங்கு" என்று சொல்லி அனுப்பிக் காத்திருந்தேன்.

இவன் கேட்டும் கடையில் மற்றவருக்கே முதலில் கொடுத்துக் கொண்டு இருந்தனர். "அண்ணா" என இரு முறை அழைத்தான். "இருடா" என அவர் அதட்ட, நான் இங்கிருந்து "வேலை இருக்குண்ணா, கொஞ்சம் சீக்கிரம் தாங்களேன்' என்றேன். 'சரிம்மா, கொஞ்சம் பொறு' என்றார். சில நிமிடங்களில் டீக் கடைச் சிறுவன் ரெண்டு காப்பிகளை கொண்டு வந்து எங்களிடம் நீட்டினான். அவன் ஒரு காலை சாய்த்து நடந்து வந்ததை கவனித்தேன். ஜேக்கப் அவனிடம் இருந்து காஃபியை வாங்கி கொண்டே "எவ்ளோ நேரம்?" என்றான்.

"கூட்டம் இருக்கில்லண்ணே!"

"எங்களுக்கு முன்னாடி வந்தவங்களுக்கு எல்லாம் முதல்ல குடுக்கறீங்க..."

"காலைல நேரம். கூட்டத்துல யாரு முதல்லேன்னு பாத்துருக்க மாட்டாங்க..."

"ஒண்ணுனா பரவால்ல. எங்களுக்கு அப்புறம் வந்த மூணு பேருக்குக் குடுத்துட்டீங்க..."

'ஜேக்கப் இவ்வளவு பேசுகிறானா, பரவாயில்லையே!' என்று சிரித்துக் கொண்டேன்.

"டேய்... அங்க என்ன அரட்டை அடிச்சுட்டு நிக்கற? வேலை கிடக்கு. வாடா சீக்கிரம்..."

டீக்கடைக்காரரின் அதட்டலைத் தொடர்ந்து சிறுவன் பயந்து திரும்பி நடந்தான். ஒரு காலைச் சாய்த்து உடலே ஒரு பக்கம் சாயச் சாய, வேக வேகமாய் எட்டு வைத்தான்.

பதினைந்து வயதுதான் இருக்கும் அவனுக்கு. பாவமாக இருந்தது. ஜேக்கப் காஃபியின் கசப்புத் தித்திப்பை உறிஞ்சியபடியே அவனைப் போலவே நடந்து பழிப்பு காட்டினான்.

“இப்பிடி விந்தி விந்தி நடந்தா எப்படிச் சீக்கிரம் வந்து தருவான், சேச்சி? விடிஞ்சிரும்!”

சிரித்துக் கொண்டே என்னைப் பார்த்தான். முதல் முறையாய் அவன் சிரிப்பில் அசட்டு இளிப்பு தெரியாமல் மகிழ்ச்சியும், பெருமையும் தெரிந்தது. எனக்குப் பயமாக இருந்தது.

(டிசம்பர் 28, 2022)

★★★

7. பரிசுத்தர்

“நாளான்னிக்குக் கல்யாணம். இப்ப இவரை இப்படி வெச்சுட்டு என்ன பண்றது?”

லோகு பயமும் பதற்றமுமாய் அய்யாவுவைப் பார்த்தாள். எரிச்சலும் இருக்கலாம். அவள் கல்யாணம் என்றது அவர்களின் மகளுக்கு எனும் போது அது வியப்பில்லை.

சுற்றி நின்ற சுற்றம் உச்சுக் கொட்டியபடி முணுமுணுத்துக் கொண்டு இருந்தது.

அய்யாவு “கொஞ்சம் பொறுமையா இரு” என்றபடி கிடத்தப்பட்டிருந்த கிழவரைப் பார்த்தான். அது அவனுக்குத் தாய் மாமன். வாய் ஒரு புறம் கோணிக் கிடக்க, வலது கையும் காலும் செயலிழந்து விழுந்திருந்தது. வாயோரம் உமிழ் நீரும் விழியோரம் கண்ணீரும் வழிந்தபடி இருந்தன. வெறித்துப் பார்த்திருந்தார் காந்தி மாமா.

அய்யாவு லோகுவின் ஒரே மகள் பூங்கொடிக்கு நாளை மறுநாள் திருமணம். எளிமையாய்க் கோவிலில் தாலி கட்டி ஹோட்டலில் வரவேற்பு என ஏற்பாடு. மிக நெருங்கிய உறவினர்கள் ஏற்கெனவே வீட்டுக்கு வரத் தொடங்கி விட்டனர். பெரும்பாலும் லோகுவின் சொந்தங்கள்தாம். லோகுவின் பெற்றோர், தம்பி குடும்பம் என

ஏற்கனவே நிறைந்திருந்த வீட்டில் அன்று மாலைதான் காந்தி மாமா வந்தார்.

பளிச்சென வெள்ளை வேட்டி சட்டையில் கம்பீரமாய் வந்து நின்றார். ஆறடிக்கு குறையாத அவரது உயரமே அவரை எந்தக் கூட்டத்திலும் தனித்துக் காட்டும்.

“வா மாமா... குமார் வரலியா?”

“அவன் அப்பறமா பொண்டாட்டி புள்ளயோட வரட்டும். நான் கிளம்பி வந்துட்டேன். உங்கம்மாவும் இல்ல. நீ ஒத்த ஆளா கஷ்டப்படுவ. வீட்டுக்குப் பெரியவங்கனு யாராச்சும் கூட வேணும்ல!”

லோகுவின் பெற்றோருக்கு இந்த வார்த்தைகள் அத்தனை ரசிக்கவில்லை என்பது அய்யாவுக்குப் புரிந்தது. பொருட்படுத்தாது மலர்ந்தே வரவேற்றான் அய்யாவு.

மாமாவுக்கு அவரது அப்பா காந்திராஜன் என்று பெயர் இட்டிருந்தார். தாத்தாவுக்கு காந்தியின் மேல் இருந்த பற்று அப்படி. அய்யாவுவுக்கும் காந்தி மாமாவுக்கும் மாமன் மருமகன் தாண்டியும் நட்பும், நெருக்கமும் இருந்தது. அய்யாவு தாத்தா வீட்டுக்குப் போகும் போதெல்லாம் மாமாவுடன்தான் சுற்றுவான். இப்போதை விட அப்போது மிடுக்கு இன்னும் அதிகம் மாமாவுக்கு. அக்கம் பக்கம் உற்றார் உறவுகளில் காந்தி மாமாவின் தோற்றத்தின் மேல் ஒரு மதிப்பும் கவர்ச்சியும் இருந்தது. ராசாவாட்டம் இருக்கான் என பெரியவர்களும், அழகன் எனப் பெண்களும் சொல்லிக் கொண்ட, எண்ணிக் கொண்ட காலம். மருமகனை அந்த உயரத் தோள்களில் சுமந்து ஊரை வலம் வருவார். அய்யாவுவுக்கு அது தேரில் பவனி வரும் கௌரவமாய்த் தோன்றும்.

“நீ பேசாம இங்கயே இருந்து படியேன்டா.”

“அப்பா திட்டும் மாமா. படிப்பு கெட்டுடும்னு கத்தும். ரெண்டு நாள் லீவு போட்டாவே ஒத்துக்காது.”

“ஆமா உங்கப்பன் பெரிய கலெக்டரு. குடிச்சுட்டு வந்து எங்க அக்காவை அடிக்கற பய தானே. அவன் கூட இருக்கறத விட நீ இங்க இருந்தா நல்லாத்தான் படிப்ப.”

காலாண்டு, அரையாண்டு, முழு ஆண்டுத் தேர்வு விடுமுறைகளுக்குப் போய் மாமாவுடன் ஆட்டமும் பாட்டமுமாய்க் களித்து, களைத்து மனசில்லாமல் ஊர் திரும்புவான். பாரதி அத்தையும் குறை இல்லாமல்தான் பார்த்துக் கொள்வாள்.

பேருக்கேற்ப மாமாவுக்குக் கோபமே வந்ததில்லை என்பதாய்த் தான் அய்யாவுவுக்கு நினைவு. ஒரே விஷயம் மட்டும் விதிவிலக்கு. தன் உடைகளின் பரிசுத்தம். காந்தி மாமாவுக்கு உடைகள் சோப்பு விளம்பரங்களில் வருவது போல் பளிச்சென்ற வெண்மையுடனே இருக்க வேண்டும். தன் மளிகைக் கடையில் அரசியல்வாதி போல வெள்ளையும் சொள்ளையுமாய் உக்கார்ந்திருப்பவர் அந்த ஊரிலேயே அவர் மட்டும்தான். வேஷ்டியிலும் மனதிலும் கறையற்ற அரசியல்வாதி. கசங்கினாலோ அழுக்குப் படிந்தாலோ உடனே நீர் எடுத்து அலசிச் சுத்தமாக்கிக் கொள்வார். அய்யாவுவுடன் விளையாடும் போது அழுக்கானால் அவனைக் கடிந்து கொள்வார்.

இதையெல்லாம் தினமும் வேடிக்கை பார்த்திருக்கும் அத்தை அலுத்துக் கொள்வாள்.

“அதெப்படி கட்டின மேனிக்கே வெளுப்பாவே இருக்குமா வேட்டி? என்ன அரசாங்க உத்தியோகமா பாக்கறாரு? மளிகைக் கடைக்கு இந்தப் பவுசு அதிகம்தான்.”

சீண்டுவாள். ஆனால் தினமும் வெளுத்து இஸ்திரி போட்டு வைப்பதும் அவள்தான்.

பள்ளி இறுதி ஆண்டுகளில் அப்பா குடித்தே குடல் வெந்து செத்துப் போக, படிப்பை நிறுத்தி வேலைக்குச் செல்லத் திட்டமிட்ட அய்யாவுவை அதட்டிச் சொன்னார்.

“நான் முடியறத அனுப்பறேன். நீ படிப்பை முடி.”

மாதா மாதம் அத்தைக்கு தெரிந்தும் தெரியாமலும் பணம் அனுப்ப ஆரம்பித்தார். மளிகைக் கடை என்றாலும் அதில் பெரிய லாபம் இல்லை. மாமாவுக்கும் மகனையும், மகளையும் படிக்க வைக்கும் சுமை இருந்தது. அதனால் அம்மாவும் தயங்கினாள்.

“பாரதி ஏதும் நினைக்க போகுது, தம்பி. இதுவரைக்கும் எவ்வளவோ செஞ்சுட்ட. இப்ப இவன் வளந்துட்டான்ல. வேலைக்குப் போயிட்டே படிக்கட்டும். உனக்கேன் சிரமம்?”

“நீ கொஞ்சம் சும்மா இருக்கியா? படிக்காமத்தான் நீயும் நானும் சீரழியறோம். அவன் ஒரு டிகிரியாச்சும் வாங்கட்டும். அப்பதான் சொல்லிக்கறாப்ல ஒரு வேலைக்குப் போக முடியும். எனக்கே இன்னொரு மகன் இருந்தா நான் படிக்க வச்சுருப்பேன்ல?”

“.......”

“எனக்கு ஒரு கஷ்டமும் இல்லை. பாரதிக்கு இதில் கொஞ்சம் தெரியும், கொஞ்சம் தெரியாது. எது சொல்லணுமோ அதைச் சொல்லிக்குவேன். யாருக்கும் எந்தக் குறையும் வராம முடிஞ்ச அளவு பாத்துக்கறேன். அவளை நான் சமாளிச்சுக்குவேன்.”

அத்தை அவ்வளவு கல் நெஞ்சம் கொண்டவள் இல்லை. ஆனாலும் மாமாவின் சிறிய மளிகைக்கடை வருமானத்தில் இரு குடும்பங்களின் சுமையை ஏற்பது சுலபம் அல்ல. கொஞ்சம் கடனும் இருந்தது. இருந்தும் பட்டப்படிப்பை முடித்து வேலைக்கு செல்லும் வரை ஆறேழு வருடம் மாமா பண உதவியும், மன பலமும் தந்து கொண்டிருந்தார்.

அய்யாவு ஒழுக்கமாகக் கல்லூரி முடித்து ஒரு தனியார் நிறுவனத்தில் கணக்கராகப் பணிக்குச் சேர்ந்தான். அந்த இடத்தில் லோகநாயகி என்ற லோகு அறிமுகமாகி காதல் வயப்பட்டதை காந்தி மாமாவிடம்தான் முதலில் சொன்னான் அய்யாவு.

“என்னடா, இப்படி சொல்லிட்ட?”

சற்றே ஏமாற்றமாய்ச் சொன்னார் மாமா. அய்யாவு குழப்பமாய்ப் பார்த்தான்.

“அதுக்கில்லடா. அத்தைக்கு நம்ம தீபாவை உனக்கு கட்டி வைக்கறதுக்கு விருப்பம். முன்னாடியே சொல்லிட்டே இருந்தா. நான்தான் நீ ஒரு வேலைக்கு போய் நிலை நின்னப்பறம் இத உங்கம்மாட்ட பேசிக்கலாம்னு இருந்துட்டேன். இப்போ பாரதிய சமாளிக்கறதுதான் பிரச்சனை. நான் உன்னைய படிக்கச் வைக்கறதுக்குப் பின்னால நம்ம மாப்பிள்ளைக்குத்தானேனு ஒரு எண்ணம் உள்ளே இருந்துச்சு அவளுக்கு.”

பெருமூச்சு விட்டார். அவர் அதை ஜீரணித்துக் கொள்ள முயல்வது போலிருந்தது.

“நல்லவேள, தீபாவுக்கு ஏதும் சொல்லி வைக்கல.”

ஆனால் மாமா சில மணி நேரங்களிலேயே தன்னைத் தேற்றிக் கொண்டு விட்டார்.

“சரி விடு. கல்யாணம் எல்லாம் எடுத்தோம் கவுத்தோம்னு பண்ற விஷயமில்லை. மனசுக்கு பிடிக்கிறது ரொம்ப முக்கியம். நீ நடக்க வேண்டியதைப் பாரு.”

ஆனால் காந்தி மாமா போல் பாரதி அத்தையால் அதைச் சுலபமாய் ஏற்றுக் கொள்ள முடியவில்லை. மாமாவிடம் சண்டை இட்டாள். சொற்களால் குத்தினாள்.

“சுத்திச் சுத்தி ஊரு பூரா கடன் வாங்கி என்னையும் புள்ளைங்களையும் கடன்காரங்க ஆக்கினதுதான் மிச்சம். இப்போ நல்ல வேலை கிடைச்சதும் புத்தியக் காட்டிட்டான்.”

அம்மா அய்யாவுவை சமாதானப்படுத்தி தம்பி மகளுக்குக் கட்டி வைக்க முயன்றாள். சற்று இழுத்துப் பிடித்திருந்தால் சில உணர்ச்சிவசப்பட்ட தருணங்களின் துணையில் அய்யாவு சம்மதித்தும் இருக்கக்கூடும். ஆனால் மாமாவே அதட்டித் தடுத்தார்.

“இன்னொரு புள்ளய பிடிச்சுருக்குனு சொல்றான். அவனுக்கு என் புள்ளய கட்டிக் கொடுத்தாலும் எப்படி சந்தோஷமா இருக்கும்? நானே ரெண்டு பேர் வாழ்க்கைலயும் கல்லத் தூக்கிப் போட்ட மாறில்ல ஆயிரும்? அதெல்லாம் வேண்டாம்.”

அய்யாவு - லோகு திருமணத்திற்கு மாமா மட்டும்தான் வந்திருந்தார். கிளம்பும் போது அம்மாவின் ஆதங்கத்திற்கு ஆறுதல் உரைத்துக் கடைசியாகச் சொன்னார்.

“என் பொண்டாட்டிய எப்பிடி சமாளிக்கணும்னு எனக்குத் தெரியாதா? எல்லாம் சரி ஆகிரும்.”

ஆனால் அது அவ்வளவு சுலபமாய் இல்லை. பாரதி அத்தை தான் ஏமாற்றப்பட்டதாய் உணர்ந்தாள். கணவனும், அவன் அக்கா குடும்பமும் கூட்டு சதியில் தன்னை வீழ்த்தி விட்டதாய் எண்ணினாள். அந்த ஏமாற்றத்தின் வெம்மை தாளாமல் புழுங்கினாள். அதைத் தன் பிள்ளைகள் மனதிலும் ஏற்றினாள். போக்குவரத்து குறைந்து, பேச்சு வார்த்தைகளும் மெல்ல நின்று

போனது. நல்லது கெட்டதுகளுக்குமே அப்படித்தான். மாமா மட்டும் அத்தைக்குத் தெரியாமல் அவ்வப்போது வந்து விட்டுப் போவார்.

அம்மா இறந்த போது மட்டும் ஊர் பேச்சுக்காக கடைசியாய் மாமாவுடன் அத்தையும் வந்து போனாள். இடையில் மாமாவின் மகள் தீபாவிற்கும், மகன் குமாருக்கும் திருமணம் ஆனது. அய்யாவுவும் லோகுவும் போய் வந்தனர். அத்தை இருவரிடமும் சம்பிரதாயமாகக் கூட ஒரு வார்த்தை பேசவில்லை. பொதுவெளி இங்கிதத்துக்காகச் சிரிக்கக்கூட இல்லை. லோகு இனி தான் அங்கு வரப்போவதில்லை என்றாள்.

பாரதி அத்தை தான் சாகும் வரை அதைத் துரோகமாகவே பார்த்தாள். இவர்களை அண்டவில்லை. அத்தை இறந்த போது அய்யாவு மட்டும்தான் போனான். லோகு பிடிவாதமாக வர மறுத்து விட்டாள். மாமா உடைந்துதான் போயிருந்தார்.

"அவளை இன்னும் கொஞ்சம் நல்லா வச்சுருந்துருக்கலாம்."

தலைகுனிந்து அமர்ந்தபடி உதிரும் கண்ணீரை உதாசீனம் செய்தபடி சொன்னார். எல்லாப் புருஷன்களுக்கும் பெண்டாட்டி சாகும் போது வரும் ஞானோதயம்தான். அய்யாவு அவரை அப்படிப் பார்த்ததில்லை. மௌனமாக எதிரே அமர்ந்திருந்தான்.

"பல வருசமா மனஸ்தாபத்துலயே ஓடிருச்சு. நானாச்சும் இறங்கிப் போயிருக்கலாம். ஒரு பொண்டாட்டியா அவ கேள்விகள்ல எல்லாம் நியாயம் இருக்கு. நான் நிறைய மறைச்சுட்டேன் அவ கிட்ட. மறைக்காம எடுத்துச் சொல்லிப் புரிய வெச்சிருக்கலாம்."

இதற்குத் தானும் மறைமுகக் காரணம் என்று அய்யாவு தலை குனிந்து இருந்தான். தான் செய்த உதவிகள் தவறு என்றோ அதற்குரிய பலன்கள் வராமல் போய் விட்டதே என்றோ மாமா இப்போது ஆதங்கப்படுகிறாரோ? சங்கடமாக உணர்ந்தான் அய்யாவு.

அத்தை இறந்தே ஆண்டுகள் இரண்டு கடந்து விட்டன. இப்போது பூங்கொடியின் கல்யாணத்திற்கு அழைக்க போனபோது கூட மாமா தவிர குமாரோ அவனது மனைவியோ வரவேற்றதில் ஒரு வேண்டா வெறுப்பு இருப்பதாய்த் தெரிந்தது. குமார் மாமாவிடம்

"உங்க மூத்த மகன் வந்துருக்கான்" என்றதில் ஓர் எள்ளல் தெரிந்தது.

தனக்காக மாமா சொந்தக் குடும்பத்திற்கே பகையாகிப் போனாரோ! பத்திரிகை வைத்து விட்டு காலில் விழுந்து எழுகையில் அய்யாவுக்கு கண்கள் கலங்கின.

"மன்னிச்சுரு, மாமா..."

"அடஎதுக்குடா? அப்படிப் பார்த்தா நானும்தான் மன்னிப்பு கேட்கனும். இதெல்லாம் இருக்கும்தான். நான் சமாளிச்சுருவேன். என் மகனை நான் சமாளிக்க மாட்டனா?"

அத்தைக்கும் இதேதான் சொன்னார் மாமாஎன எண்ணிக் கொண்டுகிளம்பினான்அய்யாவு. திரும்பும் வழியெங்கும் அவர் பற்றிய நினைவுகள் வந்தபடியே இருந்தன.

பூங்கொடியின் கல்யாணத்துக்குஇன்றுமாலை வந்த மாமா இரவு உணவுக்குப் பிறகு அய்யாவுவிடம் நன்றாகத்தான் பேசிக் கொண்டு இருந்தார்.

"ஏன் அய்யாவு நான் ஒண்ணு கேட்டா நீ தப்பா நினைக்க மாட்டியே?"

"என்ன மாமா இப்பிடிக் கேக்கற?" என்னனு சொல்லு."

"நான் ஒரு மாசம் இங்கயே தங்கிக்கவா?"

"அதுக்கென்ன மாமா! தாராளமா இரு. ஒரு மாசம் என்ன! எப்போவும் இங்கயே இரு. என் கூடவே. அதுக்கெல்லாம் கேட்கணுமா. இருக்கேன்னு சொன்னாப் போதாதா?"

"இல்லடா அது சரி வராது. இந்த ஒரு மாசம் இருக்கறது கூட நீ லோகுட்ட கலந்து பேசிட்டு சொல்லு. அப்பறம் முடிவு பண்ணலாம். ஏன்னா வீட்டின் பேரில் நீ மட்டும் இருக்கலாம். ஆனா இது அவளோடதும். அவளுக்கும் சங்கடமில்லாம இருக்கனும்."

"ம்."

"குமாருக்குக் கொஞ்சம் பணமுடை இருக்கும் போல. ஏதோ வெறுப்பாவே இருக்கான். கடைய வித்துடறேன்னு சொல்றான். அதுலயும் பெரிய லாபம் ஒண்ணும் இல்லைனு வைவி. வெல

பேசி அட்வான்ஸூம் வாங்கிட்டான். அவனும் வேலைக்குப் போய்டறான். கடைய வித்தஅப்புறம் அங்க எனக்கென்ன வேல? அந்தப் புள்ளைக்கும் தொந்தரவு."

"........."

"இன்னொன்னு தினம் கடைக்கு போய் உக்காந்து பழகிட்டு வீட்ல அடைஞ்சு கிடக்க முடியாது. நம்ப கடைல இன்னொருத்தன் உக்காந்து வியாபாரம் பண்றத பாக்கவும் தைரியமில்லாத மனசாத்தான் இருக்கு எனக்கு. அதான் ஒரு மாறுதலுக்கு. மனசு கொஞ்சம் இதுக்கெல்லாம் தயாராகிட்டா அப்பறம் ஊருக்கே போயிருவேன்."

பேசிக்கொண்டே தன்பெட்டியில் இருந்துசுற்றி வைக்கப்பட்ட ஒரு மஞ்சள்ப் பையை எடுத்தார். அய்யாவுவிடம் தந்தார்.தயக்கமாக அதை வாங்கிப்பிரித்துப் பார்த்தான். இரண்டாயிரம் ரூபாய் நோட்டுக்கட்டு ஒன்று இருந்தது. அதிலும் காந்தி சிரித்தார்.

"உன் மவ கல்யாணத்துக்கு ஒன் மாமன் வகை."

"ஏன் மாமா, இது எதுக்கு இப்போ? நீ சொல்றதுலயே தெரியுது. அங்க குமார் வீட்லபணத்துக்கு பிரச்சனைன்னு.இப்ப இதுலாம் மேலும் சுமை. நீ கைல வை."

திருப்பி அவர் கைக்குள் திணிக்க முயன்றான் அய்யாவு. அவர் முகம் மாறி கையைப் பின்னிழுத்தார். சற்றே முகத்தைக் கோபமாக்கிக் கொண்டு சொன்னார்.

"நீயும் என்னையக் கையாலாகாதவனா ஆக்காத. கடையும் போயிட்டா அப்பறம் இந்த மாமன்ட ஒனக்குத் தர எந்த வருமானமும் இருக்காது. இருக்கும் போதே தந்திடறேன். இதுதான் கடைசியா இருக்கும்னு தோனுது. என் பேச்சக் கேளு. இருக்கட்டும் வை..."

அய்யாவுவிடமிருந்து பையை வாங்க மறுத்தார். யோசனையாய்ப் பார்த்தான்.

"கஷ்ட நஷ்டம் வரத்தான் செய்யும். அதுக்காக முறை செய்யாம விட முடியாது."

அய்யாவு ஒன்றும் பேசாமல் வாங்கிப் பத்திரமாக பீரோவுக்குள் வைத்துப் பூட்டினான்.

வேலை நெருக்கடிகளில் லோகுவிடம் தனியே பேசவே சந்தர்ப்பம் அமையவில்லை என்பதால் இன்னும் அவளிடம் இதைத் தெரியப்படுத்தவில்லை அய்யாவு.

எல்லாம் முடிந்து பாதி இரவில் கல்யாண வேலை அலைச்சல் அசதியில் அரைத் தூக்கத்தில் இருந்தவனை “ஐயோ ஐயோ” என்ற லோகுவின் குரல் எழுப்பியது.

அய்யாவுதிடுக்கிட்டு எழுந்து போய்ப் பார்த்தான். வீட்டிற்கு வெளியில் இருந்த கழிவறைக்கு உள்ளே பாதியும் வெளியே பாதியுமாய்க் கிடந்தார் காந்திமாமா.

அய்யாவுஓடிச் சென்று தூக்கி அமர வைத்தான். நிலைகொள்ளாமல்சாய்ந்தார்.

யாரோ “ஹார்ட் அட்டாக்” என்றார்கள். இன்னும் ஒருவர் “வலிப்புவந்திருக்கு” என்றார். அய்யாவுவின் மாமனார்தான் “பக்கவாதம் மாதிரி தெரியுது, மாப்ள” என்றார்.

ஆட்கள் கைகொடுக்க, நடு வீட்டில் கொண்டு வந்து கிடத்தினர்.

“மாமா... மாமா...”

அய்யாவு அழைக்க, அவருக்கு காது கேட்டது அவனை நோக்கினார், ஆனால் பேச்சு எழவில்லை. தண்ணீர் கொடுத்தார்கள். பாதி குடித்து மீதி சட்டையில் வழிந்தது.

என்ன செய்வதெனப் புரியாத நிலையில் லோகு குமாருக்கு அழைக்கச் சொன்னாள்.

“நாம உடனே ஆஸ்பத்திரில சேர்த்துட்டுதகவல் சொன்னா என்ன?”

அய்யாவு அவசரமாகக் கேட்டதற்கு லோகு பல் கடித்து அவனை முறைத்தாள்.

“இப்போ ஆஸ்பத்திரில போய் யாரு உக்காறது? மணி ரெண்டுஆகுது. கிட்டத்தட்ட விடிஞ்சிருச்சு. நாளைக்கு காலைல கல்யாணம். இடையில் ஒரு ராத்திரிதான் இருக்கு. ஏகப்பட்ட வேலை கிடக்கு. நீங்களோ நானோ போய் இருந்து பார்க்க முடியுமா? இதென்ன சளி காய்ச்சலா? உடனே ஊசி போட்டுட்டு கூட்டி வரதுக்கு?”

“.........”

“குமாருக்கு போன் பண்ணி வந்துகூட்டிட்டுப் போகச் சொல்லுங்க. நம்ம புள்ள கல்யாணம் நாம எங்கயும் அசைய முடியாது. சொல்லிட்டேன்.”

அய்யாவு யோசனையாய் சற்றுத் தள்ளி நின்ற லோகுவின் தம்பியைப் பார்த்தான்.

“நீ ஆஸ்பத்திரி போவியாடா?”

அவன் ஏதோ சொல்ல வாயெடுப்பதற்குள் லோகு முந்திக் கொண்டு சொன்னாள்.

“அவன் புள்ளைக்கு தாய் மாமன். எல்லா சடங்குக்கும் அவன் வேணும். அது மட்டும் இல்லாம நாமளா ஹாஸ்பிடல்ல சேர்த்துட்டு ஒன்னு கெடக்க ஒண்ணு ஆச்சுன்னா யாரை கேட்டு சேர்த்திங்க, நாங்க பாத்துருப்போம்லன்னு கேட்டா என்ன செய்யறது?”

“ம்ம்ம்.”

யோசனையாய் அலைபேசியை எடுத்து விரல் நடுங்கப் பெயர் தேடி அழைத்தான்.

“குமாரு, மாமா இப்போ பாத்ரூம் போகைல கீழ விழுந்திருச்சுடா.”

“அதுக்கென்ன இப்போ! எந்திருச்சு உக்காரச் சொல்லு.”

குமாரின்குரலில் எரிச்சல் இருந்தது. அதற்குக் காரணம் அந்நேரத்துக்கு அழைத்து அவனது தூக்கம் கலைந்ததா அல்லது இயல்பாகவே தன் தகப்பன்மீதுமனதில் வளர்த்து வைத்திருக்கும் ஒவ்வாமையா என அய்யாவுவுக்குப் விளங்கவில்லை.

ஒருவனை அவனது மகனை விட அதிகமாக எவராலும் விரும்பவோ வெறுக்கவோ முடியாதுஎனத் தோன்றியது. ஏனென்றால் மகன் தகப்பனின் பிரதி. சொல்லப் போனால் தலைகீழ்ப் பிரதி.கோபம் வந்தாலும் அடக்கிக் கொண்டு பேசினான்.

“அதில்லடாகுமாரு... ஒரு கையும் காலும் விழுந்திருச்சு. பேச்சும் வரல.”

“இங்க நல்லாத்தானே இருந்தார் அந்த ஆளு? அடங்கிக் கிடக்காம முறுக்கிட்டு கிளம்பினா இப்படித்தான்ஆகும். அதுக்குநான் என்ன செய்ய முடியும்?”

"மத்த சமயம்னா கூடப் பரவால்லடா. நாளைக்கு புள்ள கல்யாணத்த வச்சுட்டு இப்போ நான் ஆஸ்பத்திரில மாமா கூடப் போய் நிக்க முடியாது. நான் வேணா இப்போ அட்மிட் பண்ணிட்றேன். நீ உடனே கிளம்பி வந்தினா நல்லாருக்கும்."

"நாளைக்கு காலைல கிளம்பி வரேன். ஹாஸ்பிடல்லாம் போக வேணாம். செலவழிக்க ஆகாது. அப்டியே ஓரமா போட்டு வை. நான் வந்து இங்க தூக்கிட்டு வந்துக்கறேன்."

"ஒடனே டாக்டர்ட்ட காட்ட வேண்டாமாடா?"

"தாராளமாச் செய்யப்பா. ஆனா அப்பிடி காட்டறதுனா நீயே முழுப்பொறுப்பெடுத்து பாத்துக்க. நான் வரல. எனக்கு ஏகப்பட்ட கடனும் நெருக்கடியும் இருக்கு. பூங்கொடி கல்யாணம்கறதாலதான் நான் வந்து கூட்டிட்டு போறேன்னே சொல்றேன்."

"........."

"இங்க அவ்ளோ திமிராப் பேசிட்டுதான் போனாரு ஒன் மாமா. இனி இங்க வரவே மாட்டேன். அய்யாவு என்னய தங்கமாட்டம் பாத்து நொட்டிருவான்னு..."

அய்யாவு நிலைகுலைந்தான். கடும் குற்றவுணர்வு எழுந்தது. என்னை நம்பி வந்தவர்.ஆனால்மகள் திருமணம், அதற்கான செலவுகள், ஏற்பாடுகள் எனக் கடமைகளும், பொறுப்புகளும் நிழலாடின. இந்தக் கூடுதல் பொறுப்பையும் ஏற்பதென்பது சிரமம்.

"சரிடா, புரியுது. வயசானவர். ஏதோ சொல்லிட்டார். நீ வா பேசிக்கலாம்..."

"எங்கப்பனப் பத்தி எனக்கே சொல்றியா? காலைல கெளம்பி வரேன்."

பதிலுக்குக் கூடக் காத்திருக்கவில்லை. துண்டிக்கப்பட்ட ஃபோனை அப்படியே சற்று நேரம் காதில் வைத்தபடி நின்றிருந்தான் அய்யாவு. மாமாவைப் பார்த்தான். அவர் சிரிப்பது போல் தோன்றியது. அல்லது பக்கவாதத்தில் உண்டானவாய்க்கோணலா?

குமார் காலையில் வந்து விடுவான் என்பதே ஆசுவாசமாக இருந்தது அய்யாவுக்கு. அது வரை ஏதும் நிகழாமல் இருக்க வேண்டும் என்ற எண்ணம் எழுந்ததைக் கஷ்டப்பட்டுத் தடுத்து

வைத்தான். ஒன்றும் ஆகாது. பூங்கொடியின் பிள்ளையைப் பார்த்து முறை செய்வது என எத்தனை கடமைகள் மாமாவுக்கு இருக்கின்றன!

பெருமூச்சு ஒன்று அவனிடமிருந்து வெளிப்பட்டது. இப்போதுதான் கிடத்தப்பட்டிருந்த மாமாவை நிதானமாகக் கவனித்தான். கழிவறையில் விழுந்தவரை அவசரமாய் இழுத்துக் கொண்டு வந்து போட்டதில் வேட்டி விலகிக் கிடந்தது. ஈரமாய் இருந்தது. கழிவறையில் விழுந்ததில் சட்டையும் வேட்டியும் ஆங்காங்கே அழுக்கேறி இருந்தன.

மளிகைக் கடையில் வெள்ளை வேட்டி சட்டையில் உயரமும், உறுதியான உடலுமாய் அவரை பார்க்கவே நிறைவாய் இருக்கும். பொருள் வாங்க வரும் பெண்கள் அவரை காணவே வருவதாய்க் கூடஐம்பது வயது வரை கேலிகளை எதிர்கொண்டார்.மறுக்க மாட்டார். பதிலும் வராது.வெட்கமும் பெருமையுமாய் சிரித்துக் கொள்வார்.

அத்தை இறந்த பிறகு அவரேதன் துணிகளைத் துவைத்து உடுத்திக் கொள்ளத் தொடங்கினார். அதேமாறாத வெளுப்பு. அதே கலையாத மடிப்பு. இன்னும் அதே பழையவசீகரம் இருந்தது. அந்த உயரத்திலும், உருவத்திலும், உடையிலும்.

பூங்கொடி கல்யாணத்துக்கு நேற்றுமாலை வந்த போது தன் பெட்டியை திறந்து மாற்று உடை எடுத்தார். சில நாட்களாவது தங்கும் உத்தேசத்தில் வந்திருந்ததால் பெட்டியின் உள்ளே ஒரு டஜன் வெள்ளை வேஷ்டி சட்டைகள் அழகாக துவைத்து, சீராகமடித்து வைக்கப்பட்டிருந்ததைக் கவனித்த அய்யாவு கேட்டான்.

“இன்னும் இப்பிடி இஸ்திரி போட்டு மடிச்சு வைக்கறத நீ விடலயா மாமா?”

அவனது கேள்வியை எதிர்பார்த்ததைப் போல் வெடிச்சிரிப்பாய் சிரித்தார் மாமா.

“அப்பறம் பாக்கறவன் நம்மள மதிக்கணும்ல. ஆள் பாதி ஆடை பாதிங்கறாங்களே! கட்டைல போற வர இப்டியே பளிச்சுனு இருந்துரணும்டா. அது ஒரு போத.”

இப்போது சட்டையில் மேல் இரண்டு பொத்தான்கள் அவிழ்ந்து

கிடந்தன. மாமாவின் இடது கை விரல்கள் அந்தப் பொத்தான்கள் மேல் நிரடிக் கொண்டே இருந்தன.

"அவருக்கு ஏதாவது குடிக்கக் கொடுங்கப்பா. தொண்டை நனைஞ்சு தெம்பு வரட்டும்."

யாரோ சொன்னார்கள். லோகு முணுமுணுத்தபடி போய் தேநீர் கொண்டு வந்தாள்.

மாமா மறுப்பாய்த் தலை அசைத்தார். லோகு டொக்கெனசத்தமாக டம்ளரை அருகே வைத்தாள். நள்ளிரவின் தூக்கத்தில் செய்த சமையல் வேலை நிராகரிக்கப்படுவதை எந்தப் பெண்தான் ரசிப்பாள். அய்யாவுக்கு என்ன சொல்வது எனத் தெரியவில்லை.

சட்டை பொத்தானில் இருந்த இடது கை இறங்கி, விலகி இருந்த வேட்டியைத் தேடித் துழாவியது. சட்டைக்கும், வேட்டிக்குமாய் அந்தக் கை அலைந்து கொண்டே இருந்தது.

லோகு உள்ளே போய் விட்டாள். அய்யாவு தூங்காமல் விழித்திருந்தான். மாமாவைப் பார்த்தபடி இருந்தான். அருகே வேறு வழியின்றி மற்ற சிலரும் அமர்ந்திருந்தனர்.

காலையில் குமார் ஒரு வாடகைக் காரில் வந்து இறங்கினான். அய்யாவு இறுகிய முகத்துடன் எழுந்து நின்றான்.இரவு முழுக்க காந்தி மாமா பேசவே இல்லை.

"ஆம்புலன்ஸ் வச்சுக்கலாமா?"

"அதெல்லாம் காசு அதிகம் ஆகும். இதுலயே உக்கார வச்சுக்கறேன்."

குமாருடன் அவன் நண்பன் ஒருவன் வந்திருந்தான். இருவருமாய் மாமாவைத் தூக்க வந்தனர். பார்த்துக்கொண்டிருந்த அய்யாவு திடீரெனச் சொன்னான்.

"ஒரு நிமிஷம்..."

உள்ளே போய் பூங்கொடி கல்யாணத்துக்கு மாமாவுக்கு வாங்கி வைத்திருந்த புது வேட்டிசட்டையை எடுத்து வந்து அவருக்கு நேர்த்தியாக உடுத்தி விட்டான்அய்யாவு.அவர் கோணிக் கிடந்த நிலைக்குச் சில பொத்தான்களை இணைக்க இயலவில்லை.

"இப்போ இதான் முக்கியமா! விலகு நீ."

குமாரும் அவன் நண்பனும் இணைந்து அவரை வெளியே எடுத்துப் போனார்கள்.

அய்யாவு அப்போதுதான் கவனித்தான். கழற்றிய வேட்டியிலிருந்து மூத்திர நாற்றம் அடித்தது. விழுந்த வேகத்திலோ, இடையிலோ கழித்திருக்க வேண்டும். ஒருவேளை இரவு அவரது உடையில் பார்த்த ஈரம் சிறுநீரால்தானோ? அதைச் சொல்ல முடியாமல் வேஷ்டியை இரவெல்லாம் தடவிக் கொண்டே இருந்தாரோ? மனம் துணுக்குற்றது.

யோசனையுடன் அவசர அவசரமாகப் பின்தொடர்ந்து வெளியே வந்தான் அய்யாவு. குமார் அவரை ஒரு மூட்டையைப் போல் அள்ளிக் காரின் பின்சீட்டில் திணித்தான்.

"உக்கார முடியாதில்ல."

"ஃப்ரெண்டு பிடிச்சுப்பான்."

மாமாவைப் பார்த்தான் அய்யாவு. பளிச்சென்றுதான் இருந்தார். மாமா அவனைப் பார்த்தார். இடது கையை லேசாய் எதற்கோ தூக்கினவர் சட்டையைத் துழாவினார்.

அய்யாவு அந்தக் கையைப் பிடித்ததும் அவன் கையைக் கொண்டு பொத்தான்கள் மேல் நிரடினார். பொத்தான்கள் தவறாகப் போட்டிருந்தான். சட்டெனப் புரிந்தவனாய் அவற்றை அவிழ்த்துச் சரியாகப் போட்டுவிட்டான். காந்தி மாமா சிரித்தார்.

அவரைக்காரில் திணிக்கையில் விலகிய வேட்டியை இழுத்துத் தொடையை மூடினான்அய்யாவு. இப்போது எல்லாம் சரியாக இருப்பது போல் தோன்றியது.

மாமாவின் முகத்தில் ஆசுவாசம் தெரிந்தது. சட்டையையும் வேஷ்டியையும் துழாவிக்கொண்டே இருந்த கைகள் அமைதி அடைந்தன. ஒரு பக்கமாய்ச் சாய்ந்திருந்தார்.

குமாரின் நண்பன் தன்மேல் மாமாவைச் சாய்த்து அமர்த்திக் கொண்டான்.

"பாத்துக்கோடா..."

அய்யாவுவின் குரல் குமாரின் காதுகளை எட்டும் முன் கார் கிளம்பி நகர்ந்தது.

“நான் ஒரு மாசம் இங்கயே தங்கிக்கவா?” என்ற மாமாவின் சொற்கள் அய்யாவுவுக்கு நினைவில் வந்தன. கண்கள் கசிந்தன. பின்னால் இருந்து லோகுவின் குரல் வந்தது.

“நல்லவேளை, கூட்டிட்டு போக மாட்டேன்னு ஏதும் தகராறு பண்ணுவாங்களோனு பயந்துட்டேன்.ஆயிரம் இருந்தாலும் குமாருக்கு பாசம் போகுமா? பூங்கொடிக்கு எப்பவும் இப்படித்தான் ஏதாவது மலை போல வந்து பனிப் போல விலகும்...”

அய்யாவு லோகுவைப் பார்த்து வெறுமையாகச் சிரித்தான். அர்த்தமற்ற சிரிப்பு.

“சரி, நீங்க இதையே யோசிச்சிட்டு இருக்காதீங்க. வேலை கிடக்கு. மாப்ள வீட்டுல இருந்து அவங்கள அழைக்க வண்டி அனுப்பறது பத்திப் பேசணும்னாங்க...”

அலைபேசியை எடுத்தான். பந்தல்காரர்குறுக்கிட்டு “வேலை முடிஞ்சுதுங்க” என்றார்.

“சம்பந்தி, சொல்லுங்க...”

செல்பேசியில் பேசியபடியே உள்ளே சென்ற அய்யாவு, காந்தி மாமா தந்த மஞ்சள் பையிலிருந்து நோட்டுக்களை உருவி எடுத்து வந்து பந்தல்காரருக்கு நீட்டினான்.

(ஃபிப்ரவரி 9, 2023)

★★★

8. உய்வு

"*Chellam calling...*"

நில்லாது நசநசக்கும் தூவானம் போல் இடை விடாமல் அதிர்ந்த அலைபேசியின் விரிசல் விழுந்த தொடுதிரையை எரிச்சலுடன் பார்த்தான் ராஜேஷ். பூரணியின் வதனம் திரைப் பிளவில் இரண்டாக வகுபட்டுச் சிரித்தது. 'மாசு மருவற்ற' என்று விதந்தோதச் சொல்வார்கள். பூரணிக்கு உண்மையிலேயே அப்படியொரு முகம்.

அதில் மயங்கியே அத்தனை காலமும் பித்தாய்த் திரிந்தான். அவளது செல்பேசி எண் அறிந்த நாளிலிருந்து அதே 'செல்லம்' என்ற பெயரில்தான் சேகரமாகி இருக்கிறது - இடையில் இரு கைபேசிகள் மாறி விட்டன; ஐந்தாண்டுகள் ஓடி விட்டன; அவளை மணம் செய்து மகவு பெற்றாயிற்று. ஆனால் இப்போது அப்பெயரையும் அந்த அழகு முகத்தையும் பார்க்கவே எரிச்சலாகிறது. நினைக்க நினைக்கக் கசப்பு மேலிட்டது.

வெயிலின் வெக்கைக்கும் சற்று முன் தோள் தூக்கிய சுமைக்கும் பதிலடியாக நெற்றி சுரந்த வியர்வையைச் சுண்டியபடி யோசித்தான் ராஜேஷ். ஒரு பெண் குழந்தையாய் இருக்கையில் கடவுளைப் போல அத்தனை காருண்யம் கொண்டிருக்கிறாள். குமரிப் பருவத்தில் கூட்டுப்புழு பட்டாம்பூச்சியாகச் சிறகு விரிப்பது

போல் தேவதையாகவே பரிணமிக்கிறாள். பிள்ளைகளை அள்ளிக் கொஞ்சுகிறாள். எதிரியிடமும் இன்சொல் உதிர்க்கிறாள். எல்லோரையும் அரவணைக்கும் இயல்பும் எவரையும் வசீகரிக்கும் போக்குமாய்த் திரிகிறாள். லேசாகக் கவனித்துப் பார்க்கும் ஆணுக்குக் கட்டாயம் காதல் பற்றிக் கொள்ளும். அப்படித்தான் அவன் பூரணியிடம் விழுந்தான். அந்தப் புள்ளியிலிருந்து வெறுக்கத்தக்க ஒரு ராட்சசியாக ஒரு பெண் மாறும் இடைப்பட்ட காலத்தில் திருமணம் நடந்திருக்கும். காதலைக் கொல்பவை திருமணங்கள்தாம்!

திருமணம் முடிந்த இந்த இரண்டு ஆண்டுகளில் ஆரம்ப ஆறு மாதங்கள் அத்தனை இன்பமாய்தான் கழிந்தன. சிறுவயதிலேயே பெற்றோர் அற்றுப் போய் பாட்டியிடம் வளர்ந்த அவனுக்குக் கிடைத்த முதல் உறவு பூரணி. அதுவும் காதலை எதிர்த்த பெற்றோரை யோசிக்காமல் தூரக் கடாசி விட்டு அவனிடம் அடைக்கலமானவள் என்பதால் சமரசமின்றிக் கொண்டாடினான்; உள்ளங்கையில் தாங்கினான். பகலிலும் இரவிலும் அவளிடம் கேட்டுக் கேட்டு ஒவ்வொன்றும் செய்தான்.

“அப்படி என்கிட்ட என்னத்தக் கண்ட? உன் அழகுக்கும் அறிவுக்கும் குணத்துக்கும் இன்னும் உசத்தியா ஒருத்தன் உனக்குக் கிடைச்சுருக்கலாம், செல்லம்.”

உண்மையிலேயே பெருமிதமும் குற்ற உணர்வுமாய் அப்படிச் சொல்லி இருக்கிறான்.

“அடடா! ஏமாந்துட்டேன்! வேணும்னா இப்ப எனக்குத் தகுந்த ஒருத்தனைப் பாக்கவா?”

அவள் சிரித்தபடி அவன் கண்களைக் குத்துவது போல் ஆழப் பார்த்துக் கேட்பாள்.

“விளையாட்டுக்கு கூட அப்படிச் சொல்லாத. இதைத் தாங்கவே முடியாது என்னால. உன் கோவமும், வெறுப்பும் கூட எனக்குத்தான் வேணும்கற அளவு பொசஸிவ் நான்.”

“அப்படி இருக்கறவனுக்கு எதுக்கு இந்த வெட்டி வசனம்லாம்? மூடிட்டு இருடா.”

சொல்லிக் கொண்டே அவனை இழுத்து அணைத்துக் கொள்வாள். சிணுங்குவான்.

“சரிடி. ஒரு பேச்சுக்குச் சொன்னா என்னை விட்டுப் போயிருவேன்னு சொல்வியா?”

“டேய்...”

நினைவுகளை அறுத்து நடப்புக்கு இழுந்து வந்த குரலுக்குப் பவ்யமானான் ராஜேஷ்.

“அண்ணே...”

இன்சார்ஜ் வேணு நின்றிருந்தார். முகத்தில் ஒரு தழும்பைப் போல் நிரந்தமாகத் தங்கி விட்ட கடுகடுப்பு. மிக ஒல்லியான உடல். அவனால் அவரை எளிதாக முறித்துப் போட முடியும். ஆனால் சாத்தியம் வேறு, யதார்த்தம் வேறு. குறுக்கே அதிகாரம் நிற்கிறது.

“என்னடா மசமசன்னு நிக்கற? லோடு எடுத்துட்டுப் போய் டெலிவரி பண்ணணும்ல?”

க்ரைண்டர் கற்கள் தயாராய் இருந்தன. மினி வேனில் ஏற்றிக் கொண்டு கிளைகளில் கொண்டு போய் இறக்க வேண்டும். ராஜேஷ் குழப்பத்தில் அப்படியே நின்றிருந்தான்.

“ஸாரி ஸார்... இப்ப ஏத்திருவேன்.”

க்ரைண்டர் தயாரிப்பு நிறுவனம் அது. மொத்த விலை வணிகம். ராஜேஷ் அங்கே டிரைவர், லோடுமேன் என இரண்டுமாகவும் இருக்கிறான். சம்பளம் ஒன்றுதான். திரையில் கோடு விழுந்த செல்பேசியை மாற்றாமல் சமாளிக்குமளவு சம்பளம்.

பாலு முகத்தில் புன்சிரிப்புடன் வந்தார். அவனது வயது அவரது அனுபவம் என்று சொல்ல முடிந்த வயது. ஆனால் அவர் சொல்வதில்லை. ஏனெனில் அப்படி நரைத்த அனுபவம் இருந்தும் அவனும் அவரும் அங்கே ஒரே வேலையைக் கிட்டத்தட்ட ஒரே சம்பளத்துக்குப் பார்க்கிறார்கள். சிலருக்குத் திறமை அவ்வளவுதான். போதுமென்ற மனம் வந்து விட்டால் தேங்கி நின்று விட வேண்டியதுதான். ஆனால் ராஜேஷுக்கு பாலுவைப் பிடிக்கும். நம்மிலும் திறன் குறைந்தவர்களை யாருக்குத்தான் பிடிக்காது!

கனமான க்ரைண்டர் கற்களை பாலுவும் அவனும் சேர்ந்து

வேனில் ஏற்றினார்கள். ஆரம்ப நாட்களில் இந்தக் கற்களை சுமந்து இரவெல்லாம் கையை அசைக்கக் கூட முடியாமல் அவதிப்பட்டிருக்கிறான் ராஜேஷ். இப்போது பழகிவிட்டது. வலியெல்லாம் உடலிலிருந்து மனதிற்கு மாறிவிட்டது. மனம்தான் வலி மரக்காத சொகுசுடையது.

லோடு ஏற்றுகையில் திரும்ப அலைபேசி அடித்தது. பாலு சலிப்பாய்ச் சொன்னார் -

“எடுத்துப் பேசிட்டு வாடா...”

“இருக்கட்டும்ணா. அப்பறம் பேசிக்கறேன்.”

நாலு க்ரைண்டர்களை அவர்கள் வேனில் ஏற்றி முடிப்பதற்குள் மறுபடி அடித்தது.

“எடுத்துப் பேசுடா. கூப்பிடறது பொண்டாட்டினா எடுக்கற வரை விட மாட்டாளுக.”

பாலு சொல்லவும் ராஜேஷ் எரிச்சலுடன் திரை விரிசலைத் தடவி விட்டுக் கேட்டான் -

“என்ன?”

“காலைல இருந்து எத்தனை தடவ கூப்டுட்டே இருக்கேன். எடுத்துப் பேச முடியலயா? அந்த அளவுக்கு ஆகாம போய்ட்டேனா? பேசக் கூட முடியாதவன் என்ன மயித்துக்கு கல்யாணம் பண்ணிக்கற? நான் கசந்து போற அளவு எவளாச்சும் கிடைச்சுருப்பா.”

“ஏய். வேலையா இருந்தேன். கண்டதும் உளறாம என்ன விஷயமோ அதச் சொல்லு.”

“என்னனு உனக்கும் தெரியும். அதான் இத்தனை தடவ பண்ணியும் ஃபோன் எடுக்கல.”

“ம்.”

“பணம் ரெடி ஆச்சா?”

“ஏற்பாடு பண்ணிட்டுத்தான் இருக்கேன். கிடைச்சதும் சொல்றேன்.”

“இரண்டு மாசமா இதத்தான் சொல்ற. ஆனா ஒண்ணும் நடக்கல.”

“இப்படி ஃபோன் பண்ணி டார்ச்சர் பண்ணினா ஒண்ணும் வெளங்காது.”

அவள் பதில் சொல்லும் முன் அதைக் கேட்க அஞ்சியது போல் துண்டித்தான். ஓர் உரையாடலில் இறுதிச் சொல் உதிர்ப்பவனே வென்றவன் என நம்புகிறார்கள்.

“தேவடியா முண்ட...”

ஆவேசமும் வெறுப்புமாய் அந்தச் சொல்லை உச்சரித்துக் காறி உமிழ்ந்தான்.

அருகே நின்றிருந்த பாலு திடுக்கிட்டு அவனது தோளைத் தட்டினார்.

“என்னடா பேசற?”

“ஸாரிண்ணே. ஏதோ டென்சன்ல...”

“என்னாச்சு? ஏதும் சண்டையா?”

“அது ஒண்ணுமில்லண்ணே...”

“சும்மா சொல்லுடா.”

“ம்.”

“அந்த வார்த்தை சொல்லிட்டு என்னனும் சொல்லலைனா நான் என்ன நினைப்பேன்?”

அது ஒரு தூண்டில். ராஜேஷ் திடுக்கிட்டுப் பார்த்தான். அவசரமாய்ச் சொன்னான் -

“அதில்லண்ணே... பூரணியோட அக்காவுக்கு கல்யாணம் வெச்சிருக்கு. மாமனார் சமீபத்துல இறந்துட்டார். அதனால நான் சில பொறுப்புகளை எடுக்க வேண்டிய கட்டாயம். அதுல எங்களுக்குள் சில நாளாவே கொஞ்சம் உரசலாப் போகுது.”

“பணத் தேவையா?”

“ஆமா...”

“தங்கச்சி புள்ள பெத்தாச்சு. அக்காளுக்கு இப்பத்தான் கல்யாணமா?”

“அதெல்லாம் இல்லண்ணே. பூரணிக்குத்தான் சீக்கிரமா கல்யாணம் ஆகிடுச்சு.”

“ம். உன்னுது லவ் மேரஜ்ல?”

“ஆமா. எங்க லவ் மேட்டர் அவ வீட்ல தெரிஞ்சதும் அவுங்க அவளை அடிச்சு மிரட்ட, என்கிட்ட ஓடி வந்துட்டா. அப்ப அவங்க அக்காவுக்கு வரன் பாத்துட்டு இருந்தாங்க.”

“ம்.”

“நாங்க கல்யாணம் பண்ணினது தெரிஞ்சதும் பூரணி அப்பாவுக்கு ஹார்ட் அட்டாக். ட்ரீட்மெண்ட் அது இதுன்னு செலவு. மன உளைச்சல், தீராத நோய், பணக் கஷ்டம்னு அவுங்க அக்காவுக்கு கல்யாணத் தேடலே நின்னு போச்சு. கேப் விழுந்து இப்பதான் திரும்பப் பாத்து முடிவாகி இருக்கு. நடுவுல என் மாமனார் வேற காலமாகிட்டாரு.”

“ம்ம்ம்... எவ்ளோ தேவைப்படும்?”

“சாப்பாடு, மண்டபச் செலவு நான் ஏத்துக்கறேன். மூணு லட்சமாவது வேணும்ல?”

“வர்ற ஆளுங்கள பொறுத்துதான்... அஞ்சு லட்சம் வரை கூட ஆகலாம்.”

பேசிக் கொண்டே லோடு ஏற்றி முடித்தனர். பெருமூச்சுடன் ராஜேஷ் சொன்னான்.

“சரி, நான் வர்றேண்ணே. பேசிட்டு நிக்கறதப் பார்த்தா அந்த ஆளு வேணு கத்துவார்.”

ஏறி அமர்ந்து வண்டியை உயிர்ப்பித்தான். கண்கள் நண்பகலில் மயமயத்தன.

★★★

எட்டாம் மாதத்திலேயே அவசரமாக அக்ஷயா பிறந்தாள். பூரணி அழைத்து விஷயம் சொன்னதும் அவளது அம்மாவும் அக்கா ரம்யாவும் உடனே வந்து பார்த்து, கண்ணீர் உகுத்து, தாயையும் சேயையும் ஆஸ்பத்திரியிலிருந்து நேராக ஊருக்கு அழைத்துப் போனார்கள். ராஜேஷுக்கு நிம்மதியாக இருந்தது.

அவனால் சூழலைச் சமாளிக்க இயலவில்லை. ஆனால் அங்கே போனதிலிருந்துதான் பூரணி மெல்ல மாறிப் போனாள் எனத் தோன்றியது. கஷ்டமோ நஷ்டமோ இங்கேயே வைத்து அவனே பார்த்திருக்கலாம்.

மூன்று மாதம் முன் ரம்யாவுக்கு மாப்பிள்ளை முடிவானதுமே பூரணி அழைத்தாள்.

"இங்க பாரு. சிசேரியன் பண்ணிட்டு கைல குறை மாசக் குழந்தையோட நிக்கறேன். யார் வந்து நின்னா துணைக்கு? சொல்லாம கொள்ளாம ஓடி வந்தும் பிரசவம்னதும் எங்கம்மாவும் அக்காவும் பாக்க வந்தாங்கல்ல. நம்மாலதான் ரம்யா கல்யாணம் தடைபட்டுது. இப்ப இந்த மாப்பிள்ளைக்கு நல்ல வேலை. அவளுக்கும் பிடிச்சிருக்கு."

"ம்."

"அவங்க தனியாளா கல்யாணத்த பண்ண முடியாது. நாம தான் பொறுப்பெடுத்து செஞ்சாகணும். நகைலாம் ஏற்கனவே இருக்கு. அப்பா செஞ்சு வச்சது. மண்டபம், சாப்பாடு செலவு மட்டும் எடுத்து கல்யாண வேலைகளை முன்ன நின்னு நடத்திக் கொடுக்கணும். கொஞ்சம் சேமிப்பும் இருக்கு, ரம்யா வேலைக்குப் போய்ச் சேர்த்து வச்சது. அதுல மத்த செலவுகளைப் பாத்துக்கலாம்னு அவளே சொல்லி இருக்கா."

அது நியாயமாகத்தான் பட்டது ராஜேஷுக்கு. பூரணி அதைப் பிராயச்சித்தமாகப் பார்த்தாலும், நன்றிக்கடனாகப் பார்த்தாலும், தன் கௌரவம் காட்டும் விஷயமாகப் பார்த்தாலும் அவளது எண்ணத்தை நிறைவேற்றி விடுவது என்று உறுதி பூண்டான்.

ஆனால் யதார்த்தக் கணக்கு அவனுக்கு ஒத்துழைக்க மறுத்தது. ஐந்து வருடங்களுக்கு மேல் வேலைக்குப் போனாலும் ராஜேஷுக்கு சேமிப்பு எனப் பெரிதாய் ஏதும் இல்லை. அவனது வேலை தரும் சம்பளம் மாதத் தேவைகளுக்கே சரியாகப் போகிறது. பூரணி வந்த பின் அவளது வற்புறுத்தலில் ஒரு மாதச் சீட்டுப் போடுகிறான். சேமிப்பு என்று பார்த்தால் அது ஒன்றுதான். ஆக, இனிதான் பணம் திரட்ட ஆரம்பிக்க வேண்டும்.

மாதா மாதம் தன் செலவு போக மீதச் சம்பளத்தை குழந்தையுடன் மாமியார் வீட்டில் இருக்கும் பூரணிக்கு அனுப்புகிறான். அக்ஷயா பிறந்தது முதல் செலவு இரு மடங்கு. அக்ஷயா பிறந்து பூரணி அங்கே போய் ஆறு மாதமாகிறது. ஒரு ரூபாய் நிற்கவில்லை.

பூரணி செல்லம் என்பதால் அக்ஷயா செல்லக்குட்டி ஆகி விட்டாள். ஞாயிறு தவறாமல் ஊருக்குப் பேருந்து ஏறி விடுகிறான். ஒரு முறை செல்லக் குட்டியைக் கொஞ்சுவதைப் போல் செல்லத்தைக் கொஞ்சிக் கொண்டிருந்தவன் அங்கலாய்ப்பில் கேட்டுவிட்டான்.

“இத்துனூண்டு புள்ளைக்கு மாசச் சம்பளத்தில் பாதி போகுது. இத்தனைக்கும் தாய்ப் பால்தான் குடிக்குது.”

“பெத்த புள்ளைக்கு செலவுக்கு கணக்கு பாக்கற? அப்ப கல்யாணம் பண்ணி புள்ள பெத்துருக்கக் கூடாது.”

ராஜேஷ் அடிபட்டது போலானான். அவளிடமிருந்து விலகி விட்டு முணுமுணுத்தான்.

“யதார்த்தமாத்தானே கேட்டேன். என் புள்ளைக்கு நான் செய்ய மாட்டனா?”

“நீ செஞ்சு கிழிச்ச. ஹாஸ்பிடல்ல இருந்து டிஸ்சார்ஜ் பண்ணிக் கிளம்பும் போது கூட பணம் கட்டினது எங்கம்மாதான். பால் புட்டியும் தொட்டிலும் நாலு சட்ட துணியும் வாங்கித் தந்ததைச் சொல்லிக் காட்டறயா? பொம்பள குழந்தை பொறந்து ஆறு மாசமாச்சு. பொட்டு தங்கமாச்சும் வாங்கி அதுக்குப் போட்டு அழகு பார்த்தியா?”

இப்படித்தான் இந்த ஆறு மாதமாகவே உரையாடல்கள் கசப்பாய் இருக்கின்றன. சில சமயம் அவனது பொருளாதாரச் சூழல் என்னவென்றே தெரியாத அந்நிய ஓர் ஆள் போல் பூரணி பேசுவது வியப்பாகவும் குழப்பமாகவும் இருந்தது ராஜேஷுக்கு.

ரம்யாவுக்கு திருமணம் நிச்சயமானபின் உரையாடலில் இன்னும் மாற்றம் வந்தது.

“இன்னும் கல்யாணம் கூட ஆகல. ரம்யா மாப்பிள்ளை அவளுக்கு இப்போவே போன் ஃவாங்கி தந்திருக்காரு, இத்தனைக்கும் அரேஞ்சிடு மேரேஜ்.”

“ம்.”

“நானும் அடிக்கடி ஹேங் ஆகுது, ஒரு மொபைல் மாத்தணும்னு கேட்கறேன் ரெண்டு வருசமா. ம்ம்ம்... எங்க நடக்குது?”

“அடிக்கடி மெமரி தீர்ந்திடுது. பாப்பாவை ஃபோட்டோ எடுக்கக்கூட முடில. பழைய ஃபோட்டோ டெலீட் பண்ணனும்.”

“நீ நல்லா இருக்கியா? செல்லக்குட்டி என்ன பண்றா?”

“ரம்யா மாப்பிளை வந்திருந்தாரு. புள்ளைக்கு ஒரு ஸ்வெட்டெரும் வாட்டர் பெட்டும் வாங்கிட்டு வந்திருந்தாரு. காஸ்டலியா இருக்கும் போல.”

“நான் என்ன கேக்கறேன். நீ என்ன பேசற?”

“ஏன் உனக்கு குத்துதாக்கும்? அவளுக்காவது நல்ல மாப்பிள்ளை அமைஞ்சிருக்கு. நல்லபடியாக் கட்டிக் குடுக்கணும். பணத்துக்கு ஏற்பாடு பண்ணற வழிய பாரு.”

எரிச்சலுடன் துண்டித்தான். அவளும் மறுபடி அழைக்கவில்லை. அவன் எரிச்சலாக வேண்டும் என்பதுதான் நோக்கமோ! அதன் மூலம் அவனை மேலும் உந்தி விரைந்து பணம் திரட்ட வைக்கும் உத்தி. எத்தனை இனிமையான குரலும் கசந்து போவது உரையாடலின் உள்ளடக்கத்தில் உள்ளது. பூரணியிடம் பேசவே வெறுத்து, பேசவே பயந்து, பேசுவதையே தவிர்க்க பழகிக் கொண்டு இருக்கிறோமோ என்று பயமே வந்தது ராஜேஷுக்கு. வேறொரு நாள் வேறொரு பேச்சு. ஆனால் திசை ஒன்றே!

“ரமயாவும் மாப்பிள்ளையும் படத்துக்கு போயிருக்காங்க. கார்ல வந்தாரு. ஜோடியா கார்ல போறது பார்க்க கெத்தாதான் இருக்கு. நாமளும் அப்படிப் போகணும்.”

“நமக்கு என்ன முடியுமோ அது பத்தி மட்டும் யோசி, பூரணி.”

“உனக்கு என்னதான் முடியும்? எதுவும் முடியாதுனு சொல்வே. துப்பு இருக்கறவன் முடியும்னு யோசிப்பான். அதுக்கு என்ன செய்யலாம்னு முட்டி மோதுவான்...”

சிந்தனைச் சிதறலில் குறுக்கே ஓர் ஈருருளிக்காரன் வருவதைக் கவனிக்காமல் ராஜேஷ் மினி வேனைச் செலுத்தி இறுதிக் கணத்தில்

சுதாரித்து ப்ரேக்கை மிதித்து வண்டிச் சக்கரம் தேய்த்தான். இருவரும் பரஸ்பரம் அடுத்தவர் தாயின் கற்பை விசாரித்து விட்டு விலகினர். ராஜேஷ் கவனத்தை சீராக்கி நகர்த்த ஆரம்பித்தான்.

★★★

மதிய உணவு இடைவேளையின் போது பாலு நினைவு வந்தவராகக் கேட்டார் -

“டேய், பணம் வேணும்னு கேட்டல்ல. நம்ம இன்சார்ஜ் கிட்ட பேசிப் பாத்தியா?”

“இல்லண்ணே. இவ்ளோ பெரிய தொகைலாம் எப்படி ஆபீஸ்ல கேக்க? ஏதோ ஆயிரம், ரெண்டாயிரம் அட்வான்ஸ்னா கேட்கலாம்.”

“ஆபீஸ்ல இருந்து தர மாட்டாங்க. தெரிஞ்சதுதான். இதுக்கு முன்ன நம்ம நடேசனுக்கு அம்பதாயிரம் ஏற்பாடு பண்ணி இருக்கார் வெளிய. மூணு வட்டி. கேட்டுப் பாரேன்.”

“அப்படியா? அந்தாளு சிடுசிடும்பானே!”

“ரோஷப்பட்டு என்ன ஆகுது. வேலை நடக்கனும்.”

“சரி, எதாவது பேசினாலும் கொடுத்தாப் பரவால்ல.”

“கேட்டுப் பார்க்கறதுல ஒண்ணும் நட்டமாகாது. வந்தா மலை...”

இருவரும் சேர்ந்து அந்தப் பழமொழியை ஒன்றாகச் சொல்லி முடித்துச் சிரித்தார்கள். பாலு தலையைத் தடவிக் கொண்டார். முழு வழுக்கை. ராஜேஷ் புன்னகை செய்தான்.

★★★

பணி முடிந்து கணக்கு ஒப்படைத்துக் கிளம்புகையில் இன்சார்ஜிடம் இழுத்தான் -

“அண்ணே, ஒரு ஹெல்ப்...”

“என்ன லீவு கீவு கேக்க போறியா? தர முடியாது. இங்க ஆளே இல்ல தெரியும்ல!”

“அதில்லண்ணே... வீட்ல ஒரு விசேஷம் வச்சுருக்கு. அதுக்குப் பணம் தேவைப்படுது.”

“புள்ளைக்குக் காது குத்தா? கொழந்த பொறந்து ஆறு மாசம்தானடா ஆகுது?”

“இல்லண்ணே... சம்சாரத்தோட அக்காவுக்கு கல்யாணம் வெச்சிருக்காங்க.”

“அதுக்கு நீ ஏன்டா பணம் பொரட்டற? அதெல்லாம் அவங்க வீட்லதான பாக்கணும்?”

“என் வைஃப் டெலிவரிக்குப் பார்த்தாங்க. மாமனாரும் இல்ல. அதனால நான் சில செலவுகள எடுக்கற எண்ணம்ணே... மண்டபம், சாப்பாட்டு செலவு இது ரெண்டும்.”

“ஓ! பெரிய மனுசன்டா நீ.”

அதில் கேலி இருக்கிறதா என அவர் முகத்தை உற்றுப் பார்த்தான். தெரியவில்லை.

“சரி, எவ்ளோ தேவைப்படும்?”

“ஒரு மூணு லட்சம்...”

“மூணு லட்சமா? வீட்டு பத்திரம், இல்லைனா நகை ஏதாவது ஏற்பாடு பண்ணு.”

“அப்படி ஏதும் என்கிட்ட இல்லயேண்ணே. பைக்தான் இருக்கு. அதும் பழசு.”

“டேய், பணம் நான் கொடுக்கல. தெரிஞ்ச ஃபைனான்ஸ்லதான் வாங்கணும்.”

“ம்.”

“நானாவே இருந்தாலும் எப்படித் தருவேன்? நீ இங்க வேலைக்குச் சேர்ந்தே ஒரு வருஷம்தானே ஆகுது. உன்னைய நான் எப்பிடி நம்பறது சொல்லு மொதல்ல.”

“..........”

“அப்ப தெரியாதவன் எந்த உத்தரவாதமும் இல்லாம எப்படிடா பணம் தருவான்?”

“கண்டிப்பா பணத்தைத் திருப்பித் தந்திருவேண்ணே. சீட்டு ஒண்ணு போட்ருக்கேன். அது ஒண்ணர லட்சம் வரும் ஆறு

மாசத்துல. வந்ததும் அப்படியே தந்திருவேன். மீதிப் பணம் ஒரு வருசத்துக்குள்ள தந்திருவேன். அதுக்கு ஐடியா இருக்கு. மாசா மாசம் வட்டியும் கரெக்டா கட்டிடுவேன். நீங்க என் சம்பளத்துல இருந்து கூட நேரா எடுத்துக்கலாம்."

"சரி நான் கேட்டுச் சொல்றேன். உறுதியா நம்பாத. வேற பக்கமும் முயற்சி பண்ணு."

"ம்ம்ம்... சரிங்கண்ணே!"

★★★

வீட்டுக்குத் திரும்பி வியர்வை வீச்சம் போக குளித்துப் படுக்கையில் சாய்ந்தவனின் மனம் பணம் கிடைத்தாலும் சொன்னது போல் சுலபமாக அதை அடைக்க முடியுமா எனக் குழம்பியது. மாத வட்டி போனால் பூரணிக்கு எப்படிப் பணம் அனுப்புவது?

தற்காலிக ஆறுதல் போல் அலைபேசி கதறியது. அவள்தான். ஆக, ஆறுதல் இல்லை.

"ம்."

"என்னாச்சு? பணம் ஏற்பாடு பண்ணினியா?"

"நாலைஞ்சு இடத்துல கேட்டு வச்சுருக்கேன். ஏதாவது கிளிக் ஆகும்."

முழு நிஜம் இல்லை எனினும் இத்தனை நாளில் இன்றுதான் சற்று நம்பிக்கையான பதில் சொல்கிறான். அமைதியாய் "சரி" என்றவளிடம் ஆச்சரியமாகக் கேட்டான் -

"என்னாச்சு? டல்லா இருக்கியா?"

"ம்ம்ம். இல்ல."

பின்னணியில் அக்ஷயாவின் அழுகைச் சத்தம் கேட்டது.

"ஏன் செல்லக்குட்டி அழுவுது?"

"கொழந்தைனா அழத்தான் செய்யும்."

"சரி சரி... பாத்துக்கோ அவளை. நீ நல்லா இருக்கியா?"

"என்ன திடீர்னு அக்கறை?"

"இல்ல... ரொம்ப அமைதியா பேசறியே உடம்பு கிடம்பு சரி இல்லயோன்னு..."

"அப்படின்னா நான் ராட்சஷி கணக்கா எப்போவும் கத்தறேன்னு சொல்றியா?"

"சும்மா ஜாலியா பேசினா கூட ஏன் இவ்ளோ கடுப்பாகற? வர வர உங்கிட்ட பேசவே பயமா இருக்கு. எப்போ கடிச்சு வைப்பியோன்னு யோசிச்சு யோசிச்சுப் பேசறேன்."

"நானென்ன பைத்தியமா கடிச்சு வைக்க? அப்படி தலைவிதியேனு பேச வேண்டாம்."

இணைப்பு துண்டிக்கப்பட்டது. செல்பேசியையே வெறித்துக் கொண்டிருந்தவன் மனதில் லேசாய் கோபமும், நிறைவாய் நிம்மதியும் பரவுவதைக் கவனித்தான்.

★★★

மறுநாள் ராஜேஷ் வேலைக்குப் போனதும் இன்சார்ஜ் வேணு அவனை அழைத்தார்.

"லோன் வேணும்னு கேட்டல்ல? மூணு முடியாது. ரெண்டுக்கு ஏற்பாடு பண்ணலாம்."

"பரவால்லண்ணே. எவ்ளோ கிடைச்சாலும் நல்லது. ரொம்ப நன்றிண்ணே."

"இருடா. அவசரப்படாதே. முதல்ல கண்டிஷன்லாம் கேட்டுக்க. அப்புறம் சொல்லலனு மாத்திப் பேசக் கூடாது. மூணு வட்டி கொடுத்துடனும். முடியுமா?"

"ம். பாத்துக்கலாம்ணே."

"பார்க்கறியா! மாசா மாசம் அஞ்சாந்தேதி வட்டி வந்துடனும். உன் பைக் பேப்பர்ஸ் அடமானம் குடு. அது போக வெத்துப் பத்திரம் ஒண்ணுல கையெழுத்து. அப்பறம் உன் பேர்ல நம்பகமான பெரிய ஆள், அல்லது அதிகாரி யாராச்சும் உத்தரவாதம் தரணும்."

"சரிண்ணே..."

"உனக்கு உத்தரவாதம் யார் குடுப்பா?"

"பாலு எனக்காகக் கையெழுத்துப் போடுவார். வேற யாரும் இல்லைங்கண்ணே."

"யாரு பாலு?"

"நம்ம ஆபீஸ் சர்வீஸ்மேன்."

"டேய், என்ன நக்கல் பண்றயா?"

"அண்ணே..."

"வாங்கற பணத்தை நீ திருப்பி தராட்டி அதைத் தான் குடுக்கக் கூடிய நிலையில் இருக்கறவங்கதான் ஷ்யூரிட்டி கையெழுத்து போட முடியும். உன்கிட்டயே பிச்சை எடுக்கற நிலைல இருக்கறவன் தர்ற உத்தரவாதத்தை வெச்சு நாக்கு வழிக்கறதா?"

ராஜேஷ் மௌனமானான். ஆனால் அவனது மனம் கொதித்துக் கொண்டிருந்தது.

"யாராச்சும் இருக்காங்களான்னு பாரு. எல்லாம் ஏற்பாடு பண்ணிட்டு சொல்லு."

"சரிங்கண்ணே."

அடுத்து வந்த ஞாயிற்றுக் கிழமை சற்றுத் தெம்புடன் ஊருக்குக் கிளம்பினான்.

★★★

பூரணியின் அம்மா சிரித்தபடி ராஜேஷை வரவேற்றார். இந்த ஆறு மாதத்தில் மாறாத அதே சிரிப்பு. குறைந்ததும் இல்லை; கூடியதும் இல்லை. ரம்யா, "வாங்க..." என்று அழைத்து விட்டு அலைபேசியில் சிரிப்பதை அல்லது சிணுங்குவதைத் தொடர்ந்தாள்.

வாங்கிப் போன தின்பண்டங்களையும் குழந்தைக்கான கிளுகிளுப்பானையும் லைட் எரியும் பொம்மையையும் பூரணியிடம் கொடுத்தான் ராஜேஷ். எந்த உணர்ச்சியும் இன்றி வாங்கி பிரித்து பார்த்து விட்டு ஓரமாய் மேசையில் போட்டு விட்டுக் கேட்டாள்.

"பணம் என்னாச்சு?"

அவள் கண்களை உற்றுப் பார்த்தான். அதில் வெயிலில் ஊர் விட்டு ஊர் வந்தவன் மேல் ஏதேனும் பிரியமோ குறைந்தது இரக்கமோ தெரிகிறதா என்று தேடினான்.

ம்ஹூம்.

அக்ஷயா குப்புற விழுந்திருந்தாள். அதைக் கூடத் தன்னிடம் சொல்லவில்லை என உறைத்தது. சட்டெனக் கண்கள் உடைந்ததைச் சமாளித்து அவளை எடுத்து மடியில் வைத்துக் கொண்டான். பால் வாசனையுடன் பற்கள் இல்லாத சிரிப்பைத் தந்தாள். அவளுக்குத் தான் தகப்பன், தன் தாய்க்கு நிகர் எனத் தெரியுமா என யோசித்தான்.

அருகில் அமர்ந்த பூரணி கிசுகிசுப்பான குரலில் மறுபடி அழுத்தமாகக் கேட்டாள் -

"பணம் என்னாச்சு?"

"ஏற்பாடு பண்ணிட்டு இருக்கேன். ஆனா ஏதாவது சூரிட்டி கேக்கறாங்க. நகையோ பத்திரமோ. வண்டிய வைக்கறேன்தான் ஆனா அது அவ்ளோ மதிப்பு இல்லைல்ல!"

"ம்."

"இல்லைனா யாராச்சும் பெரிய ஆளுங்க ரெகமெண்டேஷன் கேக்கறாங்க. உங்க அம்மாவுக்கோ உங்க சொந்தக்காரங்களுக்கோ யாரையாச்சும் தெரியுமா?"

"எங்களுக்கு யாரத் தெரியும். ஆம்பள உனக்கே தெரில. அப்பாவோட போச்சு."

"ம்."

"நீ என்ன பண்ணுவியோ! எப்படியாச்சும் பணத்தை ரெடி பண்ணிடு."

எரிச்சலுடன் அவளைப் பார்த்தான். மெலிந்திருந்தாள். தூக்கமின்மை கண்களில் கருவளையமாகத் தெரிந்தது. அவளைப் பார்க்கவும் பாவமாக இருந்தது. பிரசவம் பிய்த்துப் போட்ட உடலைத் தேற்ற சத்தான ஆகாரம் போதுமான அளவு இல்லை.

"நீ எப்பிடி இருக்க? ஒழுங்கா தூங்கறதில்லயா?"

"ம். தூங்கலாம். தூங்கலாம்."

மதிய உணவு தயாராகிக் கொண்டிருந்தது. மீன் வறுக்கும் வாசனை நாசியில் ஏறி பசியைத் தூண்டியது. சரியாகச் சாப்பிடும் நேரத்தில் ரம்யா மாப்பிள்ளை வந்தார்.

அவர் வாங்கி வந்திருந்த கேக்குகளும், உயர் ரக சாக்லேட்களும் மேசை மீதிருந்தன. அருகில் அவன் வாங்கிப் போன ஜிலேபியும் முறுக்கும் சோபையாய்த் தெரிந்தன.

மதிய உணவின் போது ரம்யா அவரை விழுந்து எழுந்து சிரித்து ரசித்து கவனித்துக் கொண்டிருந்தாள். மாமியார் ராஜேஷிடம் வழக்கமாகச் சிரிப்பதை விடக் கூடுதலாக அவரிடம் சிரித்தாள். பூரணியே ஒரு தேவதூதனைப் போல் அவரைப் பாவித்தாள்.

பூரணி தன் இலையில் மீன் வறுவலை வைத்தாளா வீசினாளா என ராஜேஷுக்குக் குழப்பமாய் இருந்தது. ரசம் கேட்ட போது நங்கென ரசக் குண்டானை அவனருகே நகர்த்தி வைத்தாள். சங்கடமாய் உணர்ந்தான். விரைவாய் உண்டு எழுந்தான்.

அக்ஷயாவைச் சற்று நேரம் கொஞ்சி விட்டு பூரணியிடம் சொல்லிக் கொண்டு கிளம்ப ஆயத்தமானான். கூடத்தில் மாமியார் தூங்கி கொண்டிருந்தாள். அவ்வீட்டின் ஒரே அறையில் ரம்யாவும் மாப்பிள்ளையும் பேசிக் கொண்டிருந்தனர். எப்படி இவ்வளவு ரகசியமாக யாருக்கும் கேட்காமல் பேசிக் கொள்ள முடிகிறது என்ற வியப்பெழுந்தது.

சமையலறைக்குச் சென்று எட்டிப் பார்த்தான். பூரணி பாத்திரம் துலக்கிக் கொண்டு இருந்தாள். அம்பாரமாய்க் குவிந்து கிடந்தன பாத்திரங்கள். அழுக்கு நைட்டியின் முன் பகுதி முழுக்க ஈரமாக, காதோரத்திலும், பின் கழுத்திலும் வியர்வை வழிந்தபடி பாத்திரம் கழுவிக் கொண்டிருந்தவளைப் பார்க்க அந்த நிலையிலும் மோகம் வந்தது.

ஏற்கெனவே எரிந்து விழுகிறாள். இது சமயமல்ல. எச்சில் விழுங்கியபடி சொன்னான்.

“பூரணி... நான் கிளம்பறேன்.”

“இரு... டீ குடிச்சுட்டு சாயந்திரமாப் போலாம்.”

“ம். இவ்ளோ பாத்திரமா? இப்படி ஈரம் பண்ணிக்கறயே! சளி புடிச்சுக்க போகுது.”

"ம்."

"தாய்ப் பால் வேற குடுக்கற. செல்லக்குட்டிக்கும் சளி பிடிக்கும்ல!"

"அதானே பாத்தேன்! என் மேல கீது அக்கறை வந்துருச்சோன்னு நினைச்சேன்."

"ஏய், என் செல்லத்துக்கும் சேர்த்துதான் சொல்றேன். நீ நல்லா சாப்டியா?"

"இனிமேதான். நீ இருக்கறப்பவே பாத்திரம் கழுவிட்டா புள்ளயப் பார்த்துக்க ஈசி."

"ஏன்? அத்தை, ரம்யா லாம் இருக்காங்கல்ல? யாராச்சும் கழுவலாம்ல?"

"அம்மாவுக்கு முடியறதில்ல. ஒத்தாசைன்னு வந்துட்டு கை வலி, கால் வலினு படுத்துக்கறாங்க. அப்புறம் அதை யார் பார்க்கறது? அது மேலும் உபத்திரவம்."

"ம்."

"ரம்யா முன்ன இந்த வேலைலாம் பாத்துட்டுதான் இருந்தா. இப்போ கல்யாணம் நிச்சயம் ஆனதுல இருந்து மாப்ள கூடப் பேசவே அவளுக்கு நேரம் சரியா இருக்கு."

"ம்."

"அது நியாயம்தானே! நாம லவ் பண்றப்போ எப்பிடித் திரிஞ்சோம். அரெஞ்சிட் மேரேஜ்ல இந்த நிச்சயதார்த்தம் டூ கல்யாண காலம்தானே லவ் பண்ற டைம்!"

மெல்லிதாய்ச் சிரித்தாள். அவள் அவனது முகம் பார்த்து சிரித்து மாதக் கணக்காகி இருந்தது. ஒரு நொடி கோடி மலர்கள் தலையில் சொரிவது போலிருந்தது அவனுக்கு. எல்லாப் பிரியமும் ஒன்றாய் கூடி நெகிழ்ந்தான். அவளை இழுத்தணைத்து உதட்டில் முத்தமிட்டான். கண நேரம் இனிமையில் மயங்கியவள் சட்டெனத் தள்ளிவிட்டாள்.

"ஏய். எங்க வந்து அதும் பட்டப் பகல்ல என்ன வேல பாக்கற? வந்திடப் போறாங்க."

அக்கோபத்துக்குப் பின் லேசாய் மகிழ்வு இருப்பதாய்த் தோன்றியது ராஜேஷுக்கு.

“நீ போய் ரூம்ல பாரு ரம்யாவை. அதுவும் பட்டப் பகல்தான். இன்னும் கல்யாணம் கூட ஆகல. ஆனா நான் இங்க உன் புருஷன். பயந்து பயந்து பேச வேண்டி இருக்கு.”

“அதுக்கு அந்தப் பவுசுல நாம இருக்கனும். பார்த்தல்ல ஆளும் காரும் எப்பிடின்னு.”

படக்கென்று வந்து விழுந்த பூரணியின் வார்த்தைகளில் நிறையக் காயம் பட்டான்.

“கிளம்பறேன்.”

பூரணி தன் சொற்களின் பிழையை உணர்ந்தாளோ, அல்லது வேலை நடக்காதென பயந்தாளோ ராஜேஷின் கையைப் பற்றினாள். மென்மையாகச் சொன்னாள் -

“எப்பிடியாச்சும் பணம் ரெடி பண்ணிடு. இது என் மானப் பிரச்சனை.”

“பணம் பணம் பணம். இதைத் தவிர உனக்கு என்கிட்ட பேச எதுமே இல்லையா?”

“இருக்கு. இந்தக் கல்யாணம் முடியட்டும் அப்பறம் அதெல்லாம் பேசறேன்.”

ராஜேஷ் முகத்தைத் திருப்பிக் கொண்டு கிளம்பினான். எவரிடமும் சொல்லிக் கொள்ளவில்லை. தேநீர் அருந்தி விட்டுக் கிளம்பச் சொன்ன பூரணி தடுக்கவில்லை.

சில சமயம் காயம் பட்ட ரோஷம் நல்லதுதான் என அவள் எண்ணியிருக்கக்கூடும்.

★★★

ஊர் திரும்பியதும் வேணுவிடம் முதலில் தன் பைக் பேப்பர்களைக் கொடுத்தான். உத்தரவாதத்துக்கான ஆட்களைத் தேட அலைந்தான். நட்புகள், தூரத்துச் சொந்தம், பக்கத்து வீட்டுக்காரர்கள் எனச் சிலர் முன் வந்தாலும் அது போதாது என்றார் வேணு.

“அண்ணே... எனக்கு முடியல. நீங்கதாண்ணே ஏதாவது ஏற்பாடு பண்ணணும்.”

“சரிடா. பார்க்கறேன்.”

அனிச்சைச் செயல் போல் இந்த உதவி கோரலுக்குப் பின் ராஜேஷின் உடலில் இன்சார்ஜ் வேணுவை பார்க்கும் போதெல்லாம் குழைவும் பணிவும் கூடியது.

“பிரான்ச் 4-க்கு சரக்கு இறக்கியாச்சா?”

“அதெல்லாம் காலைலயே ஆச்சுண்ணே!”

வாயெல்லாம் பல்லாகச் சொன்னான்.

“இப்போ எதுக்கு இளிக்கற? பைத்தியக்காரன் மாதிரி சிரிச்சிட்டே இருக்காதடா.”

மற்றொரு நாள்.

“டேய், உங்கிட்ட நேத்தே என் வண்டிய சர்வீஸ்க்கு விடச் சொன்னேன்ல! விட்டியா?”

“இன்னிக்கு விட்டுடறேன்.”

சிரிக்காமல் சாதாரணமாகச் சொன்னான்.

“அத ஏன்டா இப்பிடி கொரங்காட்டம் மூஞ்சிய வச்சிட்டு சொல்ற? ஆரம்பத்துல எல்லாம் இளிச்சு இளிச்சுப் பேசறீங்க. கொஞ்சம் தேறிட்டா திமிரு வந்துருது...”

அமைதியாய் இருந்தான். முதலாளிகளின், மேலாளர்களின் நோக்கம் சீர்செய்வது அல்ல; தொழிலாளியைக் குறை சொல்வதுதான். இப்படிச் செய்தால் அப்படி என்பர்; அப்படிச் செய்தால் இப்படி என்பர். சுற்றி நின்றிருந்த பணியாளர்கள் சிரிப்பதை உணர்ந்தான் ராஜேஷ். அவரது வண்டி சாவியை வாங்கிக் கொண்டு கிளம்பினான்.

அதற்கு அடுத்த நாள்.

“அண்ணே நீங்க ஏதாவது ஏற்பாடு பண்ண முடியுமான்னு சொல்லவே இல்லையே!”

“உன் தொல்லை பெருந்தொல்லையா இருக்கேடா. உதவறேன்னு தான் சொன்னேன். அதுக்குன்னு எல்லாத்தையும் என்னையே பண்ணச் சொல்லுவியா?”

“அண்ணே, இந்த ஒரு தரம் எப்பிடியாச்சும் உதவி பண்ணுங்கண்ணே.

கல்யாண நாள் வேற நெருங்கிட்டே இருக்கு. மண்டபம் கூட பார்த்து வச்சுட்டாங்க. நாம அட்வான்ஸ் குடுக்காட்டி வேற ஆளுக்குப் போயிடும். அட்வான்ஸ் கொடுத்தப்பறம்தான் உறுதியா மண்டபம் பேர் போட்டு பத்திரிக்கை வேற அடிக்கணும். அதுவும் நிக்குது இதனால."

"ம்ம்ம். சரி நீ உன் ட்ரைவிங் லைசென்ஸையும் குடுத்துரு. நானே ஷ்யூரிட்டி தரேன்."

"ரொம்ப தேங்க்ஸ்ண்ணே..."

"தேங்க்ஸைச் செயலில் காட்டனும். ஒழுங்காப் பணத்தைத் திருப்பிக் குடுத்துறணும்."

"கண்டிப்பாண்ணே..."

"ம்ம்ம். பார்ப்போம்."

★★★

இரண்டு நாள் கழித்து வேணு ஏதும் சொல்லாமல் இருக்க, ராஜேஷ் தயக்கமாய் -

"அண்ணே... பணம் என்னிக்குக் கிடைக்கும்?"

"கிடைக்கும்டா... சொன்னதும் எடுத்துத் தர நாம என்ன குடுத்தா வச்சிருக்கோம்?"

"மண்டபத்துக்கு அட்வான்ஸ் குடுக்கணும்."

"குடுக்கலாம். ஆமா, மச்சினிச்சி கல்யாணத்துல உனக்கென்ன இவ்ளோ அக்கறை? மாமனார் இல்லைன்றது புரியுது. ஆனாலும் உன் அர்ப்பணிப்பு ஓவரா இருக்கேடா."

அவர் சிரிப்பில் ஏதோ இருந்தது. பல்லைக் கடித்துக் கொண்டு பதில் சொன்னான் -

"இல்லண்ணே, ஒரு வாரம்தான் டைம் இருக்கு. ஒண்ணாம் தேதியே கேட்டாங்க. நான் பத்தாம் தேதி வர டைம் கேட்ருக்கேன். அதைத் தாண்டினா மண்டபம் போயிடும்."

"சரி விடு. ஒன்பதாம் தேதி அட்வான்ஸ் குடுத்துறலாம்."

"ரொம்ப நன்றிண்ணே."

ராஜேஷ் இளித்தபடி நிற்க, பாலு தூக்கிச் சுமந்த க்ரைண்டர் கல்லை தவற விட்டுத் தரையில் விழுந்தது. வேணுவும் ராஜேஷும் அங்கே ஓடினர். ராஜேஷ் கீழே சரிந்த அவரைத் தூக்கி விட, தடுமாறி எழுந்த பாலுவைக் கன்னத்தில் அறைந்தார் வேணு.

"கைல சத்து இல்லாதவன்லாம் வேலைய விட்டுப் போங்கடா. என் தாலிய அறுக்காம."

"அதுக்குன்னு வயசு வித்யாசம் பாக்காம மூத்தவர் மேல கை வைப்பீங்களா?"

இளைஞன் ஒருவன் வெகுண்டான். வேணு ராஜேஷிடம் கண்ணைக் காட்டினார்.

"என்னடா, தப்பு பண்ணினா நான் கொஞ்சனும்னு வேற எதிர்பாக்கறீங்களா?"

வேணு குரலுயர்த்திக் கேட்க, ராஜேஷ் அவசர அவசரமாக பாலுவிடம் சொன்னான்.

"பார்த்து தூக்கலாம்ல? அண்ணன்ட்ட ஸாரி சொல்லிட்டு போய் வேலையப் பாருங்க."

நிலையை வேணுவுக்கு சாதகமாய்ச் சமாளிக்க முற்பட்டான் ராஜேஷ். பாலு அடி வாங்கியதை விட அதிர்ச்சியாகி அவனைப் பார்த்தார். பார்வையைத் தாழ்த்தினான்.

கோபத்தில் பேசிய இளைஞன் ராஜேஷைப் பார்த்து "டேய், இந்த பொழப்புக்கு..." என்று ஆரம்பித்து அவனது சுயம் சீண்டும் ஆபாச வாக்கியத்தைச் சொன்னான்.

குலையாமல் மரம் மாதிரி நின்றிருந்தான் ராஜேஷ். பாலு வேணுவிடம் சொன்னார்

"ஸாரி, ஸார்!"

★★★

ஒன்பதாம் தேதி இரவு வேணுவின் அறையில் நின்று கொண்டிருந்தான் ராஜேஷ். அவன் உடலெல்லாம் பதற்றம் தொற்றி இருந்தது. கவலையான குரலில் கேட்டான் -

"அண்ணே... நைட் ஊருக்குக் கிளம்பறேன்."

“போய்ட்டு வா”

“பணம்?”

“நாளைக்கு காலைல உன் அக்கௌண்ட்டுக்குக்கு வந்துரும்டா.”

“இல்ல இப்பக் கிளம்பறேண்ணே.”

“கிளம்புடா. பணம் பாட்டுக்கு வரும்.”

“ம்.”

“என் மேல நம்பிக்கை இல்லையா?”

“நம்பறதாலதாண்ணே பேசிட்டு இருக்கேன். இப்போவே போடச் சொல்லுங்கண்ணே.”

“மணி பதினொண்ணாகப் போகுது. காலைல எப்படியும் பணம் போட்ருவாங்க. போ.”

வேணுவின் அலைபேசி அடித்தது. காதில் வைத்து கூர்மையாகக் கவனித்தவர், அமோதிப்பாய் சில பல “ஆம்”கள் போட்டவர் துண்டித்து விட்டுச் சொன்னார் -

“ஆகட்டும், ஸார். இப்பவே அனுப்பிடறேன், ஸார்.”

கைபேசியை அணைத்து விட்டு ராஜேஷை யோசனையாகப் பார்த்துச் சொன்னார் -

“டேய் ராஜேஷ்... நீ இப்போ உடனே குடோன்ல போய் இருக்கற ஸ்டாக்க அள்ளிப் போட்டு ஈரோடு கிளம்பணும். காலைல அங்க நம்ம டீலருக்கு நூறு க்ரைண்டர் வேணுமாம். எலெக்ஷனுக்கு அன்பளிப்பாம். வேற ஆளுகளுக்குப் போன ஆர்டர் அவுங்க கிட்ட ஸ்டாக் இல்லனு நமக்கு வருது. அர்ஜென்ட் ஆர்டர். நல்ல சான்ஸ்.”

“...”

“முடிச்சுக் கொடுத்துட்டு நீ நாளைக்கு மதியமா ஊருக்குக் கிளம்பிக்கடா.”

“அண்ணே, நான் எல்லா ஏற்பாடும் பண்ணிட்டேன். காலைல அட்வான்ஸ் குடுக்கனும். அப்பறம் பத்திரிக்கை அடிச்சு எல்லாருக்கும் கொடுக்கணும். எல்லாமே என்னால தடங்கலாகி

நிக்குது. நான் போகணும். ஏற்கனவே பத்து நாளைக்கு லீவு சொன்னேன்."

"என்னடா, ரூல்ஸ் பேசறியா?"

"இல்லண்ணே, லேட்டாகுதுல்ல?"

"அதனால என்னடா? ஒரு நாள் லேட்டா போனா என்ன இப்போ?"

"நாளைக்குக் காலைல போய்க் காசு குடுத்தே ஆகணும்."

"காலைக்கும் மதியத்துக்கும் அப்படி என்ன வித்யாசம்?"

"ஏற்கனவே பத்து நாளா கெடு சொல்லிட்டுதாண்ணே இருக்கேன். இப்போ காலைல பணம் குடுக்காட்டி அவங்க வேற ஆளுக்கு குடுத்துருவாங்க. பெரிய சிக்கலாகிடும்."

"சரி. நீ மண்டபத்துக்கு ஃபோன் போட்டு மதியம் மேல வந்து தரேன்னு சொல்லு. போ. ஈரோட்ல சரக்க இறக்கிட்டு கிளம்பிக்கோ. பத்து நாள் லீவு கேட்டதும் கொடுத்தேன்ல. இதை முடிச்சுட்டுப் போ. வேற வழி இல்ல. எல்லாம் ஒரு அட்ஜஸ்ட்மெண்ட்தான்டா."

"வாய்ப்பே இல்லண்ணே... நான் போகணும்."

"போயி? பணம் கைக்கு வந்தாத்தானே மண்டபத்துக்கு அட்வான்ஸ் கொடுப்பே?"

"அண்ணே..."

"என்னடா நொண்ணே? இந்த வேலைய முடிக்காம நீ எப்பிடி பணம் வாங்கறேன்னு பாக்கறேன். என்னைப் பாத்தா என்ன கேனப் புண்ட மாரி இருக்காடா உனக்கு?"

"..."

"உன் லைசென்ஸ் என்கிட்ட இருக்கு. வேலை என் கைல இருக்கு. உனக்கு இப்போ தேவைப்படற பணம் என் வார்த்தைல இருக்கு. போ. நான் என்ன பண்ண முடியுமோ அதைப் பண்ணிக்கறேன். நீ இல்லைனா எனக்கு ஆயிரம் பேரு வருவான். போடா."

கண் சிவந்து வெறி கொண்டு அத்தனை நாளும் அடக்கியதை வெடித்தான் ராஜேஷ் -

“உங்க வேலையும் வேணாம் ஒரு மயிரும் வேண்டாம். நீங்களே வச்சுக்கோங்க. இந்த மாசம் வரப் போற சம்பளமும் வச்சுக்கோங்க. எல்லாம் உங்ககிட்டதான் இருக்கு. என்கிட்ட எதும் இல்லதான். ஆனா இதுக்கெல்லாம் இனியும் மசிய முடியாதுண்ணே!”

“...”

“உங்களால ஆனதைப் பார்த்துக்கோங்க. நான் கிளம்பறேன். நானும் மனுசன்தான்.”

வேணு திகைத்துப் பார்த்துக்கொண்டிருக்கும் போதே அங்கிருந்து வெளியேறினான்.

சில வினாடிகளில் ஓஓஓவென அலறி அழும் சப்தம் கேட்டு வெளி வந்து பார்த்தார் வேணு. அலுவலக வாசலில் தெருவில் அமர்ந்து முகத்தில் அறைந்து கதறி அழுது கொண்டு இருந்தான் ராஜேஷ். ஏதோ புரியாமல் பிதற்றியபடி தரையில் மறுபடி மறுபடி தன் முஷ்ட்டியால் குத்தினான். வேணு வியர்த்துப் போய் உள்ளே போனார்.

இரண்டு நிமிடங்களுக்குப் பின் உள்ளே வந்து சிவந்து அழுத முகத்துடன் சொன்னான் -

“நானே ஈரோடு போறேன்.”

“கிளம்பு. நாளைக்குக் காலைல உனக்குப் பணம் வந்துரும். உறுதி. என்னை நம்பலாம்.”

ராஜேஷ் வேன் சாவியை வாங்கிக் கொண்டு குடோனுக்குக் கிளம்பினான். சற்று முன் படி இறங்கும் போது வந்து அவன் தவற விட்ட அழைப்பு மறுபடியும் வர ஆரம்பித்தது.

“Chellam calling...”

(ஏப்ரல் 23, 2023)

★★★

9. துலாமுள்

'ஆரோக்யா ஃபார்மஸி' என்ற வினைல் பலகை மாட்டியிருந்த கட்டடத்துள் அவசரமாக நுழைந்தாள் கீர்த்தனா. ட்ரெட் மில் துரிதத்தில் இதயம் துடிக்க நிறைய வேர்வையுடன் வந்தவளைப் பார்த்து பில் போடும் இடத்திலமர்ந்திருந்த பேரிளம் பெண் முறைத்தாள்.

“மணி என்னாகுது? நான் வீடு போய் சமைக்கணும், பாப்பாவை ப்ளே ஸ்கூல்ல இருந்து கூட்டி வரனும், மாமியாருக்கு நேரத்துக்கு மருந்து தரனும். ஆயிரம் வேலைகள் இருக்கு. உனக்கு மாதிரி அம்மா சமைச்சு வச்சுருக்க மாட்டாங்க, ஜாலியாப் போய்ச் சாப்பிட...”

“ஸாரி, தீபாக்கா! ஸாரி... எக்ஸாம் முடிஞ்சு வர லேட்டாயிருச்சு. இந்தப் பத்து நாள்தான்.”

“படிக்கற புள்ளன்னு ஒரு நாள், ரெண்டு நாள் பாக்கலாம். தினம் லேட்னா கஷ்டம்டி.”

தீபா எழுந்து கொள்ள, கீர்த்தனா அவ்விருக்கையில் அமர்ந்தாள். அது வரையிலான விற்பனை மற்றும் செலவீனங்களின் அறிக்கையை அச்சடித்து கல்லாவில் இருந்த தொகை எண்ணிச் சரிபார்த்து கீர்த்தனாவிடம் ஒப்படைத்து விட்டுக் கிளம்பினாள்.

இளங்கலை மூன்றாம் ஆண்டு படித்துக்கொண்டே மாலையில் பகுதி நேரமாக அந்த மருந்தகத்தில் பணிபுரிவது அத்தனை எளிதாக இல்லை கீர்த்தனாவுக்கு. துல்லியமாக ஐந்தரை மணிக்கு உள்ளே இருக்க வேண்டும். ஒரு வாரமாகத் தேர்வு என்பதால் (அதுவும் பிற்பகல்) வரத் தாமதமாகி விடுகிறது. அவளும் அடித்துப் பிடித்து ஓடித்தான் வருகிறாள்.

தேர்வுக்காக பத்து நாட்கள் விடுப்புக் கேட்டதற்குக் கடை மேலாளர் மறுத்து விட்டார்.

"ஏதோ உடம்பு சரி இல்லைனா பரவால்ல... பத்து நாள் பரிட்சைக்கு லீவு தந்துட்டு அந்த வேலைல யார் உக்கார்றது? நீ வேணா நின்னுக்கோ. நான் வேற ஆளப் பாத்துக்கறேன்."

வேலைக்கு வரும் போதே அதிகம் வியாபாரம் நடக்கும் கடை, விடுப்பு எடுக்கக் கூடாது என நிபந்தனை வைத்துத்தான் சேர்த்துக் கொண்டார். அவளும் தலையாட்டி இருந்தாள்.

ஞாயிறும் வேலை உண்டு. அன்று மட்டும் இரட்டைச் சம்பளம். கீர்த்தனா வேலைக்குச் சேர்ந்த இரண்டரை ஆண்டுகளில் மொத்தமே ஆறு நாள்தான் விடுப்பு எடுத்திருந்தாள்.

நாள் தவறாமல் வேலைக்கு வருபவர்களுக்கு மூன்று காரணங்களில் ஒன்று இருக்கும். ஒன்று வேலையில் அத்தனை ஈடுபாடு, வேலை செய்யும் இடத்தில் வசீகரிக்கும் ஓர் எதிர்ப் பாலின ஈர்ப்பு அல்லது வீட்டில் அத்தனை நிம்மதி இல்லாமை. கீர்த்தனாவுக்கு மூன்றுமல்லாத ஒரு காரணம் இருந்தது. அது வேலையின் தேவை! கீர்த்தனாவின் அப்பா வீட்டில் நெசவு செய்பவர். ஜமுக்காளம், போர்வை நெய்வர். நீக்குப்போக்கு தெரியாமல் இருந்ததால் கடந்த சில ஆண்டுகளாய் கடும் நட்டத்தில்தான் தொழில் நடந்து வருகிறது.

கீர்த்தனா பன்னிரண்டாம் வகுப்பில் நல்ல மதிப்பெண் பெற்று நகரின் சிறந்த மூன்று கல்லூரிகளில் விண்ணப்பம் செய்து வைத்திருந்தாள். அப்பா தயக்கமாய்க் கேட்டார்.

"கண்ணு, நீ கண்டிப்பா காலேஜ் போய்தான் படிக்கணுமா? இந்தக் கரெஸ்பாண்டென்ஸ் கோர்ஸ் ஏதும் பாக்கலாமா? இவ்ளோ மார்க் வாங்கி இருக்க. நல்லா படிக்கற புள்ளை எங்க படிச்சாலும்

படிச்சுக்கும். இப்போ அப்பா நிலைமை கொஞ்சம் சரி இல்லடா. இவ்ளோ ஃபீஸ் கட்டி படிக்க வைக்கறது கஷ்டம். ஆறு மாசம் ஒருக்கா முப்பதாயிரம் கட்டணும். கண் மூடி திறக்கறதுக்குள்ள ஆறு மாசம் ஓடிரும். அதான் யோசனை...”

பதின்மத்தில் சக மாணவிகள் காதல் கனவுகள் கண்டிருக்க கீர்த்தனாவுக்குக் கல்லூரிக் கனவுகளே இறக்கை விரித்தன. அவள் உறுதியாகவும் மென்மையாகவும் சொன்னாள்.

“அப்பா ப்ளீஸ் பா... கரஸ்ல படிக்கறதெல்லாம் மதிப்பே இல்லப்பா இப்போ. ஒரு டிகிரி படிக்க வைங்க என்னை. மேற்கொண்டு நானே எதுனா வேலை பாத்துப் படிச்சுக்கறேன்.”

அம்மாவின் சிபாரிசும் சேர்ந்து கொள்ள, அப்பா அரை மனதாய்ச் சம்மதித்தார். மூன்று கல்லூரிகளில் கட்டணம் குறைவான கல்லூரியைத் தேர்ந்து சேர்வதற்குச் சென்ற போது தொண்ணூறு விழுக்காட்டுக்கு மேல் மதிப்பெண் எடுத்தவர்களுக்கு முதல் செமஸ்டர் தொகையில் ஐம்பது சதம் விலக்கு என்ற அறிவிப்பு அவர்களை ஆசுவாசப்படுத்தியது.

ஆனால் கல்லூரி சேர்ந்து சில வாரங்களிலேயே ப்ரொஜெக்ட்டுகள், பரிசோதனைகள் எனச் சில்லறைச் செலவுகள் வந்து ஒவ்வொன்றுக்கும் காசு கேட்டு அப்பாவிடம் நிற்கும் போது குற்ற உணர்வு வந்தது கீர்த்தனாவுக்கு. திரட்டிப் புரட்டித் தந்தார் எனினும் அவர் நிலை அறிந்திருந்ததால் அவளுக்குக் கடும் சங்கடமாய் இருந்தது. பின் அக்கம் பக்கம் தோழிகள் எனச் சொல்லி வைத்து இந்த மருந்துக் கடைக்கு ஆள் தேவை என அறிந்தாள்.

கல்லூரி முடிந்து ஒரு மாலை நேரத்தில் வந்து பார்த்தாள். கடை மேலாளர் மிடுக்காய்க் கேள்விகள் கேட்டார். அப்போது அவர்தான் முதலாளி என்று நினைத்தாள் கீர்த்தனா.

“வீடு எங்க?”

“இங்கதான் கிருஷ்ணா நகர்ல, ஸார்.”

“அஞ்சரைக்கெல்லாம் டான்னு கடைல இருக்கணும். ஒன்பதரை மணி வரை வேலை இருக்கும். சில நாள் முன்ன பின்ன ஆகும். எப்படினாலும் பத்து மணிக்கு மேல ஆகாது.”

“சரிங்க, சார்.”

“ஒரு நாள் சம்பளம் நூறு ரூபா. லீவு போடவே கூடாது. ரொம்ப உடம்பு முடியலனா ஓகே. படிப்பு, பரீட்சை, டூர் போறோம்னு லீவு கேட்டாக் கிடைக்காது. இதுக்குலாம் சம்மதம்னா சேர்ந்துக்கோ. ஞாயித்துக்கிழமையும் கடை இருக்கு. அன்னிக்கு மட்டும் இருநூறு ரூபா.”

“ஓகே, ஸார்.”

“இதுதான் எல்லாத்தை விட முக்கியம். தினம் பலர் வந்து போற இடம். நீ வயசுப் புள்ள. விளையாட்டுத்தனமா எல்லார்டயும் சிரிச்சு பேசிட்டு இருக்கக் கூடாது. பில் போட்டு கணக்கா காசு வாங்கி வைக்கற வேலை. அதுக்கேத்த பொறுப்போடு நடந்துக்கணும்.”

“அதெல்லாம் பண்ணிருவேன் ஸார். அக்கவுண்ட்ஸ் நல்லா வரும்.”

பள்ளிச் சிறுமியை இன்னும் முழுக்கத் தொலைக்காதது தெரிந்தது அவளது பதிலில்.

“சரி, நாளைல இருந்தே வந்திரு.”

துள்ளலாக வீடு திரும்பினாள் கீர்த்தனா. அவள் வேலை தேடுவதையே அப்பாவிடம் சொல்லியிருக்கவில்லை. வேலை நேரத்தை கேட்டறிந்த அப்பா சற்றே தயங்கினார்.

“நைட்டு ஒன்பதரை, பத்து மணி ஆகும்னா சிரமம் இல்லையாடா? உனக்கும் ரெஸ்ட் இருக்காது. வயசுப் புள்ள அந்நேரத்துக்கு தனியா ரோட்ல வரணும். சரிப்படுமா?”

“ஏன்பா, எந்தக் காலத்துல இருக்கீங்க? அதெல்லாம் வந்துருவேன். ரோட்ல எல்லாக் கடையும் அந்நேரத்துல திறந்துதான் இருக்கு. வெளிச்சமாத்தான் இருக்கும். நம்ம ஏரியால ஆள் நடமாட்டமும் இருக்கும். எனக்கு ஒரு சிரமமும் இல்ல. காலேஜ் முடிச்சு வீட்டுக்கு வந்து சும்மாத்தானே இருக்கேன். உருப்படியா இதாவது செய்யறேனே!”

கெஞ்சிக் கொஞ்சி அப்பாவைச் சம்மதிக்க வைத்து விட்டாள். மிக விரைவாகவே பணி பிடிபட்டு விட்டது. கடையிலுள்ள சக ஊழியர்களின் குணங்கள் புரிந்துவிட்டன. முதலில்

கீர்த்தனாவிடம் பேசியவர் முதலாளி இல்லை, பல கிளைகள் கொண்ட மருந்தகத்தின் இக்கிளைப் பொறுப்பாளர் என்பதும் புரிந்தது. அவரது பேச்சும் ஏச்சும் பழகிவிட்டன.

சுறுசுறுப்பும் சூட்டிகையுமான பெண் எனப் பெயர் வந்திருந்தது. வாடிக்கையாளர்கள் கூட "கீர்த்தனா இல்லையா?" என அவள் வராத நாளில் விசாரிக்குமளவு யாவருக்கும் தெரிந்தவளாகி விட்டாள். இத்தனையும் தாண்டி அவ்வப்போது அவளுக்குள் இருக்கும் சிறுமியும், குமரியும் குறும்பாய் வெளிப்படுவதைத் தவிர்க்க முடியாமல் ஆகிவிடும்.

கடைக்கு யாரேனும் வசீகரர்கள் வந்து ரசிக்கும் விதம் பேச்சுக் கொடுத்தால் பதிலுக்கு ஏதேனும் துடுக்குத்தனம் பேசிச் சிரிப்பாள். அது பெரும்பாலும் கடை மேலாளர் இல்லாத நேரமாக இருக்கும். சில நேரம் பேசிக் கொண்டிருக்கும் போதே அவர் வந்து விடுவார். கீர்த்தனாவை முறைப்பார். சட்டெனப் பேச்சறுத்து மௌனமாகித் தலை கவிழ்வாள். அது குற்றவுணர்வு அல்ல, குறுநகையை அடக்கும் முனைப்பு என்பது அவருக்குத் தெரியாது.

அவளையும் தீபா அக்காவையும் தவிர மருந்து எடுத்துத் தர ஃபார்மஸி படித்த மூன்று பெண்களும், ஒரு பையனும் உண்டு. அவர்களுக்கு காலை பத்து முதல் இரவு பத்து வரை வேலை நேரம். அதற்கேற்பச் சம்பளம். கேஷ் கவுன்ட்டரில் இருக்கும் தீபா மட்டும் மாலை ஐந்தரைக்குக் கிளம்பி விடுவாள். அந்தச் சலுகைக்குக் காரணம் இருந்தது. தீபா பத்து வருடங்களுக்கு மேலாக அங்கேயே பணி புரிபவள் திருமணத்திற்கு முன்பே ஏழாண்டு பணியில் இருந்தவள். ப்ராஞ்ச் இன்ச்சார்ஜுக்குக் கல்யாணப் பத்திரிக்கை நீட்டிய போது அவள் வைத்த ஒரே கோரிக்கை இதுதான். மாலை ஐந்து மணிக்குக் கிளம்ப வேண்டும். பொறுப்பாளருக்கு அவளை விட மனமில்லை. காரணம் இத்தனை காலமும் கல்லாவில் பெரிய சிக்கல் ஏதும் வந்ததில்லை. நம்பிக்கையான பெண். தவிர, அவளது இருப்பே கூட லக்ஷ்மிகடாக்ஷமாக அக்கடையில் வருவாய் சிறக்கக் காரணம் என்றும் அவர் நம்பினார்.

மாலை முதல் இரவு வரை பகுதி நேரப் பணிக்கு ஆள் தேட ஆரம்பித்தார். கீர்த்தனா கச்சிதமாகப் பொருந்தினாள். அவள் கல்லூரி முடிந்து வந்து சேர வேண்டும் என்பதால் ஐந்து மணி

என்பது நீட்டித்து ஐந்தரை மணி என்பதாக தீபாவுடன் பேரம் முடித்தார்.

தீபா முதல் இரண்டு மூன்று நாட்கள் சற்று நேரம் அதிகமாய்க் கீர்த்தனாவுடன் இருந்து வேலை கற்றுக் கொடுத்தாள். கல்லூரியில் படித்த கணக்குப் பதிவியல் கொஞ்சம் உதவியது. ஏட்டுப் படிப்புக்கும் களப் பணிக்குமான வேறுபாடு கீர்த்தனாவுக்குப் புரியத் தொடங்கியது. கூரும் கூறும் உள்ள பெண் என்பதால் சீக்கிரமே கற்றுக்கொண்டாள்.

பாடம் முடிகையில் முத்தாய்ப்புக் குறிப்பாக தீபா ஒரு விஷயத்தை அடிக்கோடிட்டாள்.

“நைட் கணக்கு முடிக்கும் போது பில் அமௌண்ட் என்ன வருதோ அதுல அன்னிக்குச் செலவுகளுக்குச் கொடுத்தது போக மீதி வரும் தொகையைக் கரெக்டாக் குடுத்துடனும் இன்ச்சார்ஜ்கிட்ட. ஓவர்ஆல் ஸ்டேட்மென்ட் பிரிண்ட் எடுத்து அதுல வரது தான் கணக்கு. அதுக்குக் குறைவா வந்தா நம்ம கைல இருந்து போடணும். சில சமயம் அதிகமா வரும். யாராவது கஸ்டமர் சில்லறை இல்லைனு அப்பறம் வாங்கிக்கறேன்னு அஞ்சோ பத்தோ விட்டுட்டு போயிருவாங்க. அப்படி அதிகம் இருக்கறத நாம எடுத்துட்டு போயிரலாம்.”

கீர்த்தனாவுக்குக் குழப்பமாக இருந்தது. கேள்வியாய்ப் பார்த்தாள். தீபா விளக்கினாள்.

“அது அப்படி இல்ல. இன்னிக்கு சேஞ்ச் இல்லைனு அஞ்சு ரூபா விட்டுட்டு போறவன் அடுத்த மாசம் நாம விஷயமே மறந்தப்பறம் வந்து போன மாசம் நீங்க அஞ்சு ரூபா தரணும் அடுத்த தடவை வாங்கிக்கறேனுட்டு போனேனே அப்படிம்பான். அப்ப நம்ம கைல இருந்துதானே குடுக்கணும்? அதனால அப்படி அதிகம் வரதப் பத்தி எப்பவும் இன்ச்சார்ஜுக்குச் சொல்லிக் குழப்ப வேண்டியதில்ல. நீ எடுத்துட்டு போயிடலாம்.”

“இல்லக்கா. அது வேண்டாம். ஏதாச்சும் பிரச்சனை ஆயிடப் போகுது.”

“ஏய், அது நாமளாப் பாத்து சரி செய்ய வேண்டிய கணக்குதான். சொல்லப் போனா அதுவும் ஒருவித நிர்வாகத் திறன்தான். உன் வேலையின் பொறுப்பில்தான் வருது.”

“பயமா இருக்கு. கடைக் காசு நமக்கெதுக்கு?”

“லூஸா நீ? நம்ம வேலை என்ன? ஸ்டேட்மென்ட்படி வர்றதக் கரெக்ட்டா குடுக்கறதுதான். எக்ஸ்ட்ராவா வர தொகைக்கும் அவங்களுக்கும் எந்த சம்பந்தமும் இல்லை. புரியுதா?”

புரியவில்லை. ஆனால் வேறு வழியில்லை. தயக்கமாய் தலை அசைத்தாள் கீர்த்தனா.

“ம்ம்.”

தீபா சொன்னது போல் முதல் நாள் அதிகமாய் வந்த தொகை இருபது ரூபாயை வீட்டிற்கு எடுத்துச் சென்றாள். அப்பாவிடம் காட்டினாள். அவர் யோசித்து விட்டுச் சொன்னார்.

“சரியாப் படலியேம்மா?”

“எனக்கும் விருப்பமில்லப்பா. ஆனா என்ன செய்யறதுன்னும் தெரில.”

“ம்ம்ம்.”

“நிச்சயம் அது நமக்கு வேண்டாம்பா. ஒண்ணு செய்யலாம். இது மாதிரி வர்றது மட்டும் ஒரு உண்டியல்ல போட்டு வைக்கவா? திரும்ப அவங்க வந்து கேட்டாக் கொடுக்கலாம்ல.”

“அது வேண்டாம்டா, கண்ணு. நம்ம காசு நம்ம வீட்ல இருந்தாப் போதும். நீ அந்தப் பொண்ணு சொல்லிக் கொடுத்த மாதிரித்தான் செய்யற. ஆனா என்னிக்காவது ஒரு பெரிய தொகை காணோம்னு பிரச்சனை வந்தா நீ வீட்டுக்கு எடுத்துட்டு வந்த காசு இருபதா இருந்தாலும் இருநூறுன்னு பேசுவாங்க. அதனால அதிகமோ கம்மியோ அவங்ககிட்டயே கொடுத்துரு. என்ன விவரம்னு கணக்கு சொல்லியே குடு.”

யோசித்ததில் கீர்த்தனாவுக்கும் அதுவே சரி என்று பட்டது. அடுத்தவர் பணம், அடுத்தவர் ரகசியம் இரண்டுமே சுமைதான். அதை வீணாகத் தலையிலேற்றிக் கொள்ள வேண்டாம்.

பத்து ரூபாய், பதினைந்து ரூபாய் முதல் நூறு ருபாய் வரை ஒவ்வொரு முறையும் அதிகம் வருகிற தொகையை கடைப் பொறுப்பாளரிடம் சொல்லியே கொடுக்க ஆரம்பித்தாள்.

“அதெப்படி அதிகம் வரும்? கணக்கு கரெக்டாதானே இருக்கணும்?”

அதற்கும் முகத்தைக் கடுகடுப்பாய் வைத்துக் கொண்டார். பெறும் சம்பளத்துக்கான வேலை தாண்டி கூடுதலாக ஒரு சிறிய பொறுப்பு அவரிடம் வருவதை ஒட்டிய எரிச்சல்.

“இல்லண்ணா… கஸ்டமருக்குத் தர வேண்டியதுதான். ஒருத்தர் அவசரமா வாங்கிட்டு மீதி தர்றதுக்குள்ள போய்ட்டாரு. அப்புறம் இன்னொருத்தருக்குக் கொடுக்க சில்லறை இல்ல.”

காரணங்களுடன் சொல்லிப் பணத்தைக் கொடுத்து விடுவாள். அவள் இப்படி அதிகம் வரும் பணத்தைக் கடையிலேயே கொடுத்து விடுவதை அறிந்ததும் தீபா பதற்றமானாள்.

“என்ன பண்ற நீ? நாளைக்கு ஷார்ட்டேஜ் வரப்ப நீ இதைச் சொல்லி சரி கட்ட முடியாது. உன் கைல இருந்து போட்டு கட்டுவியா? இதை நீ பழக்கப் படுத்திட்டனா என்கிட்டயும் இதுவே எதிர்பார்ப்பாங்க. இத்தனை வருசமா இல்லாத பழக்கத்தை உண்டு பண்ணாத.”

கீர்த்தனாவுக்கு விளங்கி விட்டது. நான்கைந்து மணி நேர வேலைக்கே தினமும் இருபது, முப்பது ரூபாய் தனக்கு அதிகம் வருகிறது என்றால் முழுப் பகலும் இருக்கும் தீபாவுக்கு ஐம்பது, நூறு அதிகம் வரும். தினம் அதை எடுத்துக் கொண்டு போகிறாள். பெரும்பாலும் ஐந்து, பத்துக்காக கஸ்டமர்கள் அடுத்த முறை கேட்பதில்லை. அப்படி கேட்கும் எண்ணம் உள்ள சிலர் அப்போதே “ஒரு பேப்பர்ல நீங்க அஞ்சு ரூபா தரனும்னு எழுதிக் கொடுங்க, நெஸ்ட் டைம் வரப்ப அதை எடுத்துட்டு வந்து வாங்கிக்கறேன்” என்று சொல்லிவிடுவர்.

தீபாக்காவுக்கு இது ஒரு சீரான கூடுதல் வருமானம். கணக்கிட்டால் அவளது சம்பளத்தில் பாதி இருக்கும் எனத் தோன்றியது. எனவே அவளது பதற்றம் இந்த வருமானம் நின்று விடுமோ என்பது புரிந்தது. அதன் பிறகு முடிந்த வரை சில்லறை மாற்றியாவது மீதி தர ஆரம்பித்தாள். கூடுதல் தொகை வராமல் இருக்க முயற்சித்து கணக்குகளைச் சரியாக கொடுக்கப் பார்த்தாள். அப்படியும் சில சமயம் இந்தக் கொசுறுக் காசுகள் வந்துவிடும்.

கடந்த சில மாதங்களாக அங்கு ஜிபே, பேடிஎம், ஃபோன்பே போன்றவற்றின் பயன்பாடு அதிகரிக்க ஆரம்பித்து அப்படிக் கணக்கில் இடிப்பது வெகுவாகக் குறைந்தது. மத்திய அரசை விட

யூபிஐயின் பரவலான வெற்றிக்கு கீர்த்தனா அதிகம் மகிழ்ச்சி அடைந்தாள்.

ஆனாலும் சிக்கல் தொடர்ந்தது. ஒரு முறை ஒரு வயதேறிய ஆள் காரில் அவசரமாய் வந்து இறங்கிஆயிரத்துச் சொச்சத்திற்கு மருந்து வாங்கி கொண்டு இரண்டாயிரம் ரூபாய் தாளை நீட்டினார். திரட்டித் தேடி அவருக்குச் சில்லறை தந்தும் முந்நூறு ரூபாய் போதவில்லை. கீர்த்தனா பில் போட்டு விட்டாள். அதை இனி மாற்ற முடியாது. மாற்ற முயற்சி செய்தால் கடுப்பாகி விளக்கம் கேட்பார். அதில் அரை மணி நேரம் விரயமாகும். மற்ற வாடிக்கையாளர்கள் வேடிக்கை பார்ப்பார்கள். அனாவசியச் சலசலப்புகள் எழும். காசு வாங்கும் முன் ஏன் பில் போட்டாய் என இறுதியில் அவள் மீது குற்றச்சாட்டு வரும்.

“ஸாரி ஸார்... சேஞ்ச் அவ்ளோதான் இருக்கு, நீங்களே மாத்தித் தந்துடறீங்களா?”

அவர் சில நொடிகள் யோசித்து விட்டு, “அவசரம்மா இந்த மருந்து. இப்ப சில்லறை மாத்த நேரமில்லை. நீயே வச்சுக்கோ” என்று விட்டுச் சென்றார். இரவு கணக்கு முடிக்கும்போது அவர் சொன்ன “நீயே வச்சுக்கோ” கீர்த்தனாவுக்குச் சின்ன சபலத்தை உண்டாக்கியது.

அன்று அவளுக்கு ஒரு ப்ரொஜெக்ட்டுக்காக ஏ4 ஷீட்டுகளும் சில எழுதுபொருட்களும் வாங்க இருநூறு ருபாய்த் தேவை இருந்தது. அதைப் பிடிவாதமாகப் புறம் தள்ளினாள்.

“இந்த முந்நூறு ரூபா ஒரு தாத்தாக்குத் தர வேண்டியது. அவர் மறுபடி வரதாச் சொல்லல. ஆனாலும் அடுத்த டைம் வந்தாக் குடுத்துரலாம்ணா. பாவம் அவசரமாப் போய்ட்டாரு.”

“நீயே எங்கயாச்சும் மாத்தி குடுத்துருக்கலாம்ல, கீர்த்தனா!”

சலித்துக் கொண்டே அவர் அவ்விரு நோட்டுகளை தன் சட்டைப் பைக்குள் வைத்ததைக் கவனித்துத் திடுக்கிட்டாள். அது வரை அவர் தான் தரும் பணத்தை என்ன செய்கிறார் எனக் கீர்த்தனா யோசித்ததில்லை. இனி பணம் உரியவர்க்குப் போக வாய்ப்பு குறைவு.

மனதை அரித்துக் கொண்டே இருந்தது. வீட்டுக்கு வந்ததும் அப்பாவிடம் சொன்னாள்.

“விடு, பாப்பா. நாம தப்பு பண்ணாம இருக்கறதுதான் நம்ம கைல இருக்கு. மத்தவங்கள உத்துப் பாத்துட்டே இருந்தா நிம்மதி போயிரும். நீ சரியா இருக்க. அதுதான் முக்கியம்.”

“ம்.”

“அதிகபட்சம் நாம செய்ய முடிஞ்சது அதைப் பார்த்து அது தப்பில்லனு நாமும் அப்படி செய்ய ஆரம்பிக்காம இருக்கறதுதான். நீ அப்படிச் செய்ய மாட்டேன்னு தெரியும்டா.”

புன்னகை செய்தாள். அந்த நம்பிக்கையை எப்போதும் காப்பாற்ற முடிந்தால் போதும்.

அதன் பிறகும் இந்த இரண்டரை ஆண்டுகளில் சில சமயம் அம்மாதிரி சம்பவங்கள் நடந்தன. ஒரு கட்டத்தில் தான் கிளைப் பொறுப்பாளரிடம் பணத்தைக் கொடுப்பதால் என்ன பயன் என்று கூடத் தோன்றியது. தன் கை சுத்தம் என்ற நிம்மதிதான் பயன் எனச் சமாதானம் கொண்டாள். பணத்தை என்ன செய்கிறார் என்று கூட இப்போதெல்லாம் கீர்த்தனா கவனிப்பதில்லை. தீபாக்காவிடமும் அது பற்றி ஏதும் பேசுவது இல்லை.

தற்போது தேர்வுகள் நடப்பதால் அதன் பரபரப்பும் அழுத்தமும், தாமதமாகக் கடைக்குப் போவது பற்றிய கவலையுமே அவளது மண்டைக்குள் ஓடிக் கொண்டிருந்தன. அன்றைய மாலை கணக்கு ஒப்படைத்து விட்டு தீபா அக்கா கிளம்பி விட்டாள். கீர்த்தனா மனதில் அன்றைய கேள்வித் தாளும் பதில்களும் ஓடிக் கொண்டிருந்தன. சரியாய்த் தெரிந்தும் எழுதி முடிக்காத விடைகள், சரியாய் தெரியாத பதில்கள் அமைதியைக் குலைத்தன.

கீர்த்தனா எப்போதும் அப்படிதான். சிறுவயது முதலே படிப்பில் முதலிடம் பெற்றுப் பழகி மதிப்பெண் குறைவதைத் தாங்கிக் கொள்ள முடியாதவளாக இருந்தாள். மற்றவர்கள் அப்படி இல்லை. “பச்! பதில் தெரிஞ்சும் எழுத முடியலையே!” என்று ஒரு பெருமூச்சுடன் அடுத்த வேலையைப் பார்க்கப் போய் விடுவர். கீர்த்தனா அதிலேயே மனம் உழன்று, குமைந்து தூக்கமில்லாமல் தவிப்பாள். படிப்பில் மட்டும் சமரசமே தோன்றியதில்லை.

அன்று முழுக்க அதே யோசனையாக பில் போட்டு, பணம் வாங்கிக் கொண்டிருந்தாள். இடையே அறிமுகமான வாடிக்கையாளர்கள் வருகையில் மட்டும் லேசாய்ச் சிரித்தாள்.

அப்போது மின்சாரம் துண்டிக்கப்பட்டது. இன்னும் இக்கிளையில் யூபிஎஸ் பொருத்தப் படவில்லை. பழைய ஜெனெரேட்டர்தான் உபயோகத்தில் இருந்தது. இடைப்பட்ட நேரம் இருள்தான். மருந்து எடுத்து கொடுக்கும் பெண்கள் அலைபேசியின்ஃப்ளாஷ் லைட்டில் தேடித் தர ஆரம்பித்தனர். கீர்த்தனாவுக்கு கணினி இயங்காமல் பில் போட முடியாது.

“அண்ணா, ஜெனெரேட்டர் ஆன் பண்றீங்களா?”

“அஞ்சு நிமிஷம் பாக்கலாம். கரண்ட் வந்துரும்னு நினைக்கறேன்.”

இருட்டில் டார்ச் தேடி எடுத்துப் போய் நிரடி ஜெனெரேட்டரை உயிர்ப்பிப்பதில் உள்ள சிரமம் குறித்த சோம்பல் அந்த ஃபார்மசிஸ்ட் பையனிடமிருந்து பதிலாய் வந்தது.

“ப்ளீஸ்ணா. அதுக்குள்ள கூட்டம் சேர்ந்துடும்ல. கஸ்டமர் வெயிட் பண்றாங்க பாருங்க.”

அவன் சலிப்புடன் கடையின் பின்புறம் சென்றான். சென்ற வேகத்தில் திரும்பினான்.

“பெட்ரோல் இல்ல. வாங்கிட்டு வரணும். காசு குடு.”

கீர்த்தனாவும் செல்பேசி டார்ச்சைப் போட்டு அவசரமாய்க் கல்லாவில் இருந்து இருநூறு ருபாய் எடுத்துத் தந்து விட்டு உரிய நோட்டுப் புத்தகத்தில் கணக்கு எழுதி வைத்தாள்.

கூட்டம் சேர்ந்து கொண்டே இருக்க, அவன் திரும்பி வரும் வரை காத்திராமல் மேனுவல் பில் போடத் தொடங்கினாள். பில் புக்கில் கையால் எழுதிக் கிழித்துக் கொடுத்து பணம் வாங்கிப் போட்டாள். சற்றே பதற்றம் எழுந்தது. விடுபட்ட விடை ஒன்று அசந்தர்ப்பமாக நினைவு வந்தது. இருட்டில் பணத்தைச் சரியாகத்தான் எண்ணி வாங்குகிறோமா என்று குழப்பம் வந்தது. நிதானம் பெற்று சற்று வேகம் குறைத்தாள். கவனித்து வாங்கினாள். நிமிடத்துக்கும் பொறுமையற்ற வாடிக்கையாளர்கள் முணுமுணுக்கத் தொடங்கினர்.

“இவ்ளோ பெரிய மெடிக்கல் ஷாப்ல ஒரு யூபிஎஸ் கூட இருக்காதாம்மா?”

“எவ்ளோ மெதுவா வேல பாக்கற? டக்கு டக்குனு பண்ண மாட்டியா?”

“வயசு புள்ளைங்க இப்படி இருக்கீங்க. நாங்கெல்லாம் எங்க காலத்துல...”

ஒரு முதியவர் ஏதோ சொல்ல ஆரம்பிக்க அவருக்குப் பின் இருந்த இளைஞன் கேட்டான்.

“அந்தக் காலத்துல கரண்ட் இல்லாமலே கம்ப்யூட்டர்ல பில்லு போட்டீங்களாக்கும்?”

வரிசையில் நின்றிருந்தவர்கள் எரிச்சல் மறந்து ஒரு நொடி சிரித்தனர். கீர்த்தனாவுக்கும் சிரிப்பு வந்தது. அவனை எட்டிப் பார்த்தாள். இருட்டில் தெளிவாய் முகம் தெரியவில்லை. அவனது உயரமும் உடல்வாகும் அவளது சிரிப்புக்குள் ஒரு ரகசியப் புன்னகை வைத்தது.

பெட்ரோல் வாங்கி வந்து, ஊற்றி ஜெனெரேட்டர்போட்டு விளக்குகள் எரிய முழுதாக இருபது நிமிடம் ஆகி விட்டது. மின்சாரம் வந்ததும் அத்தனை ஆசுவாசமாக இருந்தது. வெளிச்சத்துடன் காற்றோட்டமும் வந்தது போல் இருந்தது. அது வரை அவளுக்கு மூச்சு முட்டிக் கொண்டிருந்தது. அதுவரை நின்றவர்களுக்கு ஓரளவு கையால் போட்டிருந்தாள்.

பின் மனதை ஒருமுகப்படுத்தி வேலை பார்த்தாள். இரவு கணக்கு கொடுக்க பணத்தை எண்ணும் போது திடுக்கிட்டாள். ஐந்நூறு ருபாய் குறைந்தது. எண்ணியதில் ஏதோ தவறோ! திரும்ப எண்ணினாள். ஐந்நூறு குறைந்துதான் இருந்தது. திரும்பத் திரும்ப எண்ணினாள். கடை இன்ச்சார்ஜ் இவள் கணக்கு தரத்தான் காத்துக்கொண்டிருந்தார்.

“இன்னும் என்ன பண்ற? சட்டு புட்டுன்னு கணக்கு தந்தாத்தான் வீடு கிளம்ப முடியும்?”

“அண்ணா... ஷார்ட்டேஜ் வருதுன்னா...”

“அதெப்படி வரும் திடீர்னு?”

“தெரிலண்ணா... குறையுது.”

“சரி, எவ்ளோ குறையுது?”

“ஐந்நூறுண்ணா!”

“ஐந்நூறா? விளையாடறியா நீ? எவ்ளோ அசால்ட்டா இருந்துருக்க நீ? கல்லாவுல உக்காந்தா கவனம் காசுல இருக்கனும். கண்ட பக்கமும் போனா அப்படிதான்.”

“இவ்ளோ நாள்ல இப்படி ஆனதே இல்லண்ணா. எப்படிக் குறையுதுன்னே தெரியல.”

“வந்த யார்ட்டயாவது சிரிச்சு சிரிச்சுப் பேசி காசு வாங்காம விட்டுருப்ப...”

சட்டெனக் கண் கலங்கியதைக் காட்டாமல் எச்சில் விழுங்கிக் கொண்டு சொன்னாள்.

“இல்லண்ணா. நடுவுல ஏழு ஏழரைக்கு கரண்ட் போச்சு. அப்போ மிஸ்ஸாகி இருக்கலாம்.”

“எதுனாலும் அதுக்கு நீதானே பொறுப்பு? இப்படிலாம் சால்ஜாப்பு சொல்லக் கூடாது. இதைக் கூட கவனமா பாக்க முடியல நீ எல்லாம் என்னத்தப் படிச்சு கிழிக்கறியோ?”

படிப்பைப் பற்றி பேசியதும் நிறுத்தி வைத்த அழுகை பொங்கி வந்தது. கலங்கினாள்.

“உடனே அழுது நடிச்சிர வேண்டியது. ஒண்ணு சொல்ல முடியாது பொட்டச்சிகள்ட்ட.”

அதற்கு எதுவும் பேசாமல், பேச முடியாமல், பேச விரும்பாமல் தேம்பினாள் கீர்த்தனா.

“சரி சரி. கணக்கு குடு. இப்போ நான் போட்டு கட்டிடறேன். சம்பளம் வந்ததும் தந்துரு.”

“அண்ணா... இதுல என் தப்பே இல்லைண்ணா. ப்ளீஸ்ணா...”

“கேஷ் பொறுப்பு உங்கிட்ட இருக்கும்போது இது வேற யார் தப்பு? என் தப்பா?”

“........”

“சும்மா மூக்கு சிந்தாம காச எடுத்துட்டு வா.”

கணக்கைச் சமர்ப்பித்துவிட்டு அழுது சிவந்த முகத்துடன் வீட்டுக்கு வந்தாள். விடுப்பு எடுத்திருந்தால் கூட தினக் கூலி

நூறு ரூபாயுடன் போயிருக்கும். தேர்வெழுதி ஓடி வந்து வேலை பார்த்து கையிலிருந்து ஐந்நூறு ரூபாய் இழப்பதைத் தாங்கவே முடியவில்லை.

வீட்டில் சொன்னால் அப்பா இனிமேல் போக வேண்டாம் என்று சொல்லி விடும் அபாயம் இருப்பதை யோசித்தாள். மறைத்து விடலாமா? அதை செய்யக் குற்றவுணர்வு எழுந்தது. உண்மை மறைக்கும் சாமர்த்தியமும் தனக்கில்லை என்பதை உணர்ந்தே இருந்தாள்.

வீட்டிற்குள் நுழைந்ததுமே அவளது முகத்தைப் பார்த்து அப்பா கண்டுகொண்டார்.

“என்னாச்சுடா! யாரும் ஏதும் சொன்னாங்களா?”

“இல்லப்பா.”

“பாப்பா… பரிட்சை சரியா எழுதலையா? அடுத்த முறை பாத்துக்கலாம், விடு.”

“அப்பா…”

“என்னடா கண்ணு?”

“இன்னிக்கு ஒரு தப்பு பண்ணிட்டேன்பா வேலைல.”

சொல்வதற்குள் அழுகை வந்து தொண்டை அடைத்தது அவளுக்கு. அப்பா பதறினார்.

“என்னாச்சுடா? எதுனாலும் அழாம சொல்லு. பார்த்துக்கலாம்.”

ஆனால் அவர் சொல்லில் அவளுக்கு மேலும் அழுகை அதிகரித்தது. தேம்பினாள்.

“முதல்ல அழுகையை நிறுத்து. நிதானமாகிட்டுப் பேசு. எதுனாலும் அப்பா இருக்கேன்ல!”

“இன்னிக்கு கணக்குல ஐந்நூறு ரூபா குறைஞ்சுருச்சுப்பா. ஆனா நான் அதை எடுக்கல.”

அப்பா லேசாய் அதிர்ந்து மெலிசாகச் சிரித்தார். அவள் தோளில் ஆதரவாகப் பற்றினார்.

“நீ எடுக்கலைனு எனக்கு எதுக்குடா விளக்கம்? உன்னை எனக்குத் தெரியாதா?”

"இல்லப்பா. அந்தப் பணத்தை இப்ப நான் தரணுமாம்."

"ஓ!"

"என் தப்பே இல்லாம எப்படி நான் தர முடியும்? அதுவே தப்பை ஏத்துக்கறாப்லதானே?"

"சரிடா. கொடுத்துக்கலாம்."

"பத்தோ இருபதோ இல்லப்பா... ஐந்நூறு ரூபா. முழுசா அஞ்சு நாள் சம்பளம்."

அப்பா அவளது பதற்றத்தையும் கண்ணீரையும் கண்டு பிரியம் கசிந்து பேசினார்.

"ஐந்நூறுதானேடா. கொடுத்துறலாம். நீ அழாத. உன் தப்புன்னு இல்லாட்டியும் அது உன் பொறுப்பு. நாம தப்பு பண்ணாட்டியும், தப்பு நடந்ததும் நாம பொறுப்பேற்கிற இடத்தில இருக்கோம்னா அதை தட்டிக் கழிக்காம ஏத்துக்கணும்டா. இல்லனாத்தான் தப்பாகிடும்."

"செய்யாத தப்புக்கு என் உழைப்பின் பலனை விட்டுத் தரணுமா நான்?"

அப்பா மெல்லச் சிரித்துக் கொண்டார். அதில் விரக்தியின் கசப்பு கலந்திருந்தது. தன் தொழிலின் நட்டத்தை நினைத்துக் கொண்டார். அதுவும் இதே திசையிலானதுதான்.

"லட்ச லட்சமா இழந்திருக்கோம்டா. இந்த ஐந்நூறுல என்ன ஆகப்போகுது. விட்றா..."

அவள் மனம் சமாதானமாகவில்லை. அப்பாவுக்கு அந்த வித்தியாசம் புரிந்தது. அது அவர் பணம், இது அவள் பணம். தனது உழைப்பு என்று வரும்போது அப்படிப் பணம் வீணாவதைக் கிஞ்சித்தும் விரும்பாத மகளின் பொறுப்பு அவருக்குப் பிடித்திருந்தது.

"இந்த மாசம் சம்பளத்துல பிடிச்சுருவாங்கப்பா."

"சம்பளம் வரும் வரை காத்திருக்க வேண்டாம். நாளைக்கே கொடுத்துரு அப்பா தரேன்."

"ம். இல்லப்பா... வேண்டாம். நானே குடுத்துக்கறேன்."

தனக்கான செலவை, தன் தவறைத் தானே சரி செய்யும் உறுதி அதிலிருந்ததை ரசித்தார்.

“சரிடா. இதுக்கெல்லாம் அழக் கூடாது. தைரியமா இருக்கணும். இப்போதான் வேலைனு ஒண்ணு பாக்கறதால இதெல்லாம் உனக்கு பெருசாத் தெரியுது. இன்னும் எவ்வளவோ பார்க்க வேண்டியிருக்கும். எல்லாத்துல இருந்தும் பாடம் கத்துக்கணும். இதுல இருந்து நீ இன்னும் வேலையின் போது கவனமா இருக்கணும்னு கத்துக்கோடா. அவ்ளோதான்.”

அப்பா திட்டவில்லை, இனி வேலைக்குப் போக வேண்டாம் என்றும் சொல்லவில்லை என்பது கீர்த்தனாவுக்கு ஆறுதலாய் இருந்தது. தேற்றிக்கொண்டு சாப்பிட அமர்ந்தாள்.

மறுநாள் தேர்வு முடிந்து அதே அவசரத்துடன் கடைக்குவந்தாள். தீபாக்கா முறைத்தாள். கீர்த்தனா நேற்றைய கெஞ்சல், குழைவு ஏதுமின்றி உம்மென்று இறுக்கமாய் இருந்தாள்.

“என்னடி ஆச்சு உனக்கு? சிரிக்க கூட மாட்டேங்கற?”

“அக்கா நேத்து கேஷ்ல ஐந்நூறு ரூபா இடிச்சிருச்சு. எப்படிப் போச்சுன்னே தெரில.”

“என்னடி ஐநூறு காணும்னு அசால்ட்டா சொல்ற? இன்ச்சார்ஜ் என்ன சொன்னாரு?”

“சம்பளத்துல தரச் சொன்னாரு. ஆனா எங்கப்பா இன்னிக்கே குடுத்துருன்னாரு. அதான் கொண்டு வந்துருக்கேன். ஆனா இதில் என் தப்பு என்னன்னே புரிலக்கா. கடுப்பாகுது.”

“நீ சொல்ல வேண்டியதுதானே?”

“சொல்லிட்டேன், அவர் நான்தான் பொறுப்புன்னுட்டாரு. ஆனா அதும் சரிதானே!”

“லூஸு. இதுக்குத்தான் முன்னாடியே சொன்னேன் எக்ஸ்ட்ரா வர காச எடுத்துக்கோன்னு. அது செஞ்சிருந்தா இப்பக் கட்டலாம். ரெண்டு வருசத்துல ஐந்நூறு குடுத்துருக்க மாட்ட?”

“மேலயே இருக்கும்கா. போன வாரம் கூட ஒருத்தர் முந்நூறு விட்டுட்டார். குடுத்தேன்.”

“நான் சொன்னப்ப கேட்கலைல்ல. போ. இப்ப நல்லா அனுபவி...”

தீபாக்கா தன் அறிவுரையை நிராகரித்ததற்கு அவளுக்குக் கிடைத்த தண்டனையாய்க் கருதி மகிழ்ந்து போய் கிளம்பியதாகப் பட்டது.

வெறுமையாக இருந்தது. அமர்ந்து பணி செய்யத் தொடங்கினாள். மனம் கொதித்துக்கொண்டுதான் இருந்தது. வாடிக்கையாளர் எவரேனும் ஐந்நூறு ரூபாய்த் தாளை தரும் போது உண்டது செரிக்காமல் எதுக்களித்து வருவது போல் நேற்றைய நிகழ்வு நினைவில் வந்தது. மறக்க முயன்றும் முடியவில்லை.

மேனேஜர் எட்டு மணிக்கு வந்தார். கூட்டம் இல்லாத தருணம் பார்த்து ஐந்நூறு ரூபாயை அவரிடம் கொண்டுபோய்க் கொடுத்தாள் கீர்த்தனா. அவர் வியப்பாய்ப் பார்த்தார்.

“அட இப்போவே எதுக்கு? சம்பளம் வரப்போ குடு, போதும்.”

“இல்லண்ணா இந்தாங்க. இப்போவே குடுத்துருன்னு அப்பா சொன்னாங்க.”

“சரி சரி. இன்னிக்காச்சும் கவனமா வேலைய பாரு.”

அதைக் கேட்டதும் இன்னும் கடுப்பானாள் கீர்த்தனா. விருட்டென்று வந்து இருக்கையில் அமர்ந்தாள். இதுவரை ஒழுங்காக இருந்ததற்கும், பணத்தை ஒரு பைசா கூடத் தவறாமல் சரியாகக் கொடுத்ததற்கும் இவர்கள் காட்டும் மரியாதை, கரிசனம் இவ்வளவுதான்.

“சின்னப் புள்ளகிட்ட காசப் புடுங்கி திங்கறது உங்களுக்கு வெக்கமாவே இருக்காதா?”

மனசுக்குள் திட்டினாள். அன்று இரவுக்குள் கடையில் மற்றவர்களுக்கு விஷயம் தெரிந்து போய் அவர்களுக்குள் கிசுகிசுப்பாய் - ஆனால் அவள் காது பட - பேசிக் கொண்டனர்.

“அவ எடுக்கலைனா எதுக்கு உடனே கொண்டு வந்து கொடுக்கப் போறா? ஏதாவது அவசரத்துக்கு எடுத்துட்டு மறுநாள் வைக்கறதுனா கேட்டுட்டே பண்ணி இருக்கலாம்.”

“இதுனா தொலைஞ்சதுல தானே வரும். தொலைஞ்சுதுன்னா இன்ச்சார்ஜ் சில நேரம் தர வேணாம்னு கூட சொல்லுவார்னு நினைச்சிருப்பா. ஆனா அந்தாளாவது விட்றதாவது.”

கீர்த்தனா ஆவேசமானாள். இருக்கையில் இருந்தபடி அவர்களைப் பார்த்துக் கத்தினாள்.

“உனக்குத் தெரியுமா? நீ பாத்தியா எடுத்தேன்னு? எப்படி வாய்க்கு வந்தபடி பேசறீங்க?”

“ஏய்... இதுக்கேன்நீ இவ்ளோ கோவப்படற? இதெல்லாம் இதுக்கு முன்ன இருந்தவங்க பண்ணினதுதான். பல இடங்களிலும் நடக்கறதுதான். தீபா அக்காவுக்கே நடந்துருக்கு. இதெல்லாம் ஜாலியா நாங்க பேசிப்போம். இதுக்கேன் இப்படிக் கோவம் வருது உனக்குனு தெரில.”

“நான் யார் மாதிரியும் இல்ல. யாரோடயும் என்னை கம்பேர் பண்ணாதீங்க. நான் இதை எடுக்கல. இதில் என் தப்பும் ஏதும் இல்ல. அப்படிப் பேசறத வேடிக்கை பார்க்க முடியாது.”

அதைச் சொல்லும் போதே தொண்டை கம்மி குரல் அடைத்தது கீர்த்தனாவுக்கு.

“உன் மேல தப்பில்லைனா கூலா இருக்க வேண்டியதுதானே. இப்படி டென்ஷனாகிக் கத்தறதே சந்தேகம் உண்டாக்குது. என்ன என்னவோ யோசிக்க வைக்குது பாத்துக்க.”

“உன் மேல இப்படிப் பழி போட்டா கம்முனு இருப்பியா நீ? செய்யாத தப்பைச் செஞ்சதாச் சொன்னா சுரணை இருக்கற யாராலயும் தாங்க முடியாது. இப்படித்தான் கத்துவாங்க.”

“ஏய்...”

“தவிர, விளையாட்டு எது சீரியஸ் எதுன்னு எனக்குத் தெரியும். பேசாமப் போயிருங்க.”

அவர்கள் முணுமுணுத்தபடி விலகினர். கண்ணீர் முட்டி பில் போட்டுக் கொண்டிருந்தாள். பழகிய வாடிக்கையாளர்கள் அதைக் கவனித்து “என்னாச்சும்மா?” என்று விசாரித்தனர்.

“ஒண்ணுமில்லைங்க”, “ஒண்ணுமில்லைண்ணா”, “ஒண்ணுமில்ல ஸார்” என்று சொல்லும் போதே மேலும் கண்ணீர் வந்தது. இந்த அழுகைதான் தன் ஆகப் பெரிய பலவீனம் என்று தோன்றியது. கட்டுப்படுத்த முடியாத கண்ணீர் கன்னங்களில் வழிந்தபடியே இருந்தது.

அன்று முழுக்க அதுவரை வந்த வரவை அவ்வப்போது எண்ணியபடி இருந்தாள். சரியாய் இருந்தது. இரவு கணக்கு தருகையில் அவள் முகத்தைக் கண்டு பொறுப்பாளர் கேட்டார்.

“இன்னும் ஒப்பாரி வெச்சிட்டுதான் இருக்கியா?”

பதில் சொல்லாமல் அதே இறுக்கத்துடன் இருந்தாள். பேசினால் அழுது விடுவாள் என்று அவளுக்கே தெரியும். அவர் முன் அழக்கூடாது என்ற வைராக்கியம் கொண்டிருந்தாள்.

வீட்டிற்கு வந்தும் அந்தப் பெண்கள் சொன்னது நினைவில் ஓடிக்கொண்டே இருந்தது.

இதெல்லாம் எப்படி விளையாட்டாகும்? நான் மட்டும் அப்படி எளிதில் உடைபவளாய் உணர்ச்சிவசப்படுபவளாய், ஒரு சொல் சுமக்க முடியாத பலவீனளாய் இருக்கிறேனா? இந்த அழுகை அவமானம். அழாமல் எதிர்க்கும் வல்லமை என்றுதான் வாய்க்குமோ!

ஒரு வாரம் ஓடியது. காலம் மகத்தான வலி நிவாரணி. சம்பவத்தின் தாக்கம் வெகுவாய்க் குறைந்து சகஜமானாள். தேர்வுகளும் நிறைவு பெற்றிருந்தன. தன் வழக்கமான மலர்ந்த சிரிப்புடன் வேலைக்கு வந்தமர்ந்தவள் முன் ஓர் இளைஞன் உயரமாய் வந்து நின்றான்.

“நல்லா இருக்கீங்களா?”

“ம்ம்ம்.”

“அன்னிக்கு ரொம்ப டென்ஷனா இருந்தீங்க. இப்போ ஓகேவா?”

“என்னிக்குங்க?”

“அதான் அன்னிக்கு செல்ஃபோன் ஃப்ளாஷ் லைட்ல...”

“...”

“ஒளியிலே தெரிவது... பாட்டு வேற ஞாபகம் வந்துச்சு.”

கீர்த்தனாவுக்கு நினைவு வந்தது. அன்று பெரியவரிடம் தனக்கு ஆதரவாய்ப் பேசியவன். இருளில் முகம் சரியாய் தெரியவில்லை அன்று. இப்போது அவனை உற்று நோக்கினாள். சிரிக்கும் கண்கள். கண்ணடிக்கும் பேச்சு. வசீகரமாக இருந்தது. புன்னகை செய்தாள்.

“ஆமா... அன்னிக்குக் கூட்டம் சேர்ந்துட்டதால...”

“உங்க பேர் என்ன?”

சட்டெனச் சுதாரித்து, “அதெல்லாம் எதுக்குங்க?” என்றபடி மீதிச் சில்லறை கொடுத்தாள்.

“பேர வச்சு என்ன பண்ண போறோமாம்? ஐந்நூறு ரூவாய்க்கு வித்துடவா போறோம்?”

ஐந்நூறு என்றதும் இவன் எடுத்திருப்பானோ என்று ஒரு கணம் சந்தேகம் வந்தது. சேச்சே! இதென்ன பழக்கம்? எல்லார் மேலும் இப்படிச் சந்தேகப்படுவது. சுயஅதட்டல் போட்டாள்.

அவன் சிரித்தபடி வெளியேறி விட்டான். அவன் ஏறிச் சென்ற இரண்டு லட்சம் ரூபாய் இரு சக்கர வாகனத்தை பார்த்ததும் அது அவனாக இருக்காது என்று சொல்லிக் கொண்டாள்.

வீடு வந்ததும் அப்பாடலின் அடுத்த சொல் தேவதை என்பதும் அப்படத்தின் பெயர் அழகி என்பதும் கீர்த்தனாவுக்கு நினைவு வந்தது. வெட்கத்தின் இன்பம் உடலெங்கும் பரவியது.

அன்று மழை வலுத்திருக்க கடையில் கூட்டம் குறைவாய் இருந்தது. தெருவை வேடிக்கை பார்த்தபடி அமர்ந்திருந்தாள். மிகச் சில வண்டிகள் மட்டுமே சென்று கொண்டிருந்தன.

மழையை ரசிக்க கீர்த்தனாவுக்குப் பிடிக்கும். இயற்கையின் பெரும்கொடையில் மழை முக்கியமானது. உலக உயிர்கள் அனைத்திற்கும் வாரி வழங்கும் வல்லமை கொண்டது. உலகையே கழுவிச் சுத்தப்படுத்த மழையைத் தவிர யாரால் முடியும்! இப்படி எல்லாம் பேசினால் தோழிகள் ஏற இறங்க பார்ப்பர். இங்கே மருந்தகத்தில் பணிபுரிவோரிடம் இதெல்லாம் சொல்ல முடியாது. மழை நேரத்தில் அவர்களின் மகிழ்ச்சியெல்லாம் மழை இல்லை; அந்த நேரத்தில் கடையில் கூட்டம் கூடாது, ஓய்வு கிடைக்கும் என்பதுதான்.

சட்டென பெரிய சத்தம் ஒன்று கேட்டு திடுக்கிட்டு நிமிர்ந்தாள். தெருவில் நடந்து வந்து கொண்டிருந்த நடுத்தர வயதுக்காரர் ஒருவர் மழை நீர் மறைத்திருந்த குழி தெரியாமல் காலை நுழைத்து, தடுமாறி கீழே விழுந்து விட்டார். கீர்த்தனா பதறி எழுந்து ஓடினாள்.

அவள் அவரைக் கைபிடித்து தூக்குவதற்குள் அருகிலிருந்த கடைகளிலிருந்து ஆட்கள் வந்து விட்டனர். அவரை தூக்கி உட்கார வைத்து அடி பட்டிருக்கிறதா எனப் பார்த்தனர். முழங்கையில் சிராய்ப்புகள் இருந்தன. ஊமை அடிகள் இருக்கக்கூடும் என்றார் ஒருவர்.

இன்னொருவர் கீர்த்தனாவிடம் கடையில் இருந்து ஆயின்மெண்ட்டும், பஞ்சும் எடுத்து வரச் சொல்லி காயத்தில் இட்டு சுத்தம் செய்தார். அவர் சற்று தடுமாறி எழுந்து நின்று "பரவால்ல... நான் பாத்துக்கறேன், நான் பாத்துக்கறேன்" என்றார். தன் கைப்பையில் இருந்து தண்ணீர் எடுத்து வந்து அவருக்குக் கொடுத்தாள் கீர்த்தனா. நடுக்கத்துடன் அருந்தி விட்டுச் சற்று தெளிவடைந்து "தேங்க்ஸ்" என்றார். மற்றவர்கள் கலைந்தனர்.

அவர் நிதானமாகி சற்று நேரம் நின்று விட்டு மருந்துக் கடைக்குள் நுழைந்து கேட்டார்.

"மருந்துக்கு எவ்ளோ ஆச்சும்மா?"

கீர்த்தனா கணக்கு போட்டு விட்டு "எழுபத்தி ஏழுங்க" என்றாள். அவர் சட்டைப் பையில் இருந்து ஐந்நூறு ருபாய்த் தாளினை எடுத்து தந்தார். மீதிச்சில்லறையைக் கவனமாக எண்ணிக் கொடுத்தாள். அவர் அதை வாங்கிப் பார்த்துவிட்டுக் குழப்பமாகக் கேட்டார்.

"கம்மியா இருக்கேம்மா?"

"ஓ!"

பதறி வாங்கி எண்ணிப் பார்த்தாள். சரியாகத்தான் இருந்தது. நூற்று இருபத்து மூன்று.

"கரெக்டாத்தான் சார் இருக்கு!"

"என்னம்மா நான் ஐந்நூறு கொடுத்தேனே! நானூத்து இருபத்து மூணு தரனும்ல?"

"ஸார்... நீங்க இருநூறுதானே குடுத்தீங்க! மீதி நூத்து இருபத்து மூணு ரூபாங்க."

"ஐந்நூறு கொடுத்தாப்ல இருக்கே? இல்லையா!"

"இல்ல... நீங்க குடுத்த இருநூறு இதோ இங்க இருக்கு, பாருங்க..."

கல்லாவில் மேலாகக் கிடந்த இருநூறு ரூபாய் நோட்டை எடுத்துக் காட்டினாள் கீர்த்தனா.

அவர் குழப்பமாய்க் கை நடுங்கப் பாக்கெட்டில் துழாவிப் பார்த்தபடியே சொன்னார்.

“ஆமாவா? வீட்லருந்து ஐந்நூறு ரூபா நோட்டு ஒண்ணு எடுத்துட்டு வந்தேன்மா. நல்லா நினைப்பிருக்கு. ஒரு வேளை நான் மழைல தடுமாறி விழுந்தப்ப ஏதும் போயிருச்சோ!”

“என்ன ஸார்! போன வாரம்தான் ஐந்நூறு ரூபா குறையுதுன்னு என் காச பிடிச்சுட்டாங்க. இப்பிடி ஏதும் தப்பா சொல்லி எனக்கு வேட்டு வச்சுராதீங்க. இருநூறுதான் கொடுத்தீங்க.”

கீர்த்தனா கசப்பும் சிரிப்புமாகச் சொன்னாள். விழுந்து எழுந்த வலியோ, தடுமாற்றமோ, அவமானமோ, கீர்த்தனா உடனே ஓடி வந்து தூக்கியதோடு தண்ணீர் கொடுத்த பிரியமோ அவரால் அதற்கு மேல் அவளை மறுத்துப் பேச முடியவில்லை. அமைதியாகக் கூறினார்.

“சரிம்மா. நான்தான் கவனிக்கல போல!”

அவர் குழப்பமான முகத்துடன் வெளியேறி கடை வாசலில் மழைக்கு ஒதுங்கி நின்றார்.

அது வரையிலான வரவை ஒரு முறை எண்ணிப் பார்த்தாள் கீர்த்தனா. ரூபாய் முந்நூறு அதிகமாய் இருந்தது. திரும்பவும் ஒரு முறை எண்ணினாள். அதிகமாய்த்தான் இருந்தது.

எனில் அவர் ஐந்நூறு ரூபாய் தாள்தான் கொடுத்திருக்கிறார். நான்தான் கவனிக்காமல் இருநூறு என்று புரிந்து கொண்டு குறைவாகச் சில்லறை தந்து அனுப்பி விட்டேன். பாவம்!

அவரை அழைக்க முற்பட்டவள் சற்று நிதானமாகி, சுற்றத்தைக் கவனித்தாள். கூட்டம் இல்லாததால் பெண்கள் தங்களுக்குள் அரட்டை அடிப்பதில் மும்முரமாய் இருந்தனர்.

கடையில் எவரும் தன்னைக் கவனிக்கவில்லை என உறுதி செய்து கொண்டு மேசை இழுப்பறையிலிருந்து மூன்று நூறு ரூபாய்த் தாள்களை எடுத்துத் தன் கைப் பைக்குள் வைத்தாள். ஒரு விதத்தில் என்னிடமிருந்து போன பணம், வேறொரு விதத்தில் திரும்பி வருகிறது போலும்.பெருமூச்சு விட்டாள். சின்ன மகிழ்ச்சி ஒன்று அவளைத் தொற்றியது.

கீர்த்தனா வெளியே பார்த்தாள். மழை இன்னும் நிற்கவில்லை. தூவானம் போட்டுக் கொண்டிருந்தது. அவர் கடையின் வாசலில் நின்று இருந்தார். மயமயப்பாய்த் தெரிந்த பின்னந்தலைச்

சொட்டையும் ஒரு கையை மடித்து இடுப்பில் வைத்து நின்ற விதமும் அப்பாவை நினைவுபடுத்தியது. தொங்கவிட்டிருந்த இன்னொரு கையில் சிராய்ப்புக் காயத்தின் மேல் போட்டிருந்த மருந்தும் பஞ்சும் சேற்றில் விழுந்ததில் பக்கம் முழுக்க ஏறியிருந்த சகதியும் பரிதாபமாய்த் தோன்றியது. சட்டென உள்ளுக்குள் உடைந்தாள்.

இப்படி மற்றவர்கள் ஏமாற்றியதும் அப்பாவித்தனமாக அவராய் ஏமாந்ததுமாகத்தான் சிறுகச் சிறுகப் பெருகி லட்சக்கணக்கில் பணமிழந்து நிற்கிறார். அவர்களில் சிலரேனும் நல்லவர்களாக இருந்திருந்தால், சற்று நேர்மை குன்றாது நின்றிருந்தால் அப்பா இப்படித் தோல்வியுற்றவராக எஞ்சியிருக்க மாட்டார். ஆனால் அப்படி எவருமே இருக்கவில்லை.

இவரும் ஓர் அப்பாவாக இருக்கலாம். இவருக்கும் ஒரு கீர்த்தனா இருக்கலாம். இதோ ஒரு கீர்த்தனா இங்கே இன்னொரு கீர்த்தனாவை உருவாக்கிக் கொண்டிருக்கிறாள். இப்படி எண்ணியதும் திடுக்கிட்டாள். தவறு அல்லவா! அறமற்ற செயல் இது. பாவம் பீடிக்கும்.

ஆனால் இங்கு நான் மட்டும் சரியாக இருந்து என்ன பயன்? தம்மைத் தாமே சரி செய்து கொண்டவர் உலகையே சரி செய்தவர் ஆகிறார் என்கிறார்கள். அது உண்மைதானா?

அப்படிச் சரி செய்து கொண்டவர்கள் சிறுபான்மை இளித்தவாயர்களாக மட்டுமே இங்கு மிஞ்சுகிறார்கள். மற்றபடி, உலகில் எல்லோரும் அயோக்கியர்கள். தீபாக்கா, இன்ச்சார்ஜ், இந்தக் கடை முதலாளி கூட ஒழுங்காகக் கணக்குக் காட்டி வருமான வரி கட்டுகிறாரோ என்னவோ. இதோ இப்போது இந்த முந்நூறு ரூபாய் பணம் ஏமாந்த ஆள் தன் ஆயுளில் எப்போதும் எங்கேயும் எவரையும் ஏமாற்றியதே இல்லை என உறுதியாகச் சொல்ல முடியுமா? நான் தவறாக இழந்ததைத் தவறாகப் பெற்றதைப் போல், அவர் தவறாகப் பெற்றதைத் தவறாக இழந்திருக்கலாம். இப்படி ஒரு விநோத சமநிலையைப் பேணுவதே உலகியற்றியான் திட்டமிட்டு நடத்துவதாக இருந்தால்? உயிரியலில் ஒரு சூழற்சமநிலை இருப்பது போல் பொருளாதாரத்திலும் ஏன் அப்படி ஒன்றை வடிவமைத்திருக்கக் கூடாது?

கீதாசாரம்! எதை நீ எடுத்து கொண்டாயோ, அது இங்கிருந்தே எடுக்கப்பட்டது. எதைக் கொடுத்தாயோ, அது இங்கேயே கொடுக்கப்பட்டது. எது இன்று உன்னுடையதோ, அது நாளை மற்றொருவருடையதாகிறது. மற்றொரு நாள், அது வேறொருவருடையதாகும்.

கீர்த்தனா அப்பாவின் முகம் நினைவில் வருவதை வலுக்கட்டாயமாக மறக்க அந்த உயர இளைஞனை நினைத்துக் கொண்டாள். அவனுக்கு ஏன் இருளில் பேட்டரி குண்டு பல்ப் வெளிச்சத்தில் துலங்கும் 96 படத்தின் த்ரிஷா நினைவுக்கு வராமல் அந்தச் சுமாரான நாயகி நினைவுக்கு வந்தாள்? அடுத்த முறை அவன் வரும் போது கேட்டறிய வேண்டும்.

மழை நிற்பது போல் இருந்தது. அந்த மனிதர் படி இறங்கிக் கொண்டிருந்தார். கீர்த்தனா அவசரமாய் வெளியே வந்து பார்த்தாள். அவரை அழைக்கலாமா என்று யோசித்தாள். எப்பக்கம் சாய்ந்தாலும் குத்தும் தராசின் முள் தரும் ரணம் சாதாரணமானதா என்ன!

மழை சுத்தமாய் விட்டிருக்க, வானம் தெளிந்திருந்தது. கீர்த்தனா தீர்மானித்தாள்.

(ஜூலை 1, 2023)

★★★

10. துயில் துணை

இரவு முழுவதும் உறங்காத எரிச்சலும் சோர்வும் வசுதாவின் விழிகளில் தேங்கி நின்றன.

துளி தூக்கமில்லாத ராத்திரி. இதற்கு முன் எதற்கும் இவ்வளவு உளைச்சலுற்றதில்லை. கழுத்தை நெரிக்கும் பண முடை, கணவனுக்குப் பணியில் சிக்கல் என வந்த போதும்கூட இரவில் வசுதாவுக்குக் கண் செருகாமல் போனதில்லை. அவை பிழைப்புக்கான போராட்டங்கள். ஒன்றில்லை என்றால் மற்றொன்று என்கிற தைரியம் இருந்தது. இது அப்படியா? நினைக்க நினைக்க இன்னும் இன்னும் குமைந்து போனது உள்ளம். மூளை ஓயாமல் தெறித்தோடிக் கொண்டே இருந்தது. அதன் வேகம் தாளாமல் தலை வலித்தது.

முந்தைய இரவு கலவி முடிந்து உறங்கி விட்ட புருஷனை அணைத்தபடி படுத்திருந்தாள் வசுதா. சுஜய் எப்போதும் அப்படித்தான். அமுதருந்திய குழந்தை சொக்கித் தூங்குவது போல் புணர்ச்சி நிறைந்த மறுகணமே உறங்கிப் போவான். வசுதாவுக்கு அப்படி அயர்ந்துறங்கும் அவன் முகத்தைப் பார்க்கப் பிடிக்கும். அப்படியே அவள் தூங்கிப் போவாள். நேற்று உறக்கம் கண்களை சுழற்றும் நேரம் அவனது அலைபேசி ஒளிர்ந்தது.

சப்தமற்ற மௌன ஒளிரல். ‘எப்பப்பாரு மொபைல். பெட்லயே வச்சுக்கறது இன்னொரு பொண்டாட்டி மாதிரி‘ என்று

சலித்தபடியே அதை எடுத்து அருகில் இருந்த மேசையில் வைக்கப் போனாள். மேற்பகுதியில் எட்டிப் பார்த்த நோட்டிஃபிகேஷனில் பிரபா என்று பெயர் காட்டியது. அசட்டையாக நோக்கியவளுக்கு மூன்று முத்த எமோஜிகளுடன் வந்த *'Good Night My Love'* என்ற வாட்ஸாப் மெசேஜ் சட்டென உறக்கம் தழுவிய புலன்களை விழிக்க வைத்தது. மறுபடி ஒருமுறை உற்றுப் பார்த்தாள். தவறில்லை. அதுவேதான்.

அந்த உரையாடலைத் திறக்க முயன்றாள். அலைபேசி ஆறு இலக்கத்தில் *PIN* கேட்டது. தன் பிறந்த நாள், அவன் பிறந்த நாள், தங்கள் மண நாள், மகள் பிறந்த நாள் எல்லாம் போட்டுப் பார்த்தாள். ம்ஹூம். திறக்கவில்லை. பதற்றம் கூட, சுஜயை அழைக்கக் கை கொண்டு போனவள் நிதானித்தாள். 'யோசிச்சு காலைல பேசிக்கலாம். கோவமாவோ பதட்டமாவோ பேசினா சரி வராது. நாம மொதல்ல நிதானமாவோம்.' என நினைத்தாள்.

அது அவள் சுபாவம். சுஜய் கோபத்தில் கத்தும் போதும், தவறுகளுக்குத் திட்டும் போதும் அமைதியாகவே இருப்பாள். அப்போது பேசினால் சண்டை அதிகமாகும். சினம் தணிந்த பின் பேசிக் கொள்ளலாம் என அமைதி காப்பாள். அது ஒரு யுக்தி. பெரும்பாலும் வெற்றி பெறும். அது அவர்கள் இணக்கத்தின் பிரதானத் தூண். சுஜய்யே அடிக்கடி சொல்வான் -

"நீ மத்த பொம்பளைங்க மாதிரி இல்லடி. ஸ்பெஷல்."

"இப்போ என்ன ஸ்பெஷலக் கண்டியாம்?"

"அவனவன் ஆஃபீஸ்ல பொண்டாட்டி டார்ச்சர்னு கதறுறான். அப்படிப் பேசறா, இப்படிப் பேசறானு அவனுங்க சொல்றதெல்லாம் காதுலயே கேட்க முடியாது. நானும் யோசிச்சு யோசிச்சுப் பாப்பேன். நீ அப்படிக் கத்தறதே இல்லையே. நான் கத்தினாக் கூட கம்முனு இருந்துக்கற. அந்தப் பாவப்பட்ட முகத்தப் பார்த்து நான்தான் வந்து ஸாரி கேட்கறேன்."

"ரெண்டு பேரும் கோவத்துல கத்தினா எது சரின்னு யோசிக்க முடியாதுல்ல. அதான் அப்பறமா பேசுவேன். அப்ப நிதானமா சொல்ல முடியும், உன்னாலயும் கேட்க முடியும்."

“ம்ம்ம். அதுதான் கரெக்ட். ஆனா நான் மட்டும் இதெல்லாம் யோசிக்காம கத்திடறேன். ஒரு மாதிரி உன் நல்லதனத்தை எக்ஸ்ப்ளாய்ட் பண்றாப்ல கில்டி ஆகுது, வசு.”

“நான் அப்படி இருந்தா, நீ இப்படி இருக்க வேண்டி இருந்திருக்கும். அவ்ளோதான்.”

“நான் லக்கி தான்.”

“சரி சரி... போதும் உன் பொண்டாட்டி புராணம். கிளம்பு டைம் ஆகுது.”

“கல்யாணம் ஆனப்போ மயக்கத்தில் வா போனு கூப்பிடறது கிளுகிளுப்பா இருக்குனு அப்படியே கூப்பிடுன்னேன். அதுக்குன்னு ஒரு மட்டு மரியாதை இல்லையா புருசனுக்கு?”

“நமக்குள்ள என்னடா மசுரு மரியாதை?”

இருவரும் சிரிப்பார்கள். வீட்டார் ஜாதகப் பொருத்தம் பார்த்து, இன்ன பிற பேரங்கள் எல்லாம் படிந்து செய்தவழக்கமான திருமணம் அவர்களுடையது. பத்தாண்டுகள் முன் மணமான புதிதில் நிகழ்ந்த உரையாடல் ஒன்று தந்த நிறைவில் புரிதலில் “லவ் யூடா” என்றாள் வசுதா. “ஐயோ டா சொல்லிட்டேனே!” என்று உடனே நாக்கைக் கடித்தாள்.

“நமக்குள்ள என்னடி மசுரு மரியாதை?”

சுஜய் அன்று சொன்னதிலிருந்து பாசாங்கு மரியாதைகள் அவர்களுக்குள் இல்லை. நெருக்கத்தின் பூரணம் ஒருமையில் விளிப்பதில் தான் கிடைக்கிறது. கிடைத்தது. மூடுக்கேற்ப, சூழலுக்கேற்ப மாற்றிக் கொள்வாள் - டா போடுவது, பெயர் சொல்லி அழைப்பது, அவன் வீட்டார் முன்பு சிரிப்பை அடக்க முடியாமல் ‘வாங்க போங்க’.

அன்னியோன்யத்தின் ஜொலிப்பில் திகட்டத் திகட்ட பரஸ்பரம் களித்திருக்கின்றனர். இப்பத்தாண்டு தாம்பத்யத்தில் சண்டைகள் உண்டு. ஆனால் ஒவ்வொரு சண்டைக்குப் பின்னும் இன்னும் ஒருவரை ஒருவர் அதிகம் புரிந்து நெருங்கி இருக்கிறார்கள். எனவே வசுதா நிதானம் கொண்டாள். அவசரம் வேண்டாம். ஆனால் வாய் நிதானித்த அளவு மூளை நிதானிக்கவில்லை.

அதன் இண்டு இடுக்குகள் வரையிலும் எல்லா மடிப்புகளும் தூண்டடப்பட்டு மொத்த எதிர்மறைக் கற்பனைகளையும் கண் முன் கொண்டு வந்தன.

பிரபாவை வசுதாவுக்குத் தெரியும். சுஜய்யின் அலுவலகத்தில் பணிபுரிபவள். திருமணம் ஆகி விட்டது. வசுதாவை விட ஐந்தாறு வயதேனும் குறைந்தவள். அவ என்ன, அடுத்தவ புருசனுக்கு முத்தம் கொடுத்துத்தான் குட் நைட் சொல்லுவாளாமா? இவளுக்கெல்லாம் கல்யாணம் ஆகி ரெண்டு வருஷம்தான் இருக்கும். இந்நேரத்துக்கு ஏன் அடுத்தவனுக்கு மெசேஜ் அனுப்பிட்டு இருக்கா? புருஷன் என்ன பண்றான்?' அடுத்தடுத்த சிந்தனைகளின் தொடர்ச்சியாய் 'அவ நம்மள விடக் கொஞ்சம் நிறம்தான். வெள்ளைத் தோல் இருந்தாப் போதும், மயக்க வந்துருவாளுங்க. அதுவும் அடுத்தவ புருசன்தான் இனிக்கும். அது சரி இவன் இடம் தராமலா அவ முத்தம் தர்ற அளவுக்குப் போவா? விடியட்டும் கேட்கணும்.'

யோசிக்க யோசிக்க அவளுக்குக் காட்சிகள் கண் முன் விரிந்து கொண்டே போயின.

முதலில் அது என்ன பிரபா? பிரபாவதிதானே அவளது முழுப் பெயர். அது என்ன பிரபா எனச் சுருக்கி விளிப்பது? செல்லப் பெயரோ? சுஜய் வேறு எப்பெண்ணையும் இப்படிப் பெயர் சுருக்கி அழைத்ததில்லை என்பது இப்போதுதான் உறைத்தது. தன்னைத் தவிர.

அவன் எப்போதும் பிரபாவதி என்னும் பிரபாவை புகழ்ந்துதான் பேசி இருக்கிறான்: "சின்னப் பொண்ணு. இருபத்து நாலு இருக்கும். இப்பவே என்ன சாதுர்யம் தெரியுமா?"

இவளுக்கு ஒரு ஹோட்டலில் வைத்து அறிமுகம் செய்த நாளில் இவள் முன்பே அவளை ஆராதித்தது நினைவு வந்தது: "வசு, இதான் பிரபா. அழகு, அறிவு ரெண்டும் சேர்ந்து பொண்ணுங்களே இல்லைனு நினைச்சுட்டு இருந்தேன். விதிவிலக்கு இந்தப் பொண்ணு." அப்போதே மெல்லிய பொறாமை எழுந்ததுதான் வசுதாவுக்கு. அதை அதிகமாக்குவது போல் "சும்மா கலாய்க்காதீங்க சார்" என்று அந்தப் பிரபாவதி அதற்குக் கோணினாள்.

அது ஒரு மாதிரி பொசஸிவ்னஸில் வசுதாவுக்கு வழக்கமாகச் சட்டென எழும் ஆபத்தற்ற பொறாமைதான். அதனால்

அப்போதெல்லாம் அதைத் தீவிரமாக யோசிக்கவில்லை. வழமை போல் உடனேயே கடந்து விட்டாள். எத்தனை வெகுளியாக இருந்திருக்கிறோம்!

சமீபமாக எந்நேரமும் மொபைலே கதி என சுஜய் கிடக்கிறான். முன்பும் இருந்ததுதான் என்றாலும், இப்போதெல்லாம் ஒரு தூக்கம் முடிந்து பாதி இரவில் இவள் கண் விழிக்கும் போதும் அவன் அலைபேசியில் ஆழ்ந்திருப்பான். “தூங்கலையா நீ இன்னும்?” என்றபடி இவள்தான் மறுபடியும் தூங்கிப் போவாள். அப்போதும் கூட அவன் தூக்கம் கெடுகிறதே என யோசித்த தன் அசட்டுத்தனமான அறியாமையை எண்ணிக் கழிவிரக்கம் வந்தது.

எத்தனை நாளாய் இதெல்லாம் நடக்கிறதோ! விடியட்டும் கேட்கனும் - ஆனா கோவமா ஏதும் பேசாம நிதானமா. இல்லனா உண்மை வெளி வராது. ஒருவேளை ‘அப்படித்தான் நாங்க சேர்ந்து வாழ போறோம்’னு சொல்லிருவானோ? டிவோர்ஸ் வரை போயிடுமோ! தூக்கம் தொலைந்ததும் எண்ணங்கள் அடுத்த கட்ட அபாய நிலைகளை யோசித்தது.

இரவுகளில் சிந்தனைகளுக்கு எப்போதும் வீரியம் அதிகம் - அது தேகமோ, சந்தேகமோ.

இருண்மை எண்ணங்களின் பிடியில் மொத்த வாழ்வும் இருண்டு போனதாய்ப் பட்டது அவளுக்கு. இனி இவன் இன்றி ஒரு வாழ்வா என்பதை எண்ணவே பயமாய் இருந்தது.

சும்மா பேச்சு வார்த்தை மட்டுமா, இல்ல எல்லாம் நடந்திருக்குமா? அதை எண்ணியதும் அன்று நடந்த கலவி அருவருப்பாய்க் கூசியது. வேறுடல் தேய்ந்த எச்சில் தேகத்தையா தழுவிக் கிடந்தேன்! இல்லை, சுஜய் அத்தனை மோசமான ஆள் இல்லை என்றது மனம். அதெல்லாம் சும்மா, யாரையும் நம்ப முடியாது என்றது மூளை. தலை நோவு கூடியது.

அப்படித் தூங்காமல் தலையெல்லாம் யோசனையாக நீண்ட இரவு விடிந்தது. சிவந்த கண்களும், சோர்ந்த முகமுமாய் இருந்தவளைப் பார்த்து விட்டு சுஜய் கேட்டான் -

“என்ன கண்ணெல்லாம் சிவந்திருக்கு. உடம்பு சரி இல்லையா?”

“அதெல்லாம் இல்ல. சரியாத் தூங்கலை.”

“ஏன் என்னாச்சு? நேத்து நல்லா தூக்கம் வந்திருக்கனுமே!”

கண்ணடித்தான் சந்தர்ப்பம் புரியாமல். அது இன்னும் சூடேற்றியது வசுதாவை. பல் கடித்து ‘பொறுமை நிதானம் அமைதி’ என உள்ளுக்குள் சொல்லிக் கொண்டு கேட்டாள்.

“உனக்கு ஏதாவது என்கிட்ட குறை இருக்கா?”

“ஏன் அப்படி கேட்கற? உனக்கென்ன குறை?”

“...”

“ஏய். என்னாச்சு உனக்கு? ஒரு மாதிரி பேசற. நீ இப்படிலாம் பேச மாட்டியே?”

“ஒண்ணுமில்ல சுஜய் எனக்கு மனசு சரி இல்லை. உங்கிட்ட ஒண்ணு கேட்கணும்.”

“கேளு...”

“அம்மா... இன்னிக்கு என்ன லஞ்சுக்கு?”

ஓடி வந்து கேட்ட மகள் ஹரிஷ்மாவை - எட்டு வயது - அள்ளிக் கொண்டான் சுஜய்.

“குட்டிமாவுக்கு என்ன வேணும் சொல்லு. அதுவே அம்மாகிட்ட செய்யச் சொல்லலாம்.”

“ம்ம்ம். எனக்குப் பாஸ்தா...”

“ஆமா, ஆளாளுக்கு ஆர்டர் போடுங்க. அதெல்லாம் செஞ்சு தர நான் ஒரு சமையல்காரி. துவைக்கறது, கழுவறது, கூட்டறதுனு வீட்டு வேலை செய்யற வேலைக்காரி. நைட்ல...”

“வசு... என்ன பேசற நீ குழந்தை முன்னால?”

குழந்தை முன்னால் என்ற சொல் லேசாய் அசைத்தது வசுதாவை. சுதாரித்துக் கேட்டாள்.

“சுஜய் எனக்கு உங்கிட்ட கொஞ்சம் பேசணும். இன்னிக்கு லீவு போடறியா?”

“லீவு போட்டுப் பேச என்ன இருக்கு? ஈவினிங் பேசிக்கலாம்ல?”

"ம்."

"இன்னிக்கு முக்கியமான மீட்டிங் இருக்கு. கண்டிப்பா அட்டென்ட் பண்ணி ஆகணும்."

"ஒன் அவர் பெர்மிஷன் போடேன்."

"வசு, என்ன இது சின்னப்புள்ளத்தனமா? மீட்டிங்னா அதுக்கு ப்ரிபேர் பண்ணணும்ல."

"..."

"எதுனாலும் ஈவினிங் பேசிக்கலாம். நீ டிபன் ரெடி பண்ணும்மா. சீக்கிரம் போகணும்."

அவளுக்குக் கண் கலங்கியது. நான் முக்கியமாப் பேசனும்கறேன். அதுக்குக் கூட நேரம் ஒதுக்க முடியாம அவளைச் சீக்கிரம் பார்க்க போகணுமோ! அதே சமயம் தன் முக்கிய குணமான நிதானத்தை இழப்பதாக அவளுக்கே தோன்ற கட்டுப்படுத்திக் கொண்டாள்.

சரி எத்தனை நாளா நடக்குதோ இன்று ஒரு நாள்ல என்னாகிடப் போகுது! எடுத்தோம் கவிழ்த்தோம்னு இதை பேசக் கூடாது. பொறுமையாவே கையாளுவோம்.ஆனால் வழமையான சிரிப்பை, பேச்சைக் கொண்டு வர முயன்று தோற்றது அவள் முகம்.

சுஜய், ஹரிஷ்மாவை அனுப்பி விட்டு எதுவும் உண்ணப் பிடிக்காமல் சோஃபாவில் சாய்ந்தாள். உறங்காத இரவின் ஊழ் வினையாக அவளை அறியாமல் கண்களைச் சுழற்றியது. ஆனால் மூளை ஆபத்து ஆபத்து என்று உசுப்பியது. பதறி எழுந்தாள். இது சரிப்படாது. வெளியே எங்காவது சென்று விட்டு வரலாம். இல்லாவிடில் பைத்தியம் பிடித்துவிடும். குளித்துக் கிளம்பிக் கோவிலுக்குச் செல்லத் தயாரானாள் வசுதா.

கோவிலில் எதிர்பட்டவர்களையெல்லாம் தன் நிலையில் வைத்து யோசித்தாள். இந்தப் பெண்களின் கணவர்கள் எல்லாம் இப்படித்தான் இருப்பார்களா? ஒருத்தியைப் பார்க்க பிரபாவைப் போல் தோன்றியது. அழகாய் இருக்கிறாள். பெருமூச்சு வந்தது. ஆண்கள் ரசிப்பதும் அதை வெளிப்படுத்தும் புகழுரைகளும்தான் எத்தனை பிடித்துப் போகிறது பெண்களுக்கு! சுஜய் அத்தனை

வர்ணிப்பவனெல்லாம் கிடையாது. அதெல்லாம் தேவை இல்லை என்னுமளவு அவன் தோற்றமே போதும், எவளுக்கும் பிடித்துப் போகும். அந்த வசீகரமான தோற்றத்துடன் கொஞ்சம் நகைச்சுவை உணர்வும் உண்டு. போதாதா!

'இந்த சிக்கலில் இருந்து கணவனும் மனமும், விடுபட்டால் நேர்த்திக்கடன் செய்கிறேன்' - கோவிலில் வீற்றிருந்த அம்மனிடம் வேண்டிக் கொண்டாள். வீடு திரும்பப் பேருந்து ஏறி அமர்ந்த மறுநிறுத்தத்தில் "வசுதா, எப்பிடி இருக்க?" என்ற குரல் கேட்டுத் திரும்பினாள்.

இவள் இருக்கைக்குப் பின்னால் கம்பியை பிடித்தபடி சரஸ்வதி அக்கா நின்றிருந்தார். ஒரு கணம் அதிர்ந்து கூடுதல் நரை விழுந்திருக்கும் அடையாளம் புரிந்து சிரித்தாள்.

"நல்லா இருக்கேன். நீங்க எப்பிடி இருக்கீங்கக்கா?"

"நல்லாருக்கேன் வசு. தம்பி, பாப்பா எல்லாம் நல்லாருக்காங்களா?"

"எல்லோரும் சௌக்கியம்."

அதற்குள் பின்னால் ஓர் இருக்கை காலி ஆகிவிட அங்கே சென்றமர்ந்தார் அந்தக்கா.

அவரைப் பார்த்துப் புன்னகை செய்து தலையாட்டித் திரும்பியவளுக்கு கவனம் ஒரு சில ஆண்டுகள் பின்னோக்கிச் சென்றது. சுஜய்க்கு அப்போது அலுவலகத்தில் இத்தனை பெரும்பதவி இல்லை. அடுத்த கட்டம் நகர பாடுபட்டுக் கொண்டிருந்த காலம். ஹரிஷ்மா ப்ளே ஸ்கூல் சேர்ந்த புதிது. மகளும் வெளியே செல்ல ஆரம்பித்ததும் வீட்டில் வெறுமை சூழ்ந்தது. வசுதாவுக்குப் போர் அடித்தது. எத்தனை நேரம் தொலைக்காட்சி பார்ப்பது!

அக்கம் பக்கம் வீடுகளில் போய்ப் பேச அமர்ந்துவிடுவாள். அப்படி சரஸ்வதி அக்காவின் வீட்டிற்குப் போயிருக்கும் போதுதான் அவரது மகன் கவின் அறிமுகமானான். கல்லூரி முடித்து வேலை தேடிக் கொண்டிருந்தவன். அக்காவிடம் பேசும் போது பெரும்பாலும் அவனும் வீட்டில் இருப்பான். அவன் கையில் எப்போதும் ஏதாவது புத்தகம் இருக்கும்.

“கதை எல்லாம் படிப்பியா நீ?”

“கதைனு இல்லங்க. கவிதை, கட்டுரை, விஞ்ஞானம்னு எல்லாமே வாசிக்கப் பிடிக்கும்.”

வசுதாவுக்கு ஆச்சர்யமாய் இருந்தது. இவன் வயசுப் பசங்க எல்லாம் ஃபிரண்ட்ஸ் கூட சேர்ந்து ஊர் சுத்திட்டு இருக்கறப்போ இவனைப் பாரேன் என ஆச்சர்யப்பட்டுத்தான் கவனிக்கத் தொடங்கினாள். அவனிடம் ஓர் ஒழுங்கு இருந்தது. அவன் அறையை ஒதுக்கி வைத்திருந்ததை, துணிகளை மடித்து வைப்பதைப் பார்த்திருக்கிறாள். புத்தக அலமாரி அத்தனை நேர்த்தியாய் அடுக்கி வைக்கப்பட்டு இருக்கும். ஆடை அணிவதில் நேர்த்தி.

“கவின்... இன்னிக்கு என்ன படிக்கறே?”

“கற்றதும் பெற்றதும். சுஜாதா புக். நீங்க வாசிப்பீங்களா?”

“ரமணிச்சந்திரன், க்ரைம் நாவல்னு படிப்பேன். அவ்ளோதான்.”

“அட, அதுல என்ன அவ்ளோதான்? எதுனாலும் படிங்க. படிக்கற ஆர்வம் தான் முக்கியம். உங்களுக்குப் பிடிக்கும்னா என்கிட்ட சில ரமணிச்சந்திரன் நாவல்கள் இருக்கு. தர்றேன்.”

சில புத்தகங்கள் தந்தான். வசுதா ஒரு வார இடைவெளியில் அவற்றை படித்து முடித்துத் திரும்பத் தந்தாள். அடுத்தடுத்து கட்டுரைகள், கவிதைப் புத்தகங்கள் எனக் கைமாறின.

வசுதாவுக்குப் பொழுது போவது மட்டுமின்றி இது ஓர் உருப்படியான விஷயம் என்ற எண்ணம் திருப்தியாக இருந்தது. அப்பழக்கத்தில் படிக்கும் வேகம் கூடியது. வாசிப்பின் ருசி மட்டுமின்றி அதன் படிநிலைகளை உணரத் தொடங்கினாள். தரமான எழுத்து எது என்ற அறிதல் மெல்ல மெல்ல வரத் தொடங்கியது. அவளுக்கென ரசனை, நிலைப்பாடு உருவாக ஆரம்பித்தன. மறுநாள் அவனுடன் அவை பற்றி விவாதிக்கத் தூண்டியது.

அப்படி அவனுடன் விவாதிக்கப் பிடித்திருந்தது. கவின் வயதில் இளையவனாயிருந்தும் மதிப்பில் பிரம்மாண்டமானான். அவனுடன் தொடர்ந்து பேசுவதற்காவது புத்தகங்கள் வாசிக்க

வேண்டும் என்ற நிலைக்குத் தள்ளப்பட்டாள். மேலும் ஆர்வமாக வாசித்தாள்.

அவன் தந்த ஒரு கவிதைத் தொகுப்பை வாசிக்கும் போது யதேச்சையாக கவனித்தாள். சில எழுத்துக்களுக்குக் கீழே அடிக் கோடிட்டிருந்தது. வாக்கியமோ சொற்களோ அல்ல; தனித்தனி எழுத்துக்களுக்குக் கீழே அடிக்கோடிடப்பட்டிருந்தது. அப்போது வாசித்துக் கொண்டிருந்த பக்கத்தில் அ, மி என்ற வெவ்வேறு இடங்களில் இருந்த இரு எழுத்துக்கள் அப்படி இருந்தன. சட்டென மின்னல் வெட்ட, முந்தைய பக்கங்களைப் புரட்டினாள். அங்கும் சில எழுத்துக்கள் அடிக்கோடிடப் பட்டிருந்தன. சுவாரஸ்மானவள் ஆரம்பம் முதல் கடைசி வரை அடிக்கோடிட்ட எழுத்துக்களை எடுத்து ஒரு தாளில் எழுதினாள்.

அளிய தாமே சிறு பசுன் கிளியே

குழலும் யாழும் அமிழ்துங் குழைத்த நின்

மழைக் கிளவிக்கு வருந்தின வாகியும்

மட நடை மாது நின் மலர்க்கையீ நீங்காது

வேகமாய் அலைபேசியில் வரிகளைத் தட்டி தேடினாள். கோவலன் கண்ணகியை வர்ணிக்கும் சிலம்பு வரிகள். குழலிசையையும், யாழிசையையும், அமிர்தத்தையும் கலந்த உன் பேச்சைக் கேட்ட பசுங்கிளிகள் அதோடு போட்டியிட இயலாமல் வருந்தி அதனைக் கற்பதற்காக உன்னைப் பிரியாமல் இருக்கின்றன என்பது அதன் அர்த்தம்.

வசுதாவிற்குப் பூரிப்பாய் இருந்தது. இந்த விளையாட்டு பிடித்திருந்தது. கண்டறிந்த அந்த வரிகளை அந்தப் புத்தகத்தின் கடைசி பக்கத்தில் எழுதினாள். மறுநாள் அதைக் கொடுக்கும் போது “கரெக்டான்னு பார்த்துச் சொல்லு” என்றாள். அவன் வியப்பாய்ப் புருவம் உயர்த்தி விட்டு “ஓ!” என்றான். அடுத்த நாள் “நீங்க சூப்பருங்க, வசுதா” என்றான்.

அடுத்தடுத்த புத்தகங்களிலும் இந்தப் புதிர் விளையாட்டு தொடர்ந்தது. விளையாட்டின் அடுத்த கட்டமாக எழுத்துக்கள் முன்பின் மாறிமாறிக் குறிக்கப்பட்டு இருக்கும். கலைந்த அவற்றை வைத்து சரியான பாடலோ, வாக்கியமோ கண்டறியும் சவாலாகி

இருந்தது. வசுதா சலிக்காது பங்கேற்றாள். சில நாள் சினிமா வசனங்கள், பாடல்கள் கூட வந்தன.

ஒரு முறை அப்படி இவள் எழுதிக்கொண்டிருக்கும்போது சுஜய் வந்து எட்டிப் பார்த்தான்.

"என்ன பண்ற?"

"இது ஒரு விளையாட்டு"

"என்ன விளையாட்டு?"

"இதுவா? பஸில் மாதிரி! நம்ம கவின் புக்ல வைக்கற சின்ன சின்ன ஹிண்ட் வச்சு நான் அது என்னன்னு கண்டுபிடிக்கணும். சினிமாவோ லிட்ரேச்சரோ... மூளைக்கு வேலை!"

ஆர்வமிழந்து அசுவாரஸ்யமாகக் கேட்டான். "ஓ! இதுல என்னத்த மூளைக்கு வேலை?"

"கவினுக்கு ரொம்ப நல்ல ரசனை. எவ்ளோ படிக்கறான் தெரியுமா? எனக்குத் தினம் புக்ஸ் தர்றான். நிறைய படிக்கறேன்ல இப்பலாம். அவன் சஜஷன்ஸ்தான் எல்லாம்."

"என்னமோ போ. எனக்கு இதுலெல்லாம் இன்ட்ரெஸ்ட் இல்ல. வேஸ்ட் ஆஃப் டைம்."

"அதான் தெரியுமே. அதனாலதான் உன்கிட்ட இது வரை இது பத்திலாம் சொல்லவே தோனல எனக்கு. உனக்குப் புரியாது இதெல்லாம். *Life is not just about survival,* கண்ணா."

மறுநாள் அந்த வரிகள் எழுதிய புத்தகத்தை கவினிடம் தரும் போது கேட்டான்:

"கண்டுபிடிச்சிட்டீங்களா?"

"ஓ எஸ். ஆனா இந்த முறை கொஞ்சம் கஷ்டப்பட்டுட்டேன். டைம் எடுத்துச்சு."

கவின் இறுதிப் பக்கத்தைப் புரட்டி வசுதா எழுதியதைச் சத்தமாய்ப் படித்தான்:

"அக்கினிப் பழமுன்னு தெரிஞ்சிருந்தும் ஐவிரல் தீண்டிட நினைக்குதடி."

“ஆமா. கரெக்ட்தானே?”

“ஆனா நீங்க இன்னும் கண்டுபிடிக்கலைங்க.”

“என்னது? அதான் எழுதி இருக்கேன்ல?”

“பாட்டு கண்டுபிடிச்சிங்க. அது பாதிதான். அதோட அர்த்தம் கண்டுபிடிச்சிங்களா? அதில் என்ன சொல்லறாங்கனு… ஐ மீன் என்ன சொல்றேன்னு கண்டுபிடிச்சிங்களா?”

ஒரு கணம் தயங்கி யோசித்தவள் தடுமாறினாள்.

“என்ன சொல்ற நீ?”

அவன் எதுவும் பேசாமல் அவளைப் பார்த்தான்.

“சரி, நான் அப்பறம் வர்றேன்.”

வீடு வந்தவளுக்குப் படபடப்பாய் இருந்தது. அது அழைப்பு. அவனது சமைஞ்சைகளின் பொருளறியாமல்தான் இத்தனை நாளும் இளித்துக் கொண்டிருந்திருக்கிறோமா?

உண்மையில் பொருளறியாமல்தான் இருந்தேனா? அல்லது அர்த்தம் இதுவே என இன்று அவன் பட்டவர்த்தனமாய்ச் சொன்னதும் பசப்பும் தடுமாற்றமா? முதன் முறை அவன் அனுப்பிய வர்ணனை வரிகளிலேயே தன்னையாக இருக்குமோ என்ற மெல்லிய ஐயமும், அது தந்த குதூகலமுமே அடுத்தடுத்த விளையாட்டுகளை ஆசையாக முன்னெடுக்கக் காரணம். இப்போது அவன் நேரடியாகக் கேட்டதும் மனது புனிதமாகத் துடிக்கிறது.

வசுதாவின் ஆதார குணமான நிதானம் அப்போது அமைதியாக இருக்கச் சொன்னது. அன்றிரவு சுஜயிடம் எல்லாம் சொன்னாள். “நான் தப்பா யோசிக்கலடா. ஆனா எனக்கு அது பிடிச்சிருந்தது. அவன் மேல வேற இன்ட்ரெஸ்ட் இல்ல. அவனைப் பிடிக்கும்தான்.”

“ம்ம்ம்.”

“நாளைக்கு சரஸ்வதி அக்காட்ட சொல்லிடவா? உங்க பையன் இப்படி பண்றான்னு?”

“சும்மாரு. அவன் வயசென்ன? இருபத்தி இரண்டு இருக்குமா? அந்த வயசு அப்படி. அது தானா தெளிஞ்சிரும். நீ பண்ணினதிலயும்

எதும் தப்பில்ல. இதுல உனக்கு ஆர்வம் இருக்கா இல்லையான்ற பதில்தான் அவனுக்கு தேவை. அதை நீ அவனுக்குச் சொல்லிடு. இதுக்காக அவன் வீட்ல சொன்னா அது பிரச்சனையைப் பெருசாக்கும். அந்த அவமானம் ஆயுளுக்கும் வடுவாகும். அவனுக்குத் தெளியும் சந்தர்ப்பதைத் தராமலும் போகலாம்."

"ம்."

"நீ வாசிக்கறது பத்திலாம் சொல்றது வெச்சுப் பார்த்தா அவன் புத்திசாலி, பக்குவம் கொண்டவன். உன் பதில சொல்லிட்டா இந்த கண்ணோட்டத்தைக் கை விட்ருவான்."

"ஸாரி! உனக்கு என் மேல எதும் வருத்தமில்லைல்ல! கோவமோ சங்கடமோ இருக்கா?"

"இல்ல, வசு. இதெல்லாமே கடந்து வருவோம். இப்ப இதோட விளைவோ நோக்கமோ எதோ ஒண்ணு இது பத்தி என்கிட்ட உன்னைச் சொல்ல வெச்சுதுல்ல. அதான் நாம. நம்ம லவ் அதான். எல்லாம் நடக்கும், கடக்கும். எதுவும் தப்பில்ல. இயல்பான ஆர்வம்தான்டா."

"..."

"இதுல அவன் தப்புனு ஜட்ஜ் பண்ணவும் எதுவும் இல்ல. அவனக் காயப்படுத்தாம ஆனா உறுதியா உன் பதிலைச் சொல்லு. அதன் பிறகும் அவனோடு நீ சகஜமாப் பழகலாம். அதுவே நட்புக்குத் தரும் மரியாதை. திரும்பத் தொந்தரவு பண்ணினாப் பாத்துக்கலாம்."

வசுதா சுஜயைக் கட்டிக் கொண்டாள். "லவ் யூடா!" சொல்லிக் கன்னத்தில் முத்தமிட்டாள்.

மறுநாள் அவள் அவனுக்கு ஒரு புத்தகத்தைத் தந்தாள் - அறிவுமதியின் நட்புக்காலம்.

"நீ கண்டுபிடி இன்னைக்கு."

அவன் அங்கேயே பக்கங்களை அவசரமாகப் புரட்டி ஒவ்வொன்றாக எழுத்துக்களை எடுத்து மனதிலேயே கோர்த்தான்: 'இந்த விளையாட்டு இத்துடன் முடிவடைகிறது.'

ஏதும் சொல்லாமல் போய் விட்டான். இரு தினங்கள் முகம் வாடி இருந்தவன் பின் மெல்ல இயல்பானான். அவன் சரியாகி விட்டான் என்பதே வசுதாவுக்கு நிம்மதியாக இருந்தது.

“வசுதா, ஸ்டாப் வந்திருச்சு. கிளம்பறேன். வீட்டுக்கு வாங்க.”

குரலில் கவனம் கலைந்தவள் உடனடியாக ஒரு புன்னகையை மலர்த்திச் சொன்னாள்.

“சரிக்கா. கவின் நல்லா இருக்கானா? கேட்டதாச் சொல்லுங்க.”

“நல்லா இருக்கான். இப்போ சென்னைல வேலை. பொண்ணு பாத்துட்டு இருக்கோம்.”

சரஸ்வதி அக்கா இறங்கி விட்டார். மூன்று நிறுத்தங்கள் தள்ளி வசுதாவும் இறங்கினாள். விட்டுக் கிளம்பிய பேருந்திலிருந்து பாதி முடிந்திருந்த பாடலின் மீதி வரிகள் ஒலித்தன:

நல்ல மனையாளின் நேசம் ஒரு கோடி!

நெஞ்சம் எனும் வீணை பாடுமே தோடி!

சந்தோஷ சாம்ராஜ்யமே!

நான் தடுமாறினேன்; பின் சீரானேன். மெல்லியது என்றாலும் ஆபத்தற்றது என்றாலும் தடுமாறியது நிஜம். அன்று நானே சுஜய்யிடம் போய் நின்றேன். சிறிதும் சுணங்காமல் அப்படியே என்னை அள்ளிக் கொண்டான். இப்போது சுஜய் ஒருவேளை தடுமாறினாலும் அவனும் அதே போல் சரியாவான். அதுவே எம் காதல்! அப்படி அவன் திரும்புகையில் நானும் எந்த உறுத்தலுமின்றி அவனை ஏந்திக் கொள்வேன். சந்தோஷ சாம்ராஜ்யம்!

வசுதா தெளிந்திருந்தாள். வீடு வந்து சேர்ந்து அவளையறியாமல் உறங்கிப் போனாள்.

(ஆகஸ்ட் 21, 2023)

★★★

11. சைனோ

'**ஊ** ஊ ஊ ...'

பின்னிரவில் ஆழ்ந்த உறக்கத்தையும் மீறி மூளையைத் துளைத்தது ஊளையிடல் ஒலி.

உறக்கம் களைந்த எரிச்சலில் தேவகி எழுந்தமர்ந்தாள். அருகில் அமுதா ஆடை விலக, சலவாய் ஒழுகத் தூங்கிக் கொண்டிருந்தாள். தேவகி அவளது ஆடையைச் சரி செய்து வாயைத் துடைத்தாள். ஏழு வயதாகிறது அவளுக்கு. இரண்டாம் வகுப்பு போகிறாள்.

குழந்தைகளுக்குத்தான் எத்தனை பெரிய கொடுப்பினை! உலுக்கி எழுப்பினால் கூட சுலபமாய் எழுந்திருக்காத நல்லுறக்கம் வாய்க்கிறது. சின்னச் சப்தத்திற்கும் தூக்கம் தொலைந்து போகும் அமைதியற்ற, அச்சமுற்ற மனதைச் சுமந்து திரியும் பெரியவர்கள் நிலைதான் பரிதாபம். பாவம், தூங்கட்டும். இன்னும் சில ஆண்டுகள்தான் இதெல்லாம். அப்புறம் இவளும் பெரியவளாகி விடுவாள். அதே நிம்மதியின்மை தொற்றிக்கொள்ளும்.

அமுதாவின் முகத்தைப் பார்த்தாள் தேவகி. சினிமாவில் குழந்தை நட்சத்திரமாக நடிக்கலாம் எனுமளவு அவ்வளவு அழகு. உறங்கும் குழந்தையை ரசிக்கக்கூடாது, அது அதற்கு நல்லதில்லை என்பாள் அம்மா. அமுதாவின் தலை கோதி கன்னத்தில் அதிகம் தொந்தரவூட்டாமல் ஒரு முத்தமிட்டு அப்படியே அணைத்துப் படுத்துக் கொண்டாள்.

மறுபடிக் கண்ணசந்து ஏதோ அடையாளமற்ற கனவு தொடங்கி ஐந்து நிமிடங்கள் கூட இருக்காது. திரும்பவும் நாயின் ஊளையிடல். தேவகி திடுக்கிட்டுத் திரும்ப விழித்தாள்.

"ப்ச்."

எரிச்சலாக இருந்தது. நாய்களின் தொல்லை தெருவில் அதிகரித்து விட்டது. எல்லாம் அந்த முக்கு வீட்டுப் பெரியவர் மணிகண்டனின் வேலை. நல்ல மனிதர்தான். வீட்டில் யாருமற்றவர். அவர் மனைவி சில ஆண்டுகள் முன்புதான் தீராத நோய் தீர்ந்து செத்துப் போயிருந்தாள். இரு மகன்களும் வெளி மாநிலங்களில் நல்ல வேலையில். எனவே அவர் தனியாக இங்கே தன் சொந்த வீட்டில் வாழ்ந்து கொண்டிருக்கிறார். எப்போதாவது வந்து ஓரிரு நாள் தங்கும் பேரன், பேத்திகளை அத்தனை வாஞ்சையாக அவர் கொஞ்சுவதைப் பார்க்கப் பாவமாக இருக்கும் தேவகிக்கு. அவர்கள் கிளம்பியதும் வெறுமை சூழும்.

அந்த வெற்றிடத்தைத்தான் தெரு நாய்களைக் கொண்டு நிரப்பிக் கொண்டிருந்தார். அவற்றுக்கு பிஸ்கெட், ரொட்டி, அல்லது தன் வீட்டில் சமைத்த சோறு என எதையாவது போடுவார். வாரம் ஒரு முறை மாமிசமும் வாங்கிப் போடுவார். அந்தப் பழக்கத்திற்குப் பிறகுதான் அவர்கள் தெருவில் நாய்களின் நடமாட்டம் கணிசமாக அதிகரித்தது.

ஆனால் அதைப் பாதுகாப்பாகத்தான் பெரும்பாலான வீட்டுக்காரர்கள் நம்புகிறார்கள். "திருடன் ஒருத்தன் வர முடியுமா தெருவுக்குள்ள?" போன்ற பெருமிதங்கள் பல முறை காதில் விழுந்திருக்கின்றன. மணிகண்டனைத் தொடர்ந்து தெருவில் மற்றவர்களும் நாய்களுக்கு மிச்சம் மீதிகளைப் போட்டு தம் ஜீவ காருண்யத்தை வெளிப்படுத்தினர்.

சுருங்கச் சொன்னால் தெருவில் எல்லோரும் நாய்களுடன் வாழப் பழகிக் கொண்டனர், தேவகியைத் தவிர. ஆம். அவளுக்கு மட்டும் நாய்கள் அங்கு பெருகுவது பிடிக்கவில்லை.

பால்யம் முதலே அப்படித்தான். நாய்கள் மீது ஓர் அச்சமும், அருவருப்பும் இருந்தது. அதனால் அவற்றோடு மன விலக்கம் கொண்டிருந்தாள். இத்தனைக்கும் தேவகி பிற உயிர்கள் மீது பேரன்பு கொண்டவள்தான். காக்கைக்குத் தினமும் சோறு வைப்பாள்.

பூர்வீகம் அறியாத புறாக்களுக்கு மொட்டை மாடியில் மாலை நேரங்களில் கோதுமை மணிகள் தூவுவாள். அவ்வழி போகும் ஆடு, மாடுகளின் பொருட்டு வீட்டு வாயிலோரம் வாளியில் நீர் நிறைத்து வைத்திருப்பாள். தெரியாத யாராவது துன்புற்றாலும் துடிக்கும் சே குவேராத் தோழமை உண்டுதான். ஆனால் நாய்களை மட்டும் அந்தக் கருணையுடன் அணுக முடிவதில்லை. பார்த்தாலே நடுங்கும் பயமும் மாளாத பதற்றமும்தான் வரும்.

தேவகிக்கு ஐந்து வயதிருக்கையில் நாய் ஒன்று தெருமுனையிலிருந்து துரத்தி நடுவீடு வரை வந்து விட்டது. தலை தெறிக்க, மூச்சிறைக்க ஓடி வந்து அம்மா மடியில் குப்புற விழுந்தாள். அப்போதிருந்தே அச்சம் ஆரம்பித்து விட்டது. கும்பலாய் நாய்கள் சேர்ந்து நிற்கும் இடங்களைக் கடப்பதற்குள் சிறுநீரே வந்து விடும். சாதாரணமாக நாய் ஒன்று அவளைப் பார்த்தாலே வியர்த்து ஊற்றும். அவளது அஞ்சல் தொழிலை உணர்ந்தோ என்னவோ நாய்களுக்கும் அவளைப் பார்த்தால் இளக்காரம்தான். சும்மா இருக்கும் சாத்வீகமான நாய் கூட அவளைக் கண்டால் குரைக்க ஆரம்பிக்கும். மேலும் கலவரம் கொள்வாள். இத்தனை ஆண்டுகளில் இந்த நாய் பயம் அவளுக்கு அதிகரித்துதான் வந்துள்ளதே ஒழிய குறைவது போல் சம்பவம் ஒன்றும் நடந்ததே இல்லை. நாய்களைக் கொஞ்சுபவர்களையும், பிள்ளை போல் வளர்ப்பவர்களையும் வியப்பாய்ப் பார்ப்பாள்.

தேவகி கணவனுடன் இல்லை. விவாக ரத்து பெற்று சுமார் மூன்றாண்டுகள் ஆகின்றன. ஆனால் அதற்கும் இந்தக் கதைக்கும் எந்தத் தொடர்பும் இல்லை என்பதால் அவளும் மகளும் அந்த வீட்டில் தனித்து வசிக்கிறார்கள் என்பது வரை புரிந்தால் போதும். பலரும் பாதுகாப்புக்கு நாய் வளர்க்கலாமே என யோசனை சொல்லி உள்ளனர். சொல்கிறவர் தெரிந்தவர் எனில் சட்டென மறுப்பாள்; புதியவர் எனில் பார்க்கலாம் என மழுப்புவாள்.

அப்படி நிஜமாகவே அக்கறையோடு ஒருவர் சொன்னால் அதில் நியாயம் இருக்கத்தான் செய்கிறது. ஏனெனில் அவர்கள் தெரு முடியும் இடத்தில் இருபது செண்ட் காலி நிலம் இருந்தது. பல காலமாக வில்லங்க வழக்கில் சிக்கி இருந்த இடத்தைப் பைசல் செய்து இப்போது ஆளுங்கட்சிக்கு நெருக்கமான ஒரு கார்பரேட் ரியல் எஸ்ட்டேட் நிறுவனம் வாங்கி இருக்கிறது.

அங்கே பல மாடி அடுக்ககம் கட்டுகிறார்கள். அதன் பொருட்டு வடக்கிலிருந்து ஆட்களை அழைத்து வந்து இங்கே தங்க வைத்து கடந்த ஆறு மாதமாக வேலை போய்க் கொண்டிருக்கிறது. அதனால் அந்தப் பகுதி முழுக்க அடையாளம் தெரியாத வடக்கத்தியர்கள் நடமாட்டம் அதிகம் இருக்கிறது. சில சமயம் சிறிய வாய்த் தகராறுகள், கைகலப்புகள் நடந்திருக்கின்றன. யார் ஆரம்பித்ததோ தெரியவில்லை, ஐபிஎல் ஃபைனலில் சிஎஸ்கே வென்ற பின்னிரவில் குடித்துவிட்டு பிரச்சனை ஆனது.

அதனால் குழந்தையுடன் தனித்து வாழும் பெண்ணுக்கு நாய் ஒரு நல்ல துணைதான். ஆனால் நாயிடமிருந்து யார் தன்னைக் காப்பாற்றுவது என்று எண்ணிக்கொண்டாள்.

கரப்பான்பூச்சியை விட, பல்லியை விடவும் நாய் என்றால் அவளுக்குப் பயம். நாய்கள் மீதான பயத்திற்கு ஏதாவது பெயர் இருக்குமே எனத் தேடியதில் சைனோஃபோபியோ என்றறிந்தாள். சைனோ என்றால் கிரேக்க மொழியில் நாய். எவ்வளவு மென்மையான பெயர்! ஆனால் குரூரப் பற்களும் நாராசக் குரைப்புமாய் அதற்கு நேர்மாறான பண்பு.

காலையில் அமுதாவைப் பள்ளிக்கு கிளப்பிக் விட்டு அலுவலகம் கிளம்புவாள் தேவகி. மணிகண்டன் வீட்டு வாசலில் கூட்டமாய் நாய்கள் நிற்கும். பிஸ்கெட் பாக்கெட்டைப் பிரித்து அவற்றை நோக்கி வீசிக் கொண்டிருப்பார். தாவி லாகவமாக பிஸ்கெட்களைக் கவ்விப் பிடித்துக் கொண்டிருக்கும். அவளது கால்கள் இயல்பாய்ப் பின்னிக் கொள்ளும்.

வலுக்கட்டாயமாய்க் கால்களை முன்னே இழுத்து வைப்பாள். சாலையின் இன்னொரு ஓரத்துக்குச் செல்வாள். நடுக்கத்துடன் அவரது வீட்டைக் கடப்பதற்குள் உயிர் பிரிந்து மீளும். மாலை திரும்பும் போதும் அந்த வீட்டைக் கடக்க மட்டும் அத்தனை பயமாய் இருக்கும். பதுங்கி பதுங்கி ஏதோ குற்றம் செய்தவள் போல் ஒவ்வொரு அடியாய் எடுத்து வைப்பாள். இங்கே வீடு மாறி வந்து கிட்டத்தட்ட ஈராண்டுகள் கடந்து விட்டன. ஆனால் இன்னும் அந்த நாய்களுக்கு அவளது மனம் பழகவில்லை. பயம் தெளியவே இல்லை.

தேவகியின் பயம் பற்றி அவர்கள் தெருவில் அறிந்த சிலர் கேலி பேசி உள்ளனர். சிலர் “ஓவர் சீனா இருக்கே!” என

முகம் சுளித்துள்ளனர். தேவகி சீரியல் துணை நடிகை அளவு அழகி என்பதால் இளைஞர்கள் சிலர் அவளுக்கு உதவ முன் வந்துள்ளார்கள். மறுத்து விடுவாள். அமுதாவே நாய்களிடம் பயம் இல்லாமல் இருப்பாள்; சலித்துக் கொள்வாள்.

“அது பாட்டுக்கு அது இருக்கும்மா. நாம நம்ம வேலையைப் பார்த்தா என்ன பண்ணுது?”

புருஷன் உடனிருந்த காலத்தில் ஒரு முறை அவள் பயம் பற்றிய எரிச்சலில் சொன்னான்.

“இப்படி ஒரு பயம் உனக்கு இருக்குனு ஒரு பொறுக்கிக்கு தெரிஞ்சா இதை வச்சு உன்னை பயமுறுத்தியே அவன் விருப்பத்தைச் சாதிக்க முடியும். அவ்ளோ மோசமா பயப்படற.”

“இந்தப் பயத்துக்காக நான் அதுக்கு ஒத்துக்கிட்டு இணங்குவேன்னு நினைக்கிறீங்களா? அவ்ளோ சீப்பாவா என்னை எடை போடறீங்க? உங்க ஆம்பளை புத்தி போகுது பாரு.”

தேவகி அதற்குக் கோபப்பட்டிருக்கிறாள். ஆனால் பிறகு யோசித்துப் பார்த்தால் அவன் சொல்வது சரிதானோ என்று தோன்றி இருக்கிறது. அத்தனை மோசமான பயம்தான்.

வீடடைந்து கதவு சாத்திக் கொண்ட பின்தான் நிம்மதி ஆகும். இத்தொல்லையாலேயே வீடு மாற்ற யோசித்திருக்கிறாள். ஆனாலும் தனித்திருக்கும் அவளுக்கு இந்தத் தெருவும் அக்கம் பக்கமும் பெரும் உதவி. அமுதாவை ஒரு நேரம் பார்த்துக் கொள்ள ஆட்களுண்டு. அவசர மருத்துவ உதவிக்கு உடனே ஓடி வர பலரும் தயங்குவதில்லை. புதிய இடத்தில் இப்படி அமையச் சமயம் எடுக்கும். அமையாமலும் போகலாம். எல்லாவற்றுக்கும் மேல் அங்கும் நாய் இருக்கும். அல்லது புதிதாக வரலாம். இந்தியாவில் நாயில்லாத தெரு ஏது?

இந்த அல்லாட்டமும் அச்சமும் அவளுக்குத் தற்போது சற்று பழகி விட்டிருந்தது. தெரு தாண்டினால் அலுவலகத்துக்குப் பேருந்து ஏறி விடலாம் என்பதால் மற்ற தெருக்களின் நாய்களைக் குறித்து கவலை இல்லை. எனவே பகல்களைச் சமாளித்து விடுகிறாள்.

ஆனால் இரவுகளில் நாய்களின் குரைப்பொலிகளாலும், ஊளையிடலாலும், அவற்றின் இன்ன பிற எல்லை யுத்தங்களாலும் தூக்கம் முற்றிலும் தொலைகிறது. ஏற்கெனவே அலுவலகப் பணியின் அதீத அழுத்தங்கள், விவாக ரத்து அளித்துள்ள மன உளைச்சல், தனிமையின் இரக்கமற்ற உடல் அவஸ்தைகள் என இரவுகள் அத்தனை சுமூகமாக இல்லை தேவகிக்கு. அந்த எரிச்சல்களையும் மீறி அரிதாக அவள் அசந்துறங்கும் வேளைகளிலும் இந்த நாயொலிகள் அவளது உறக்கத்தைக் குதறிப் போடுகின்றன.

அன்றும் அப்படித்தான். தூக்கம் கலைந்து செல்பேசி எடுத்துப் பார்த்தாள். பின்னிரவு இரண்டு மணி. பத்து நிமிடங்கள் புரண்டு பார்த்தாள். குரைப்புகள் குறைந்தபாடில்லை.

ஜன்னலைத் திறந்து எட்டிப் பார்த்தாள். வீட்டிற்கு முன்னிருந்த மைதானத்தில் நாய்கள் குழுமி இருந்தன. சற்று நேரத்தில் விளங்கி விட்டது. ஒரு பெண் நாய் அத்தெருவிற்கு வந்து சில வாரம் ஆகியிருந்தது. அதை சுற்றியே அத்தனை ஆண் நாய்களும். நடுவில் நின்று ஊளையிட்டுக் கொண்டிருந்தது அந்தப் பெட்டை நாய்தான். அதன் மேலே ஏறி இயங்கி கொண்டிருந்தது ஓர் ஆண் நாய். தன் முறைக்காகக் சுற்றி நின்று காத்திருந்த மற்ற ஆண் நாய்களின் பொறுமையின்மைதான் அந்தக் கடுமையான குரைப்பொலி.

தேவகிக்கு ஆண் நாய்கள் மேல் அருவருப்பும் எரிச்சலும் மண்டியது. பெண் நாய் மேல் பரிதாபமும். இடையே உட்காரக் கூட விடுவதில்லை அப்பெண் நாயை. உண்மையில் நாய்கள் ஊளை இடுவது அவற்றின் அழுகைதானோ! தாளா உடல் வலியும் சோர்வுமாய் அந்தப் பெண் நாய் அழுதுகொண்டுதான் இருக்கிறதோ! அதன் மேல் இரக்கம் வந்தது.

அடுத்து அது குட்டிகள் போட்டு விடும். அக்குட்டிகளையும் யாராவது எடுத்துக் கொண்டு போய் விடுவர். அல்லது அவை ரோட்டில் அடிபட்டு சாகும். அதைத் தேடி தாய் அலைந்து திரியும். திரும்ப இன்னுமொரு கலவிப் பருவம். மறுபடி குட்டிகள். சமயங்களில் இதன் ஆண் மகவே வளர்ந்து பிரிந்து போய்,

அடையாளமறியாமல் இதைப் புணரவும் கூடும்.

நாய்ப் பிழைப்பு என உண்மையில் பெண் நாய்கள் பற்றித்தான் சொல்கிறார்கள் போல!

மனம் கனத்து ஜன்னலைச் சாத்திவிட்டு வந்து படுத்தாள். உலகம் முழுக்க, தெருவுக்கு தெரு நடக்கும் விஷயம்தான் இது. இதற்கெல்லாம் கவலைப்பட்டு உறக்கம் இழக்கும் அளவு வேறு கவலைகளற்ற சௌகரிய வாழ்வில்லை தன்னுடையது. ஒரு பக்கம் நாய் என்றாலே பயம்; ஆகாது. ஆனாலும் அதே நாய்க்கு இரக்கப்பட்டு, கனக்கும் விசித்திர மனநிலை என்ன மாதிரி வடிவமைப்பு என்று தன்னைத்தானே நொந்துகொண்டாள்.

ஊளையும், குரைப்பொலிகளும் தொடர்ந்துகொண்டுதான் இருந்தன. சட்டென ஒரு வித்தியாசம் புரிந்தது. வினோதமான முனகல் சப்தம். கனவா நனவா என அறியாமல் புரண்டவள் தெளிவாய் அருகிலேயே சத்தம் கேட்பதை உணர்ந்ததும் மறுபடி ஜன்னல் திறந்து பார்த்தாள். அங்கு ஆண் நாய்கள் தனித்தனியாய் சுற்றித் திரிந்தன. அந்தப் பெட்டையைக் காணவில்லை. 'இவனுங்க எல்லாருக்கும் இன்னிக்கு கோட்டா முடிஞ்சுது போல' என எண்ணிக்கொண்டாள். 'என்ன வக்கிரச் சிந்தனை இது!' எனத் திடுக்கிட்டாள்.

அதிர்ச்சியும் மெல்லிய சிரிப்பும் வந்தது. எல்லாச் சம்பவங்களும் பழகிவிட்டால் நீர்த்துப் போய் காலப்போக்கில் நகைச்சுவையாய் மாறிவிடுகின்றன, குரூர ஜோக் அடிக்குமளவு.

மீண்டும் அந்தச் சப்தம் கேட்டது. 'மீஈஈஈ' என்று கீச்சல் ஒலியும் உலோகத்தில் கீறும் ஒலியும் கலந்தாற்போல். கொஞ்ச நஞ்சம் மிச்சமிருந்த தூக்கமும் தொலைந்து சட்டென மூளை விழித்துச் சுறுசுறுப்பானது. இஃது அவளுக்குப் புதிதும் இல்லை. பொதுவாகவே பெண்களுக்கு இருக்கும் பாதுகாப்புணர்வும் அல்லது பாதுகாப்பின்மை உணர்வும் ஆணை விட அதிகம்தான். அதிலும் தனித்திருக்கும் பெண்ணுக்கு ஆழ்துயில் என்பதே கிடையாது. எந்நேரமும் சகல புலன்களும் விழிக்கத் தயார் நிலையில்தான் இருக்கும்.

எனவே இப்படி ஒரு சப்தம் கேட்டபின் அதன் காரணம்

காரியம் தெரியாமல் மறுபடி உறங்கப் போவது சாத்தியமில்லை. கூர்ந்து கேட்டு ஒவ்வொரு திசைச் சுவராய்க் காது வைத்தாள். ஒரு படுக்கையறை, ஒரு சமையலறை உள்ள அந்த வீட்டில் சப்தம் வந்த திசை கண்டுபிடிப்பது அப்படி ஒன்றும் சிரமமாய் இல்லை. சமையலறைப் பின்பக்க கதவின் அருகேதான் அது வந்து கொண்டிருந்தது. கதவைச் சட்டென திறக்கப் பயமாய் இருந்தது. புத்தகம் திறப்பது போல் விரியும் பழங்கால இரட்டை மரக் கதவு அது. பகலில் முழுக்க அடைத்தாலும் நடுவேயுள்ள இடைவெளியில் சூரியஒளி கீற்றாய் உள்ளே விழும்.

மெல்ல அந்த இடைவெளி வழியே உற்றுப் பார்த்தாள் தேவகி. வீட்டின் பின்புறம் இருந்த துவைக்கும் கல்லுக்கு அருகே யாரோ ஆணின் முதுகு தெரிந்தது. குப்பென வியர்த்தது.

திருடனோ! பார்வையை இன்னும் கூராக்கினாள். இருட்டின் மசமசப்பில் மங்கிய பிம்பம் தெரிந்தது. என்ன செய்கிறான்? அங்க அசைவுகள் இருந்தன. ஏதும் தோண்டுகிறானோ?

அசைவை நிறுத்தி விட்டான். அடுத்த நொடி துவைக்கும் கல்லின் பின்னிருந்து அந்தப் பெட்டை நாய் ஓடியது. அந்தக் கதவிருந்த திசைக்கு வந்து முட்டி, பிறகு சுதாரித்து எதிர் திசையில் தெறித்தது. அதன் வாய் ஒரு கறுப்புத் துணியால் கட்டப்பட்டிருந்தது என்பது கதவருகே ஓடி வந்த போது தெரிந்தது. அல்லது இருட்டில் கருப்பாய்த் தெரியும் துணி.

தேவகி வீட்டின் பின்புறம் சோளத்தோட்டம் இருக்கிறது. இடையே காம்பவுண்ட் சுவர் கிடையாது. கம்பி வேலிதான். அதன் இடைவெளி வழியே அவ்வப்போது நாய், பூனை வருவதுண்டு. சமயங்களில் பாம்பும் கூட. எனவே பகலில் கூட அவள் பின் கதவைத் திறப்பதில்லை. வாரம் ஒருமுறை ஞாயிறன்று மட்டும் திறந்து பின் வாசல்ப் பரப்பைக் கூட்டிப் பெருக்கிச் சுத்தம் செய்து விட்டுத் திரும்ப அடைத்து விடுவாள். எப்போதும் வாஷிங் மெஷினில் துணி போடுவதால் துவைக்கும் கல்லும் உபயோகிப்பதில்லை.

யார் இவன்? இங்கே வந்து என்ன செய்கிறான்? ஏன் நாயின் வாயைக் கட்டினான்?

பதிலற்ற கேள்விகள் குழப்பங்களாக வடிவெடுத்தன. அப்போது அவன் எழுந்து நின்று கீழாடையைச் சரி செய்தான். தேவகி திடுக்கிட்டாள். ஏதோ புரிந்தது போலிருந்தது. பயத்தில் அவளுக்கு உடல் நடுங்கியது. அதிர்ச்சி அருவெறுப்பாக மாறிக் குமட்டியது.

முதுகு காட்டி நின்றவனின் முகம் சுத்தமாய்த் தெரியவில்லை. சுற்றும் முற்றும் பார்த்து விட்டு அங்கிருந்து அவசரமாக நடக்க ஆரம்பித்தான். அவனது ஆடைகள் அடையாளம் கவனிக்க முயன்றாள். டிஷர்ட் என்பது வரை கணிக்க முடிந்தது. கீழே லுங்கி. என்ன செய்வது என்றே புரியவில்லை. சட்டெனக் கதவைத் திறந்து விடலாம். ஆனால் அவன் ஆயுதம் வைத்திருந்தால்? எனவே அந்த எண்ணத்தைக் கைவிட்டவளுக்குச் சட்டென இன்னொரு யோசனை உதித்தது. ஸ்விட்ச் தேடி பின்பக்கத்து லைட்டைப் போட்டாள். அவசரமாக மறுபடி கதவிடுக்கில் கண் பதித்தாள். வெளிச்சம் பாய்ந்த அதிர்ச்சியில் அவன் அவசரமாக வேலி தாண்டிக் குதித்தான். அடர்நீல நிறத்திலான டிஷர்ட் அது.

அவ்வளவுதான் பார்க்க முடிந்தது. அதற்குள் துரிதமாக ஓடிக் காணாமலாகி விட்டான்.

உடம்பு முழுக்க வெலவெலக்க விளக்கை அணைத்து விட்டு முன்னறைக்கு வந்து நாற்காலியில் அமர்ந்தாள் தேவகி. இன்னும் இருதயம் அதிவேகமாய் துடித்தபடியே இருந்தது. ப்ளாஸ்டிக் பாட்டிலைக் கவிழ்த்துத் தண்ணீர் குடித்தாள். மூச்சு வாங்கியது. சிறுநீர் முட்டியது. கழிவறை சென்று வந்தாள். இன்னும் பதற்றம் தணியவில்லை.

எப்படி இப்படி எல்லாம் நடந்து கொள்கிறார்கள்? இதெல்லாம் சாத்தியமா? இதற்கான அவசியம் என்ன? மனிதனின் குரூரமான வக்கிரங்களுக்கு எல்லைகளே கிடையாது!

இதை யாரிடம் சொல்வது? எப்படிச் சொல்வது? சங்கடமான விஷயம். சொல்லாமல் விட்டு விடலாமா? ஆனால் இத்தனை மோசமான ஆட்களை விட்டு வைத்தால் நாளை இங்குள்ள பெண் குழந்தைகளுக்கும் இந்த நாயின் நிலை வரக் கூடும். அமுதாவின் முகம் நினைவுக்கு வந்தது. படுக்கை அறைக்குள் எட்டிப் பார்த்தாள் தேவகி. அமுதா அசையாமல் உறங்கிக் கொண்டிருந்தாள். இல்லை, இதை அப்படி விட்டு விடக்கூடாது.

வியர்த்துக் கொட்டிக்கொண்டே இருந்தது. நாய்கள் மீதான தன் அச்சத்தை எண்ணிக்கொண்டாள். நாய்களைவிட ஆபத்தானவர்கள் மனிதர்களே. அவர்களிடம்தான் பயமும் எச்சரிக்கையும் அதிகம் வேண்டும். நாய்கள் மீது அவளுக்கு ஒரு கழிவிரக்கம் சுரந்தது.

அப்போது வீட்டு வாசலில் யாரோ சத்தமிடும் ஓசை கேட்டது. வாசல் கதவைத் திறந்து வெளியே வந்தாள். இரு வீடு தள்ளி இருக்கும் சாந்தா அக்கா வீட்டு வாசலில் விளக்கு எரிந்தது. அவரது கணவன் தனசேகர் ஒருவனைப் பிடித்து அடித்துக் கொண்டிருந்தார்.

அதற்குள் சத்தம் பெரிதாக, சில வீடுகளில் கதவு திறந்து ஆட்கள் தூக்கக் கலக்கத்தில் வெளியே வந்தார்கள். நான்கைந்து பெண்களும் அதில் இருந்தார்கள். சிறுவர்கள் மட்டும் யாரும் இல்லை. தேவகி தைரியம் பெற்று என்ன நடக்கிறது எனக் காணும் ஆர்வத்தில் தெருவில் இறங்கினாள். அந்தத் தருணத்திலும் நாய்கள் ஏதும் அந்த வட்டாரத்தில் இல்லை என்று உறுதி செய்து கொண்ட தன் புத்தியைத் திட்டிக் கொண்டாள் தேவகி.

அடி வாங்கிக் கொண்டிருந்தவனை தெரு விளக்கு வெளிச்சத்தில் இப்போது தெளிவாகப் பார்க்க முடிந்தது. தேவகிக்கு திக்கென்றிருந்தது. அடர்நீல டிஷர்ட், லுங்கி. அவனேதான். லுங்கி இதே நிறமா என ஞாபகப்படுத்திக் கொள்ள முனைந்த போது யாரோ கேட்டார்.

“என்னாச்சு?”

“கொஞ்ச நேரம் முன்னால எங்க வீட்டு காம்பௌண்ட் சுவர் ஏறி குதிச்சான். திருட்டு ராஸ்கல். எதேச்சையா தண்ணி குடிக்க எழுந்தவன் சத்தம் கேட்டு எட்டிப் பார்த்தேன்.”

அவனை அடித்துக் கொண்டிருந்த தனசேகர் திரும்பாமல் பதில் சொல்லிக் கொண்டே மேலும் இரண்டு அடிகள் போட்டார். அவனுக்கு ஏற்கெனவே உதடு கிழிந்திருந்தது.

தேவகி அடிவாங்கிக் கொண்டிருந்தவனை உற்றுப் பார்த்தாள். முப்பத்தைந்து வயது இருக்கலாம். களைத்த கேசம், ஒடிசலான உடல், உதட்டில் ஓர் அருவருப்பான சிவப்பு அவன் ஏதோ பான்பராக் வஸ்துவுக்கு அடிமை என்றது. நிச்சயம் தமிழ் முகம்

இல்லை.

அடிவாங்கிக் கொண்டே கோபமாக இந்தியில் ஏதோ திரும்பத் திரும்பச் சொன்னான். அக்கோபம் அங்கிருந்தவர்களை உசுப்பேற்ற அவனது வயிற்றில் குத்துகள் விழுந்தன.

"இந்திக்காரன். அபார்ட்மெண்ட் கட்றாங்கல்ல. அங்க இருக்கறவனாத்தான் இருப்பான்."

கூட்டத்தில் யாரோ ஒருவர் ஊகம் வைக்க, ஒரு வயதான அம்மாள் உறுதி செய்தார்.

"ஆமா. நான் பாத்துருக்கேன் இவனை. முந்தா நேத்து கூட தண்ணி வேணும்னு ஒரு குடத்தை எடுத்துட்டு இங்க நம்ம தெருவில் வீடு வீடா வந்தான். நான் ஒரு முழு டம்ளர் உப்புத் தண்ணிய பைப்ல புடிச்சு குடுத்தேன். பாம்புக்கு பால் வார்த்திருக்கேனே!"

"ஊரு விட்டு ஊரு பொழைக்க வராங்க. வந்த இடத்துல கை நீளுது. பாருங்களேன்."

"இதுக்குத்தான் தமிழனை இளிச்சவாய்த்தனமா இருக்காதீங்கனு சொல்றது."

யாரோ இடையில் அரசியல் கலந்தார்கள். சலசலப்பு எழுந்தது. காரணம் அங்கே தெலுங்கர்களும் கணிசமாகக் குடி இருந்தார்கள். அந்தப் பேச்சு கைவிடப்பட்டது.

"சொல்லு... என்ன திருடின? எத்தனை நாளா இந்தப் பழக்கம்? நீ மட்டும்தானா?"

மேலும் சிலர் அவனை அடிக்க முயல, அவன் கையெடுத்துக் கும்பிட்டான்.

"நஹி பையா. நஹி பையா. முஜே குச் நஹி மாலும் பையா. ஜோட் தோ பையா."

போலீஸுக்குச் சொல்லி விடலாம் என்றார் தெரு அசோஸியேஷன் செகரட்டரி. மேலும் சிலர் ஆமோதித்தனர். 100க்கு அடிப்பதா தெரிந்த கான்ஸ்டபிளுக்கு அழைப்பதா என ஒரு குறுவிவாதம் எழுந்தது. போலீஸ் வந்தால் என்ன சொல்வது என்றும் பேசப்பட்டது.

அப்போது ஒருவர் அவனைப் பார்த்தபடி அங்கலாய்ப்பாகச்

சொன்னார். "தெருவில் இத்தனை நாய்ங்க இருக்கு. அதுங்களுக்கு கூட பயமில்லாம திருட வர்றானுக, பாரு."

'நாய்ங்க கிழிச்சுது போ. அவன்தான் நாயவே கிழிக்கறானே...!'

தேவகி மனதிற்குள் எண்ணிக்கொண்டாள். ஒரு பெண் அதை விளக்க முயன்றாள்.

"அவன் இங்கயே இருக்கறதால பழகிப் போய் நாய்கள் கண்டுக்காம இருந்துருக்கும்."

"அவன் திருடுனதுக்கு எந்த ப்ரூஃபும் இல்லாம எப்படி கம்ப்ளைண்ட் கொடுக்கறது?"

"அதான் வீட்டுச் சுவர் ஏறி குதிச்சானே! அதை நேர்ல பார்த்த ஆள் இருக்கு. அதை விட என்ன ஆதாரம் வேணும்? யோக்கியனுக்கு நைட்ல சுவர் ஏறி குதிக்கற வேலை என்ன?"

"கரெக்ட். திருட வந்தானோ வேற நோக்கமோ. நிச்சயம் ஏதோ தப்பிருக்கு இவன்கிட்ட."

தேவகிக்கு மனம் துடித்துக் கொண்டே இருந்தது. அவள் ஊகித்து விட்டாள். ஒரு மாதிரி கதை துலங்கி விட்டது. தான் வீட்டுப் பின்புற லைட்டை போட்டதும் கம்பிவேலி தாண்டிக் குதித்து சோளக்காட்டுக்குள் இறங்கியவன் பிறகு தப்பிக்க இவர்கள் வீட்டுச் சுவர் ஏறிக் குதித்து வெளியேறி தன் டென்ட் இருக்கும் பகுதிக்குச் செல்வது அவன் திட்டம். ஆனால் சுவர் ஏறிக் குதிக்கும் போதே தனசேகர் பார்த்து அவனைப் பிடித்து விட்டார். தேவகியின் வீட்டின் பின்புறம், சோளக் காடு, சாந்தா அக்கா வீடு, கட்டிடத் தொழிலாளர்கள் டெண்ட் என மனதில் ஒரு படம் வரைந்து பார்த்தாள். துல்லியமாகத் திசைகள் பொருந்தி வந்தன.

இப்போது தேவகிக்குத் தான் கண்ட அந்தச் சம்பவத்தைச் சொல்வதா வேண்டாமா எனக் குழப்பமான குறுகுறுப்பு எழுந்தது. எப்படிச் சொல்வது என்ற தயக்கமும் சங்கடமும் கூட இணைந்து கொண்டது. மிகுந்த யோசனைக்குப் பின் இப்போது சொல்ல வேண்டாம் என முடிவெடுத்தாள். எப்படியோ அவனை நன்றாய் அடித்து விட்டனர், காவல் துறையிலும் ஒப்படைக்கப் போகின்றனர். அவனது குற்றம் தவறாகப் புரிந்து கொள்ளப்பட்டாலும் ஏதோ ஒரு விதத்தில் தண்டனை கிடைத்து விட்டது, அத்துடன் நிம்மதி

ஆவோம் என்று நினைத்துக் கொண்டாள். அதோடு இன்னொரு அச்சமும் அவளுக்கு இருந்தது. போலீஸ் விசாரணை என வரும் போது சம்பவம் பற்றிய நுணுக்கமான கேள்விக்கெல்லாம் பதில் சொல்வது சங்கடம். அக்காட்சியை மீண்டும் நினைத்துப் பார்க்கவே பயமாக இருந்தது.

அப்போது தேவகிக்கு மறுபடியும் முன்பு போலவே அமுதாவின் முகம் நினைவு வந்தது. இப்படிப்பட்டவனின் நோக்கம் யாருக்கும் தெரியாமல் போனால் இங்கிருக்கும் பெண் குழந்தைகளுக்கு ஆபத்து. குற்றம் செய்து உரிய தண்டனை பெறாமல் தப்பித்தவனுக்கு இரண்டு மடங்கு தைரியம் வந்து விடும். இன்னும் பெரிய குற்றங்களை இழைப்பான். சொல்லிவிடுவோம் என முடிவு செய்தாள். சாந்தா அக்காவின் காதில் கிசுகிசுத்தாள்.

“அக்கா, ஒரு விஷயம்...”

“சொல்லு தேவகி!”

“இந்தாளு கொஞ்ச நேரம் முன்ன எங்க வீட்டுப் பின்னாடி வந்தான். நான் பாத்தேன்.”

“பொம்பள தனியா இருக்கற வீடு. திருடறதுக்கு ஈசின்னு நினைச்சிருப்பான், பரதேசி.”

“அது இல்லக்கா! இது வேற விஷயம்...”

“என்னது...?”

நெற்றி சுருக்கிய சாந்தா அக்காவின் ஆழப் பார்வையில் ஒரு கணம் அவள் தனித்த பெண் என்பதால் வேறு சந்தேகம் வந்து ஒட்டி, பின் நீங்கியதை தேவகி உணர்ந்தாள்.

தேவகி அவசரமாக அதை மறுக்கும் நோக்கில் பதறியபடி உண்மையை வெடித்தாள்.

“அந்தப் பொட்ட நாய் இருக்குல்ல, அதுகிட்ட இவன் தப்பா நடந்துக்கிட்டதை பாத்தேன்.”

சாந்தா அக்கா அதை உள்வாங்கிப் புரிந்துகொள்ளச் சிரமப்பட்டு பின் அதிர்ந்தாள்.

“என்ன சொல்ற?”

“ஆமாக்கா. இத்தனை ஆம்பளைங்க முன்னாடி சொல்லச் சங்கடமா இருக்கு. ஆனா இதுதான் உண்மை. அவன் வெறும் திருடன் இல்ல. சைக்கோ! திருடர்களை விடவும் ஆபத்தானவன். நாயக் கூட விட்டு வைக்காதவன். நினைச்சாலே உடம்பு நடுங்குது.”

“ம்ம்ம்.”

“இதோடு நிக்கும்னு என்ன இருக்குக்கா? தெருவில் பொம்பளக் குழந்தைகளுக்கு, ஏன் ஆம்பளப் பசங்களுக்குக் கூட பாதுகாப்பு இல்ல. அதனால் தண்டனை கிடைக்கணும்.”

சாந்தா அக்காவுக்கு பத்தாம் வகுப்பு படிக்கும் பையன் இருக்கிறான். அதனால்தான் தேவகி வேண்டுமென்றே பையன்களுக்கு ஆபத்து என்பதையும் சேர்த்துக்கொண்டாள்.

“சரிதான், நீ சொல்றது.”

சாந்தா அக்கா இப்போது சற்றே உயர்ந்த குரலில் பேச ஆரம்பித்தாள். கூட்டம் பார்த்தது.

“இவன் திருடன் மட்டுமில்ல. கண்ட கருமாந்திர வேலையும் பாத்துட்டு இருந்துருக்கான். மனுஷ ஜென்மமே இல்ல. நாய்கிட்ட தப்புப் பண்ணி இருக்கான். தேவகி பாத்துருக்கு.”

அடித்துக் கொண்டிருந்த தனசேகர் சட்டென அவன் மேலிருந்து கை எடுத்தார். அவர் முகம் அருவருப்பு கொண்டது. முணுமுணுப்புகளும் நமுட்டுச் சிரிப்புகளும் எழுந்தன.

“நாயோளி...”

யாரோ ஒருவனின் கேலி கூட்டத்தின் பின்னாலிருந்து வந்தது. பலரும் சிரித்தனர். அது வரை வேடிக்கை மட்டும் பார்த்திருந்த இரு இளைஞர்கள் அவனை நையப் புடைத்தனர்.

அவன் ஆரம்பத்தில் கும்பிட எடுத்த கையை இன்னும் இறக்கவில்லை. இந்தியில் சன்ன வாக்கியங்களில் ஏதோ சொல்லிக் கொண்டே இருந்தான். ஆனால் அவற்றை எவரும் பொருட்படுத்தவில்லை. ஒருவேளை பொருட்படுத்தினாலும் புரிந்து கொள்ளும் ஞானம் அங்கு எவர்க்கும் இல்லை. “முஜே மாஃப் கீஜியே” என்பது மட்டும் தேவகிக்குப் புரிந்தது. மன்னிப்பு கேட்கிறான். எனில் தான் செய்த குற்றத்தை அவனே ஒப்புக்

கொள்கிறான்.

“போலீஸ்ல இதை எல்லாம் விளக்கறது எனக்குச் சங்கடம், நீங்களே பார்த்துக்கங்க.”

தேவகி பொதுவாக அங்கிருந்தவர்களைப் பார்த்து கோரிக்கை போல் சொன்னாள்.

அவளது குணமும், நிலையும், எல்லாவற்றிலிருந்தும் ஒதுங்கி இருக்கும் தன்மையும் ஓரளவு அத்தெருக்காரர்களுக்குத் தெரியும் என்பதால் எவரும் அதை மறுக்கவில்லை. ஆண்கள் சிலர் “நாங்க பாத்துக்கறோம்” என்றனர். போலீஸுக்குத் தகவல் போனது.

“ஐபிசி செக்ஷன் 377ன் படி அனிமல்ஸோட செக்ஸ் வெச்சுக்கறது க்ரிமினல் அஃபென்ஸ்.”

தி இந்து தொடர்ச்சியாக வாசிக்கும் சாமா மாமா தன் சட்ட அறிவை முன் வைத்தார்.

போலீஸ் வந்து அவனைக் கைது செய்தது. விஷயம் அறிந்ததும் வந்த ஏட்டு அவனுக்கு கன்னங்கன்னமாக நான்கு அறை விட்டார். தேவகிக்கு எந்த விசாரணையும் வராதது போல் ஏரியா ஆண்கள் பொறுப்பெடுத்துக் கொண்டனர். சாந்தா அக்காவின் சிபாரிசில் தனசேகர் அவன் நாயைப் புணர்ந்ததைத் தான் நேரில் கண்டதாகச் சாட்சி சொன்னார்.

தேவகிக்குப் பயமாகத்தான் இருந்தது. நாம் பெரிய யோசனை இன்றி உண்மையை எல்லாம் சொல்லி விட்டோம். அவன் தன்னைப் பார்த்துக் கொண்டுதான் இருந்தான். தான் சொன்ன பிறகுதான் தர்ம அடி இரட்டிப்பானது என அறிவான். தண்டனை முடிந்த பிற்பாடு வெளியே வந்து அவன் தன் மீது வன்மம் கொண்டு பழி வாங்க இறங்கினால்? தனக்கு ஏதும் வந்தாலும் பரவாயில்லை, இதன் விளைவு அமுதாவைப் பாதித்து விட்டால்?

அவ்வார இறுதியில் தினத் தந்தி மாவட்டச் செய்திகளில் ‘இரவில் நாயுடன் உல்லாசம். காந்தி நகரில் ருசிகரம்!’ என்ற தலைப்பில் வெளியானது. பீட்டா அமைப்பு களமிறங்கிப் போராடியது. நடிகை த்ரிஷா இவர்களைக் கடுமையாகத் தண்டிக்க வேண்டும் என ட்வீட் போட்டார். அந்தக் குற்றவாளிக்கு ஓராண்டு கடுங்காவல் தண்டனை அளிக்கப்பட்டது. அபராதம் கட்ட முடியாததால்

மேலும் ஆறு மாதம் சிறையில் இருக்க வேண்டியதாகிற்று.

அடுக்ககத்தில் கட்டடப் பணி செய்வோர் எல்லோர்க்கும் பின்புல விசாரணை நடத்தப்பட்டு குற்றப் பின்னணி உள்ளவர்கள் வேலை நீக்கம் செய்தனர். அதைக் கேள்விப்பட்டு தேவகி நிம்மதியுற்றாள். தான் தயங்காமல் செய்த வேலையால் மொத்த ஏரியாவுக்கும் நன்மை விளைந்திருக்கிறது எனப் பெருமிதம் உண்டாயிற்று. தினமும் பெண் நாயின் ஊளையும், ஆண் நாய்களின் கொடூரக் குரைப்பொலிகளும் மட்டும் தொடர்ந்தன.

தேவகிக்கு இப்போது நாய்களைக் கண்டு கூட பயம் குறைந்தது போல் தோன்றியது. ஒருமுறை வீட்டு வாசலில் அமுதா நாய்க்கு பிஸ்கெட் போட, தேவகி அருகே நின்று வேடிக்கை பார்த்தாள். அவள் வரையில் அதுவே மிகப் பெரிய மாற்றம்தான். ஆனால் தேவகி தானே நேராக பிஸ்கெட் போட மறுத்து விட்டாள். அமுதா கேலி செய்தாள்.

எல்லாம் சரியாகிவிட்டது போல் தோன்றியது தேவகிக்கு. வேலையில் மூழ்கினாள்.

அமுதா இப்போது ஆர்வமாகி மணிகண்டனுடன் சேர்ந்து நாய்களுக்குப் பண்டங்கள் அளிப்பதை வழக்கமாகக் கொண்டாள். வார இறுதிகளில் அங்கே போய் விடுவாள். அவளும் அவற்றுக்கு உணவுகள் எடுத்துப் போவாள். நாய்களுக்கு எவை பிடிக்கும், பிடிக்காது என்றெல்லாம் பிடிபடத் தொடங்கியது. தேவகியிடம் வந்து சொல்வாள்.

ஞாயிறு. அன்று தேவகியும் வந்து உணவிடுவதைப் பார்க்க வேண்டும் என்று அமுதா வற்புறுத்தினாள். அவள் வீடு எனில் ஓரிரு நாய். மணிகண்டன் வீடு எனில் குறைந்தது பத்து நாய்கள் சூழ்ந்திருக்கும். நினைக்கவே குலை நடுங்க, மறுத்தாள். அமுதா முகம் தூக்கி நிற்க, தேவகி வேறு வழியின்றி வர ஒப்புக் கொண்டாள், ஒரு நிபந்தனையுடன்.

“நான் நேரா வரல. அங்கிருந்து கொஞ்சம் தூரத்தில் ஓரமா நின்னு பார்க்கறேன். அப்புறம் எனக்கே தைரியம் வந்தா வர்றேன். இல்லனா போயிருவேன். நீ மணிகண்டன் தாத்தா கிட்ட இதுலாம் சொல்ல வேண்டாம். ஏற்கெனவே எனக்குப்

பயந்தாங்கொள்ளினு பேரு."

"சரி சரி, நீ வாம்மா."

அமுதா முன்னே சென்றாள். தேவகி ஓர் இடைவெளி விட்டு வீட்டைத் தாழிட்டு விட்டு அவளைத் தொடர்ந்தாள். அமுதா மணிகண்டன் வீட்டு வாசலில் நின்று "தாத்தா" என்று அழைத்தாள். தேவகி க்ரிக்கெட் பிட்ச் தொலைவில் நின்று கொண்டாள். மணிகண்டன் புன்சிரிப்புடன் வெளியே வந்தார். கைநிறைய பிஸ்கெட் பொட்டலங்கள் இருந்தன.

அலாரம் அடித்தது போல் ஏழெட்டு நாய்கள் அவ்விடம் சூழ்ந்தன. தேவகிக்கு மெல்லிய பயம் வந்தது. ஆனாலும் திடப்படுத்திக் கொண்டு தொடர்ந்து வேடிக்கை பார்த்தாள்.

மணிகண்டன் முதலில் பிஸ்கெட்கள் போட்டார். பிறகு அமுதா வாங்கிப் போட்டாள். நாய்கள் தாவிக் கவ்வின. மணிகண்டன் இருப்பதிலேயே சிறிய நாயின் கழுத்தில் தடவிக் கொடுத்தார். அமுதாவையும் தைரியம் கொடுத்துத் தடவச் செய்தார். பிறகு அழகாயிருந்த மற்றொரு நாயைத் தேர்ந்து முத்தமிட்டார். அமுதாவையும் முத்தமிடச் செய்தார். இதெல்லாம் செய்து கொண்டிருக்கும் போதே எதேச்சை போல் அமுதாவின் அடிவயிற்றில் கை வைத்து அழுத்தியபடி அவளது கன்னத்தில் முத்தமிட்டார். அமுதா அது பற்றிய ப்ரக்ஞையற்று நாயைக் கொஞ்சவும் தடவவும் செய்துகொண்டிருந்தாள்.

தேவகிக்கு அவர் என்ன செய்கிறார் என்பது சில கணங்களில் புரிய, கட்டற்ற கோபம் தலைக்கேறியது. ஒரு நொடி கூட யோசிக்காமல் வேகமாக நடந்து மணிகண்டன் வீட்டு வாசலை அடைந்தாள். அத்தனை நாய்களும் சூழ்ந்து நிற்க, சிறுதயக்கமும் இல்லாமல் அவசரமாகப் போய் அமுதாவைக் கரம் பற்றி இழுத்தாள். மணிகண்டன் திடுக்கிட்டார். குழுமியிருந்த நாய்கள் அனைத்தும் தேவகியின் வருகையால் அச்சத்தில் சிதறி ஓடின.

"அமுதா, வா போகலாம் வீட்டுக்கு..."

"அம்மா, இன்னும் கொஞ்சம் நேரம்..."

தேவதி பதில் சொல்லாமல் அவளைப் பிடித்து இழுத்துக் கொண்டு நடந்தாள். மனம் முழுக்க வெஞ்சினமும் ஆற்றாமையும் வெடித்துக் கொண்டிருந்தது. மணிகண்டனை மனதிற்குள் கடுமையான

ஆபாச வார்த்தை கொண்டு திட்டினாள்.இன்னும் அவளுக்கு அதிர்ச்சி விடவில்லை. அமுதா ஏன் இந்த அசிங்கத்தை எதிர்க்கவே இல்லை? இன்னும் அவள் குழந்தை, என்ன தெரியும் பாவம்? அதனால்தான் புரியாமல் நின்றிருக்கிறாள்.

இல்லை. நான்தான் சரியாக இது பற்றியெல்லாம் அவளுக்குச் சொல்லித் தரவில்லை. குட் டச், பேட் டச் பற்றியெல்லாம் கற்றுத் தர வேண்டும். முழுக்க என் குற்றம்தான்.

தேவகிக்குச் சட்டென ஏதோ உறுத்தவே, உடனே திரும்பிப் பார்த்தாள். மணிகண்டன் திரும்பி தன் வீட்டுக்குள் மெதுவாக நடந்து போய்க் கொண்டிருந்தார். அதே அடர்நீல டிஷர்ட். அதே லுங்கி, அன்றைய இரவில் துவைக்கும் கல் அருகே கண்ட அதே முதுகு!

அமுதா திரும்பி தாத்தாவுக்கு டாட்டா காட்டினாள். பெட்டை நாய் அவளைக் கடந்தது.

(செப்டெம்பர் 9, 2023)

★★★

12. வாத்ஸல்யம்

வரவேற்பிலிருந்த பெண் வெளிநோயாளிகள் பட்டியலைச் சரிபார்த்து ஒவ்வொருவராக மருத்துவர் அறைக்குள் அனுப்பிக் கொண்டிருந்தாள். இருபத்தி ஐந்து வயது இருக்கும் அல்லது சற்று குறைவு. கோதுமை மணிகளைச் சலவை செய்தது போல் பளபளத்த சருமம். கழுத்தில் மெல்லிய சங்கிலி. தங்கமாய்த்தான் இருக்க வேண்டும். அல்லது அவளது கழுத்தில் உரசியே தங்கமாகியிருக்கலாம்.

கணேசன் இரண்டு நிமிடங்களுக்கு ஒருமுறை அவளைப் பார்த்தார். பின் வலுக்கட்டாயமாய்க் கழுத்தைத் திருப்பி அங்கும் இங்கும் நோட்டம் விட்டார். மீண்டும் தன்னை அறியாமல் பார்வை அவளிடம் சென்றது. இத்தனைக்கும் அவள் அத்தனை பெரிய அழகி இல்லைதான். எனில் தான் அத்தனை சபலம் கொண்டிருக்க வேண்டும் அல்லது அவ்வளவு வறட்சியில் இருக்க வேண்டும்.

நாற்பத்து ஐந்து வயதில் இப்படி அலைக்கழியும் மனது பெரும் சுமை. அங்கிருந்த தன்னை ஒத்த வயதுடையவர்களுடன் ஒப்பிட்டுப் பார்த்துக் கொண்டார். பெரும்பாலானவர்களுக்குத் தலையில் முடி இல்லை. தொப்பையும் தொந்தியுமாய் நீரிழிவு நோய்க்கோ, இதயப் பிரச்சனைக்கோ, மூட்டு வலிக்கோ வைத்தியம் பார்க்க வந்தவர்கள். எனில் தன் நிலை எத்தனையோ தேவலாம் தான்.

ஆம். அவரை ஐந்தாறு வயது குறைவாகவே மதிப்பிட முடியும். மேற்சொன்ன ஒரு பிரச்சனையும் அவர் உடலை அண்டவில்லை. பிரான்டட் ஷர்ட், பேண்ட், ஷூ என விரும்பத்தக்க தோற்றம். இப்படி மருத்துவமனைக்கு வந்தமர்ந்திருப்பதே ஒருவகையில் இழுக்குதான் எனத் தோன்றியது.

"சதாசிவம்..."

வரவேற்பழகி அழைத்ததும் அருகிலிருந்த தந்தையைத் திரும்பிப் பார்த்தார். சதாசிவம் அமர்ந்த நிலையிலேயே உறங்க ஆரம்பித்திருந்தார். "அப்பா அப்பா... கூப்பிட்றா பாரு. வா..." தகப்பனை உலுக்கி எழுப்பினார் கணேசன். அவர் அசையவே இல்லை. சமயங்களில் இப்படி எழுப்புகையில் கணேசனுக்கு மெல்லிய பதற்றம் எழும். எழாமலே போய் விடுவாரோ! இப்போதும் அப்படியே தோன்றியது. சற்றே பயத்துடன் வலுவாக உலுக்கினார். திடுக்கிட்டு விழித்தெழுந்தவர் பேந்த பேந்த விழித்து விட்டு பலவீனமான குரலில் கேட்டார்: "வீல் சேர் வேணுமே... வரலையா?"

"நாலெட்டு வெச்சாப் போறுமே! அதான் வாக்கர் இருக்கே! நடந்துட மாட்டியா?"

மனசில்லாமல் வாக்கர் உதவியுடன் எழுந்து நின்றார். அவர் வாக்கரை உடும்பு போல் பிடித்துக் கொள்வதை கணேசன் கவனித்திருக்கிறார். அவர் உயிரே அதில்தான் இருப்பது போலவும், அதைக் கை விட்டால் முடிந்தது கதை என்பது போலவும் தோன்றும். மெல்ல அப்பா கை நடுங்க வாக்கர் பிடித்து நடக்க, அவர் பின்னால் பொறுமையாக நடந்தார் கணேசன். மருத்துவர் அறைக்குள் நுழைந்ததும் அவசரமாகப் போய் நாற்காலியில் அமர்ந்தார். டாக்டர் கேட்டார்:

"வாங்க, எப்பிடி இருக்கீங்க?"

"நன்னா இருக்கேன்னு சொல்ல முடியலை. பசியே எடுக்கறதில்ல. நடந்தா மூச்சு முட்டறது. கால் பாதமெல்லாம் வீங்கிக்கறது."

"மாத்திரைலாம் ஒழுங்கா போடறீங்களா?" - ஸ்டெதெஸ்கோப்பை சதாசிவத்தின் மார்பில் வைத்துக் கேட்டார். "அதெல்லாம்..." என ஆரம்பித்த அப்பாவை முந்திக் கொண்டு கணேசன்

சொன்னார்: "சில நாள் போட்டுக்கறார். பல நாள் மறந்துடறார். தினம் நாந்தான் ஞாபகப்படுத்த வேண்டி இருக்கு. எந்த நேரம் பாத்தாலும் தூங்கறார். இப்போ கூட இங்க தூங்கிட்டார்..."

"எல்லாம் வயசாகறதால வர்றதுதான். அவருக்கு எண்பது வயசாகுது. அவர் உடம்பில் இருக்கற பிரச்சனைகளுக்கு இவ்ளோ தூரம் ஆக்டிவா இருக்கிறதே பெருசுதான். விட்ருங்க. தூங்கட்டும்."

கணேசன் சோர்வாய் "ம்ம்ம்" என்றார் திருப்தியின்றி. அப்படியே விடுவது எப்படித் தீர்வாகும்!

"நன்னா சொல்லுங்கோ, டாக்டர். நான் அப்படி ஒண்ணும் தூங்கறதில்லை. மத்தியானம் சாப்டா கொஞ்சம் கண் அசருவேன். அதுக்கே இவன் ஏதாவது சொல்லிண்டே இருக்கான்... யூரின் போற இடம் எரிச்சலா இருக்கு. கக்கூஸுக்கும் ரொம்பச் சிரமப்பட்டு முக்க வேண்டி இருக்கு."

"நீ சும்மா இருப்பா. உனக்கு நீ என்ன பேசறேன்றதே மறந்துடறது. மாத்தி மாத்தி பேசுவ. இவர் நடக்க சோம்பல் பட்டு உக்காந்துதான் கால் வீங்கறது. நடக்கச் சொன்னா சண்டைக்கு வரார்."

"அதுலாம் யார் சொல்றது? உங்க அப்பாவுக்கு இந்த வயசுல ப்ரோஸ்டேட்ல கட்டி ஆப்பரேட் பண்ணி எடுத்துருக்கோம். அது போக ப்ளாடர் சென்சேஷன் இல்லாம கதீட்டர் போட்டுதான் யூரின் போகுது. கிட்னி பங்க்ஷனும் சீரா இல்லை. இத்தன பிரச்சனை இருந்தா கால் வீக்கம் வரத்தான் செய்யும். அதை மீறி அவரோட மன திடத்தில்தான் வாக்கர் வெச்சு நடமாடறார். இதுக்கு மேல என்ன செய்யணும்னு எதிர்பார்க்கறீங்க? இனி குறைசொல்ல ஒண்ணுமில்ல."

"அதில்ல டாக்டர். சும்மாவே உக்காந்து இருந்தா உடம்பு அதுக்கே பழகிடும்ல. அதுக்குதான்..."

மருத்துவர் பதில் சொல்லவில்லை. சதாசிவத்தை படுக்க வைத்து பரிசோதனைகள் செய்தார்.

"யூரின் ட்யூப் வழியா போறதால ட்ராக் இன்ஃபெக்ஷன் ஆகிடுது. நிறையத் தண்ணி குடிங்க. கீரை, நார்ச்சத்து உணவுகள் எடுத்துக்கங்க. கான்ஸ்டிபேஷன் சரி ஆகும். ஒரு மைல்டு ஆன்ட்டிபயாடிக்

எழுதறேன். ரொம்ப எரிச்சல், ஃபீவர் வந்தா வாங்க. கல்ச்சர் டெஸ்ட் ஒண்ணு எடுத்துருவோம்.”

“கீரைலாம் ஆஞ்சு சமைக்க யாருமில்லை. கறி காயே இவனுக்குத் தோணினா மட்டும்தான் பண்ணுவான். இல்லைனா வெறும் ரசம்தான். அதெல்லாம் என் ஆத்துகாரியோட போச்சு.”

மருத்துவர் என்ன சொல்வதெனப் புரியாமல் மௌனமாக இருந்தார். விடை பெற்றுக் கிளம்பும்போது சதாசிவம் சட்டென டாக்டரிடம் சொன்னார்: “என்னை ரொம்பத் திட்ட வேண்டாம்னு இவன்கிட்ட சொல்லி வைங்கோ...”. டாக்டர் கணேசனிடம் “பாத்துக்கோங்க, ப்ளீஸ்” என்றார்.

டாக்டரிடம் விடை பெற்று வெளியே வந்ததுமே கணேசன் அப்பாவிடம் எரிந்து விழுந்தார்.

‘இப்போ டாக்டர்ட்ட என்னை குறை சொல்லியே ஆகனுமா? உன்னை பாத்துக்கறதுலயே என் வயசு பாழாப் போயிடுத்து. அதுக்கு அப்பறமும் நல்லதாச் சொல்ல வாய் வரதா நோக்கு?”

“நான் என்ன சொன்னேன்? அவ்ளோ ஒண்ணும் தூங்கறதில்ல, அதுக்குத் திட்ட வேண்டாம்னேன். அது ஒரு குத்தமா? இனி நீ என் கூட வரவே வேண்டாம்டா... நானே பாத்துக்கறேன் என்னை.”

“கிழிச்ச நீ.”

சண்டைக்கு இடையே மருந்துகள் வாங்கிக் கொண்டு கால் டாக்ஸியில் ஏறினர்.டாக்ஸியிலும் சண்டை தொடர்ந்தது. ட்ரைவர் அவர்களை வினோதமாகப் பார்த்தார். கணேசனுக்கு ஆற்றாமை தாளவில்லை. தன்னை அப்பா மற்றவர் முன் அவமானப்படுத்தி விட்டார் என்று குமைந்தார்.

கணேசனுக்கு முப்பது வயது இருக்கையில் சதாசிவத்துக்கு உடல் மோசமாகத் தொடங்கியது. அம்மா அதற்கு முன்பே போய்ச் சேர்ந்து விட்டாள். அப்போதிலிருந்து அவருடன் கணேசன் மட்டுமே இருக்கிறார். ஆசிரியராக இருந்த அப்பாவுக்கு பென்ஷன் இருபதாயிரம் வருகிறது. ஆனாலும் உடன் இருந்து பார்த்துக் கொள்வது யார்? நான்தானே! நன்றி இல்லாதவர்.

கணேசன் திருமணம் செய்துகொள்ளவில்லை. அப்பாவுடனே இளமைக் காலமெல்லாம் தீர்ந்து விட்டது. இந்தப் பதினைந்து ஆண்டுகளில் ப்ராஸ்டேட் சுரப்பி, குடல் இறக்கம், பாத்ரூமில் விழுந்து மூட்டு எலும்பு நொறுங்கியது என மூன்று ஆபரேஷன். அவை போக, பிபி, சுகர். அத்தனை பார்த்தும் எப்போதும் குற்றம் குறைதான். மனதுக்குள் ஆதங்கம் பற்றி எரிந்தது.

வீடு வந்து சதாசிவம் மெல்ல இறங்கி வாக்கர் உதவியுடன் நுழைந்தார். தரை நறநறவென இருந்தது. பெண் இல்லாத வீடு மண் படிந்து கிடந்தது. சதாசிவம் லேசாய் எரிச்சல் ஆனார்.

“ஒரு பெருக்கு பெருக்கி விட்றதுக்கு என்ன உனக்கு? வாரத்துக்கு ரெண்டு நாளாவது ஆத்தப் பெருக்க வேண்டாமோ? மூதேவிதான் வந்து உக்கார போறா. பெருக்க, சமைக்க ஆள் வெச்சுக்கலாம்னாலும் உனக்கு மனசு வராது, வேலை செய்றவாளுக்குப் பணம் குடுக்க.”

“பென்ஷன்ல உனக்கே மாசம் பத்தாயிரம் சுளையா போறது, மருந்து, டெஸ்டு, டாக்டர், டாக்சினு. அது போக சாப்பாடு, கரண்ட் பில், கேபிள் டிவி, ஃபோன், பால், காய்கறின்னு எத்தனை இருக்கு?”

“நீயும் ஒரு வேலைக்கு போனா ஏன் கஷ்டப்படப்போறோம்? உனக்கு உடம்பு வணங்காது.”

“கூட்டி பெருக்கறதுல இருந்து உனக்குக் குண்டி கழுவறது வரை பொம்மனாட்டி மாதிரி எல்லாம் பண்ணனும்னு எனக்குத் தலை எழுத்தா? ஆனா வெளில என்னை விட்டுக் கொடுத்தும் பேசுவ.”

“நீ பேசலையா? டாக்டர்ட்ட புகார் சொல்ற! அவர் என்னை ஒண்ணும் நினைக்க மாட்டார், என் உடம்பு பத்தி அவருக்குத் தெரியும். உன்னைத்தான் நினைப்பார். இப்படி ஒரு கிறுக்கனானு.”

“அதான் எல்லார்கிட்டயும் என்னை கிறுக்கனாக்கிட்டியேப்பா. ஒரொரு நேரத்துல நினைக்கறச்சே மனசே ஆற மாட்டேங்கறது. கல்யாணம் காட்சி இல்லை, பிள்ளை குட்டி இல்லை. எனக்கே அம்பது ஆய்டும் இன்னும் சில வருசத்துல. நான் உனக்குச் சேவகம் பண்ணிண்டு இருக்கேன்.”

“அதுக்கு நீ ஒரு வேல வெட்டிக்கு போய் உருப்பட்டுருக்கனும். எல்லா வேலைலயும் ரெண்டு நாள்ல விட்டுட்டு ஆத்துல வந்து

உக்காந்தா யாரு பொண்ணு குடுப்பா? வேலைக்கு ஆள் போட காசில்ல. ஆனா ரெண்டு மாசத்துக்கு ஒருக்கா புது ட்ரெஸ்ஸு. இதுல ஷூ வேற. எல்லாம் யார் காசு?”

“நான் நல்ல சட்டை போடறது கூட உறுத்தறதா? அப்பா மாதிரியா பேசற? நீ வயசுல ஆடாததா? சரிகை வேஷ்டியும், பட்டுச் சட்டையுமா. அதுக்குதான் பகவான் இப்பப் படுக்கப் போட்ருக்கான்.”

“நாக்கு அழுகிடும்டா. இத்தனையும் என் காசுல வாங்கிண்டுட்டு என்னையே பழிக்கறயே! நன்னா இருப்பியா? என் காலத்துக்கப்பறம் யாருமில்லாம மண்ணாப் போறப்பத் தெரியும் என் அருமை.”

“இப்போவே மண்ணாத்தானே போய்ட்டேன். எல்லாம் உன்னாலதான். நீ தெம்பா இருந்திருந்தா நான் வெளியூர்லயானும் எதுனா வேலை பாத்துண்டு போயிருப்பேன். சீக்காளியா கிடக்கையேனு இங்கயே முடங்கறேன், என் வாழ்க்கையையே தொலைச்சிட்டு. ஆனா நோக்கு நன்றி இருக்கா?”

சதாசிவம் களைத்திருந்தார். மருத்துவமனை சென்று திரும்பிய அலைச்சல், மதிய உறக்கம் தடை பட்ட எரிச்சல் எல்லாம் சேர்ந்திருந்தது. ஏதும் பேசாமல் கட்டிலில் அமர்ந்து உடலோடு பொருத்தி இருந்த மூத்திரக் குழாயைக் கட்டிலில் தொங்கவிட்டிருந்த பையில் இணைத்துப் படுத்துவிட்டார்.

இனி கணேசன் திரும்ப அவரிடம் சகஜமாய் பேச ஓரிரு நாளாவது ஆகும். புலம்பிக் கொண்டே இருப்பான். அதற்குத் தான் காரணமல்ல. படிப்பு வரவில்லை. பத்தாவது முடித்ததே பெரும்பாடு. மேற்கொண்டு படிக்கச் சொல்லி சதாசிவம் மிரட்டியும் கூட மறுத்து அருகிலிருந்த மளிகைக் கடைகளில் மருந்தகங்களில் வேலைக்குச் சென்றான். அதிகபட்சம் ஒரு மாதம் தான் ஓரிடத்தில். அப்போது பதின்மம் கூடத் தாண்டாத வயது என்று சதாசிவமும் கண்டுகொள்ளவில்லை.

‘நான் என்ன பண்ணட்டும்! தெரிஞ்சவா தெரியாதவான்னு எத்தனை பேர்கிட்ட சிபாரிசுக்குப் பேசி வேலை வாங்கித் தந்திருப்பேன். எல்லாத்துலயும் சண்டை, சச்சரவு. ஒருத்தா ஒண்ணு சொல்லிடப் படாது. கடைசியா ஜெய்சனோட கம்பனில அஞ்சு வருஷம் நெலைச்சான். அதுவும் அவன் என்

பால்ய ஸ்நேஹிதன்கிறதால. வேலை பாக்க மாட்டேன் சம்பளம் வேணும்னா யார் சகிச்சுப்பா?'

அவரது நினைவுகளை கணேசனின் வீராப்பான குரல் கலைத்தது: "நான் வெளில சாப்டுக்கறேன். உனக்கு வேணும்னா காலம்பற வெச்ச சாதமும், சாத்தமுதும் இருக்கு. கரைச்சுக் குடிச்சுக்கோ."

"நான் எப்படி எடுத்துண்டு வந்து சாப்பிட முடியும்? இந்த டேபிள்லயானும் வச்சுட்டு போ."

"உன்ன நீயே பாத்துக்கறேன்னு வாய் கிழியப் பேசினியே! எடுத்துண்டு வந்து தின்னுக்கோ."

கணேசன் கிளம்பி விட்டார். சதாசிவத்திற்குப் பசித்தது. அவரது மனைவி நன்றாய்ச் சமைப்பாள். பாக்கியம் கைப்பக்குவம் தனிதான் எனச் சுற்றம் புகழும். சதாசிவத்திற்கு ஏதும் சமைக்கத் தெரியாது. கணேசன்தான் அம்மா இறந்த பின் பருப்பு, ரசம், சாதம் எனக் குறைவாகச் செய்யப் பழகினார். சதாசிவம் அப்போதே முதல் ஆபரேஷன் முடிந்து வேலையை விட்டிருந்தார்.

சதாசிவம் பெருமூச்சு விட்டார். ஒரே மகன் எனத் தாம்தான் மகனை கெடுத்துக் குட்டிச் சுவராக்கி விட்டோம் என்று தோன்றியது. அது ஒரு விதத்தில் உண்மைதான். ஆரம்பத்தில் ஒவ்வொரு இடத்திலும் வேலையை உதறி விட்டு வரும்போதெல்லாம் அவர் கண்டிப்பு காட்டியதில்லை.

"விடுடா... இவன் வேலை இல்லாட்டி வேற வேலை கிடைக்காதோ? நான் வாங்கித் தர்றேன்."

மகனுக்குப் பரிந்து பேசுவார். மகன் மேல்தான் நியாயம் இருக்கும் என்று நம்புவார். ஆனால் பத்து ஆண்டுகளுக்கு மேலாக ஏதும் மாறவில்லை என்ற போதுதான் அவருக்கு உறைத்தது சிக்கல் வேலையிலோ வேலை தருபவர்களிடமோ இல்லை; கணேசனின் குணமே பிரச்சனை என்று.

சதாசிவத்தின் நண்பர் தர்மலிங்கம் என்பவர் சிபாரிசு செய்து அவர் பணியிலிருந்த அலுவலகத்தில் கணேசனுக்கு வேலை கிடைத்திருந்தது. வேலைக்குச் சேர்ந்து ஆறு மாதம் இருக்கும். தர்மலிங்கம் ஒரு நாள் எல்லோர் முன்பும் பேச்சு வாக்கில் கணேசனின் தோளில் கை போட்டுச் சொன்னார்.

“உங்கப்பா ஃப்ராடு. அய்யர், ஆச்சாரம்னு ஊர் பூரா சொல்லிட்டு யாருக்கும் தெரியாம முட்டை திம்பான். அதுக்குச் சொல்லிட்டே பண்ணலாம்ல. உன்கிட்டயும் அப்படிதான் ஏமாத்தறானா?”

அங்கிருந்த சிலர் அதைக் கேட்டுச் சிரித்தனர். கணேசனுக்குச் சுர்ரெனச் சினம் உச்சிக்கேறியது.

“இப்போ எதுக்கு தேவை இல்லாம எங்கப்பாவைப் பத்திப் பேசறீங்க?”

“அடடே! உங்கப்பாவ பத்திப் பேசினா இவ்ளோ கோவம் வருதோ!”

“இது தேவ இல்லாத பேச்சுதான? அவர் என்ன உங்கள மாதிரி குடிகாரனா!”

“என்னடா ரொம்பப் பேசற? உங்கப்பா உன் வேலைக்குனு என்கிட்ட இளிச்சுட்டு வந்தப்போ இந்த ரோஷம்லாம் எங்க போச்சு? அவ்ளோ பாக்கறவன் வேலைய விட்டுட்டு போடா.”

கணேசன் அன்றே வேலையே விட்டு வந்து விட்டான். அன்று சதாசிவத்திற்குப் பெருமையாய் இருந்தது அச்செயல். மகன் தன் மேல் எத்தனை பிரியமும் மரியாதையும் வைத்திருக்கிறான்!

“விடு கணேசா... அந்த தர்மலிங்கம் ஆள் சரி கிடையாது. முகத்துக்கு நேரா நன்னாப் பேசிட்டு பின்னாடி இப்படிப் பேசற ஆள்தான். எப்போவோ ஒரு பார்ட்டில தெரியாம முட்டை பஃப்ஸு சாப்டுட்டேன். அப்போல இருந்து என்னை பாக்கறப்போ இதை கேட்டுண்டே இருப்பான். ஆனா என்கிட்ட கேட்கறது வேற. நான் இல்லாதப்போ உன்னக் கேட்டு நோகடிக்கறது வேற. இனி அவன் கிட்ட போய் நிக்க வேண்டாம். நான் உனக்கு வேற இடம் வேலைக்குப் பாக்கறேன்.”

ஆனால் அந்த ஒன்றை தவிர எல்லாமே கணேசனின் அலட்சியத்தால், சோம்பலால் போனவை. ஒரு நிறுவனத்தில் நைட் ஷிஃப்ட் போட்டதும் தனக்கு மாலைக் கண் நோய், எனவே டே ஷிஃப்ட் வேண்டும் என எழுதிக் கொடுத்தார். அவர்களும் மாற்றிக் கொடுத்தனர். ஓர் இரவு ஹோட்டலில் அமர்ந்திருக்கும் போது உடன் பணிபுரியும் ஒருவர் பார்த்து விட்டார். “ஃப்ரண்ட் கொண்டு வந்து விட்டாரு. சாப்டுட்டு ஃபோன் பண்ணினா வந்து கூட்டிண்டு போயிருவார்.” எனச் சமாளித்தார்.

ஆனால் அச்சம்பவம் மூன்றாம் நாளே அலுவலகத்தில் பற்றிக் கொண்டது. மேலாளர் அழைத்தார்: “நாளைல இருந்து உங்களுக்கு நைட் ட்யூட்டி. பாக்க முடிஞ்சாப் பாருங்க. இல்லைனா ஒரு மாசம் டைம் தரேன். ரிசைன் பண்ணிடுங்க. ஒருத்தருக்காக மட்டும் அப்படி சலுகை காட்ட முடியாது.” ‘நீ என்ன எனக்கு ஒரு மாசம் கெடு தர்றது, நான் இன்னிக்கே போறேன்’ என்று வேலையை விட்டு விட்டார் கணேசன். இப்படி எல்லா இடங்களிலும் ஏதோ ஒரு பிரச்சனை, ஏதோ ஒரு காரணம்.

“என் தல மறைஞ்சா என்ன பண்ணப் போறானோ! யாருமில்லாமப் போய்டும் அவனுக்கு. இந்த வீட்டை வித்து வர்ற காசைக் கரியாக்காம உபயோகமா எதுனா பண்ணிப் பொழைச்சாச் சரி.”

சதாசிவம் வாஞ்சையாக எண்ணிய மறுகணமே நெஞ்சு குமுறியது. ‘எக்கேடோ கெடட்டும். நானே போனப்பறம் அவனைப் பத்தி எனக்கென்ன? ஒண்ணுக்கும் ஆகாத பயல். நாப்பத்து அஞ்சு வயசு வரை நான்தான் அவனுக்குச் சோறு போடறேன். ஆனா அவன் ஊதாரிச் செலவு பண்ணின்டு திரியறான். இப்போ ஒரு வாய் ரசம் சாதத்துக்கு நான் கெஞ்ச வேண்டி இருக்கு. ஈஸ்வராஆ...!’

பசி வயிற்றைக் கிள்ளியது. அவர் வாக்கர் உதவியுடன் மெல்ல நடந்து சோற்றைப் போட்டு ரசம் ஊற்றிச் சாப்பிடலாம். மூத்திரப் பையைக் கழற்றி விட்டுச் செல்ல வேண்டும். அதோடு அங்கேயே அமரும்படி இருக்கை இருக்க வேண்டும். சோற்றுத் தட்டையும் வாக்கரையும் ஒருசேரப் பிடிக்க முடியாது. அங்கே சேர் இல்லை இப்போது. சில நாள் கணேசன் அப்படிப் போட்டு வைப்பார், நல்ல மூட் இருக்கும் நாட்களில். இன்று இல்லை. எனவே எதுவும் முயலாமல் படுத்திருந்தார்.

ஹோட்டலில் ஆர்டர் கொடுத்து விட்டு அமர்ந்தார் கணேசன். எதிர் மேசையில் ஒரு குடும்பம் மனைவி, மகனுடன் ஒருவர் அமர்ந்திருந்தார். கணேசன் வயதுதான் இருக்கும். அவர் மகனுக்கு பத்து, பன்னிரெண்டு வயதிருக்கும். ஒரு பெருமூச்சு வந்தது. இப்போதெல்லாம் பெண் நினைப்பை விட அவரைப் படுத்துவது தனக்கென ஒரு மகனோ, மகளோ, குடும்பமோ இல்லை என்பதுதான்.

'அப்பாவுக்கு எண்பது வயசுலயும் நான் பாத்துக்கறேன். நேக்கு நாளைக்கு யார் இருக்கா? அம்பதாகப் போறது. இன்னும் சில வருஷத்தில் சுகர், பிபினு வந்துடும். இதுவரைக்கும் வராம இருக்கிறதே தெய்வ புண்ணியம். ஏதோ குடி, சிகெரெட்னு எந்தக் கெட்ட பழக்கமும் இல்லாம இருக்கறதால ஆரோக்கியமா இருக்கேன். இல்லைனா இப்போவே முடியாம போயிருக்கும். ஒரு வாய் தண்ணி எடுத்துண்டு வானு சொல்லக் கூட ஆத்துல ஒரு பொம்மனாட்டி இல்லை, ஒரு கொழந்தை இல்லை. எல்லாத்தையும் தன்னந்தனியா நாந்தான் பண்ணியாக வேண்டி இருக்கு.'

பெருமூச்சு வந்தது. ரவா ரோஸ்டும் காஃபியும் வந்தது. அப்பாவுக்கும் ரவா ரோஸ்ட் பிடிக்கும் என மனதில் ஓடிய எண்ணத்தைக் கத்தரித்தார். இப்படி நாமதான் அவர் பற்றி யோசிக்கிறோம். அவர்?

அவருக்கு ஆபரேஷன் ஆகியிருக்கு, அம்மாவால தனியாச் சமாளிக்க முடியாதுனுதான் வெளியூர்ல கூப்பிட்ட வேலையை வேண்டாம்னு விட்டேன். அப்பவே அம்மா எனக்குப் பொண்ணு பார்த்தா. ஆனா வேலை சரி இல்லைனு ஒண்ணும் அமையல. நல்ல மனுஷன் என்ன பண்ணி இருக்கனும்? நீ போ, சமாளிச்சுக்கறேன்னு சொல்லி இருக்கணுமோன்னோ? இல்லையே! நான் இருக்கேன்னா ஒடனே சரின்னுட்டார்.அப்படியும் ஒரு வரன் தகஞ்சு வந்துது. பொண்ணு கொஞ்சம் நிறம் கம்மி. அந்த வயசுல அது குறையாத்தான் தோணித்து. சரி, எனக்குதான் அனுபவம் இல்லை. அதெல்லாம் பார்க்கப் பிடாது, குணத்தப் பாரு, வாழ்க்கையப் பாருன்னு சொல்லி இருக்கனும்ல இவர். அம்மா சொன்னா, நிறமாடா நாளைக்கு சமைச்சுப் போடப் போறதுன்னு. இவர் அவனுக்குப் பிடிக்காட்டி விடுன்னுட்டார். வேற பாக்கலாம்னு சொல்லியே வேலையும் சரி, வரணும் சரி இல்லாமப் போச்சு.

ஏதோ கலெக்டர் உத்தியோகம் வாங்கித் தர்ற மாதிரி நான் பாத்துக்கறேன்னு சொல்வார். பாத்தா அட்டெண்டர், ப்யூன், நைட் டூட்டி, கொரியர் பாய்னு. இதெல்லாம் எப்படிப் பண்ண முடியும்? ஒரு கௌரவமான வேலை வாங்கித் தரத் துப்பில்லை. ஒவ்வொருத்தர் மகனுக்காகச் சொத்து சேர்க்க சம்பாதிக்கறா. இங்க சொத்துன்னு ஒண்ணும் இல்ல. இந்தப் புறா கூண்டு வீடுதான் மிச்சம்.

யோசனையுடன் உண்டதில் ரசித்து ருசித்து உண்ண மறந்து விட்டது உறைத்தது. ஆத்துல சாப்பிடத்தான் நிம்மதி இல்லைனா இங்கயும் இவரோட நினைப்புதான் நமக்குத் தொல்லை.

‘கெழம் எப்போ தொலையுமோன்னு ஆறது வர வர…’

எரிச்சலுடன் பணத்தைக் கொடுத்து விட்டு வெளியேறினார். வரும் வழியிலும் கண்ணில் படும் குடும்பங்கள் எல்லாம் கவனத்தைக் கலைத்தன. எரிச்சல் கூடியது. நாலு நாள் பட்டினி போட்டா தன்னால உசிர் போய்டும். பேசாம அதையானும் பண்ணிடலாமானு இருக்கு வர ஆத்திரத்துக்கு.

“கணேசா… எப்பிடி இருக்க?”பழக்கமான குரல்.தர்மலிங்கம் நின்றிருந்தார். நிறைய வயதானது போல் தோன்றியது. அப்பாவை விட ஐந்தாறு வயது குறைவானவர். முதுமை தளர்த்தி இருந்தது.

“ஸார்… நீங்களா? நல்லா இருக்கேன். நீங்க?”

“நல்லா இருக்கேன். அப்பா எப்படி இருக்கார்?”

“அவருக்கு முடியல. முக்காவாசி படுக்கைதான்.”

“எனக்கும் முடியறதில்லை. சுகர், கொலெஸ்ட்ரால்ன்னு. சரி, நீ கல்யாணம் பண்ணலயா?”

“ம்.”

“உங்கப்பாவை மூணு மாசம் முன்ன பாத்தப்போ கூட பொண்ணு பாக்கச் சொன்னார் உனக்கு. நாப்பது ஆகுதா உனக்கு? வேற ஜாதி கூட ஓகேன்னார். அவருக்கு அப்பறம் உன்னை யார் பாத்துப்பாங்கனு வருத்தப்பட்டார். உனக்கு ஓகேனா மறுமண வரன்கள் இருக்கு. பாக்கலாமா?”

கணேசன் லேசாய் எரிச்சலுற்றார். “டைம் ஆச்சு அப்பா தனியா இருப்பார். நான் கிளம்பறேன்.”

“எப்போ பாரு அப்பா அப்பா. அப்பாக்காக என்கிட்ட சண்டை போட்டவன்தானே நீ? இப்போ நினைச்சா சிரிப்பு வருது. உங்கிட்ட சண்டை போட்டப்பறம் ஒருக்கா என்னப் பாக்க வந்தாரு. நமக்குள்ள பேசிக்கறது வேற. அவன்கிட்ட ஏன் அதெல்லாம் சொன்னீங்க? வருத்தமாகும்லனு.”

“ம்ம்ம்”

"உங்கப்பாவுக்கு நீன்னா தனி பாசம்தான். உனக்குத் திரும்ப வேற வேலை கேட்டார், என்கிட்ட. நான் வாங்கி தந்தேன்னு உனக்கு தெரிய வேண்டாம்னும். அப்ப கோவம் இருந்ததால செய்யல."

"..."

"ஆனா உங்கப்பாக்கு உண்மையாவே முட்ட போண்டான்னா ரொம்பப் பிடிக்கும். உங்கம்மாக்கு தெரிஞ்சா சண்டை வரும்னு தின்னதச் சொல்ல மாட்டார். ஃப்ராடுக்காரப் பயதான் உங்கப்பன்."

தர்மலிங்கம் சிரித்தார். முன்பு போல் கோபம் வரவில்லை கணேசனுக்கு. ஆனாலும் சொன்னார்: "ஸார் ப்ளீஸ். அவரே முடியாம ஆகிட்டார். இனி இதெல்லாம் சொல்லிட்டு இருக்கணுமா?"

"இன்னும் அப்பனச் சொன்னா ரத்தம் கொதிக்குது!"கணேசன் பதில் சொல்லாமல் நகர்ந்தார்.

ஒரு மணி நேரம் கழித்து வீட்டுக்குள் நுழைந்தார். சதாசிவம் எதுவும் பேசாமல் இருந்தார். கணேசன் சமையலறைக்குச் சென்று பார்த்தார்: "ஏன்பா சாப்பிடலையா நீ?"

"எப்பிடி சாப்பிடறதாம்? அங்க சேரும் போடறதில்ல. நான் தட்டையும் எடுத்துண்டு வந்து விழுந்து வச்சா யார் பாப்பா. ஏற்கனவே உன்கிட்ட சீப்பட்டு போறேன்..."

"உடனே பொலம்பாத. இரு கொண்டு வரேன்."

தட்டில் சோறு போட்டு ரசம் விட்டு பிசைந்து இருந்தார். மேலே ஒரு போண்டா இருந்தது: "தொட்டுக்க ஒண்ணும் பண்ணலையே இன்னிக்கு ஹாஸ்பிடல் போறோம்னு. அதான்..."

சதாசிவத்திற்கு முகம் மலர்ந்தது. ரசம் சோறு ஒரு வாய் வைத்து விட்டு போண்டாவை விண்டார். உள்ளே முழு முட்டை இருந்தது. நிமிர்ந்து கணேசனைப் பார்த்தார். கணேசன் அலைபேசியை எடுத்து யாருக்கோ அழைத்து விட்டு காதில் வைத்துக் கொண்டே அங்கிருந்து நகர முயன்றார்.

"நீ நன்னா சாப்டியா, கொழந்தே?"

(அக்டோபர் 2, 2023)

★★★

சௌம்யா

சௌம்யா கோவையைச் சேர்ந்த இளம் பெண் எழுத்தாளர். சமூக வலைதளங்களில் இருந்து எழுத வந்தவர்களில் முக்கியமானவர். 2016ல் 'அம்மா' என்ற கவிதைத் தொகுதி மின்னூலாக வெளியானது. 2023ல் 'களிற்றடி' என்ற சிறுகதைத் தொகுதி வெளியாகிறது.

உதிரிகள் சிற்றிதழ் நடத்திய உலகளாவிய சிறுகதைப் போட்டி-2023ல் இவரது 'மூளி' மூன்றாமிடம் பெற்றது. ஆனந்த விகடன், விகடன். காம், தமிழ் மின்னிதழ் ஆகியவற்றில் இவரது கதை, கட்டுரை, கவிதை உள்ளிட்ட ஆக்கங்கள் வெளியாகி உள்ளன. வாசிப்பை நேசிப்போம் குழுமத்தின் 'சிறுகதையாடல்', எழுத்தாளர் மதுமிதாவின் 'சிறுகதை நேரம்' ஆகிய சமூக வலைதள ஒருங்கிணைப்புகளில் இவரது 'துலாமுள்' விவாதிக்கப்பட்டது. பரவலான வாசக ஏற்பைப் பெற்ற இவரது புனைகதைகளில் காதலின் மென்னுணர்வு, குழந்தைமையின் அறியாமை, யதார்த்தத்தின் குரூரம் ஆகியன வெளிப்படுகின்றன.

2011 முதல் சமூக வலைதளங்களில் தீவிரமாக எழுதிவருகிறார். ட்விட்டரில் ('அரட்டை கேர்ள்') 94 ஆயிரத்துக்கு மேலும் ஃபேஸ்புக்கில் ('சௌம்யா ராகவன்') 12 ஆயிரத்துக்கு மேலும் ஃபாலோயர்கள் கொண்ட பிரபலம். ஆனந்த விகடன் (வலைபாயுதே), குங்குமம் (வலைப் பேச்சு), அவள் விகடன் (லைக் கமெண்ட் ஷேர்), தினகரன் உள்ளிட்ட பல்வேறு இதழ்களில் இவரது சமூக வலைதளப் பதிவுகள் தொடர்ந்து வெளியாகி இருக்கின்றன. பதிவுகள் மற்றும் பதில்களில் வெளிப்படும் கூரிய பகடி இவரது பிரத்யேக அடையாளம்.

வலைதளங்கள்

- https://www.arattaigirl.com/
- https://www.facebook.com/sowmya.ragavan
- https://twitter.com/arattaigirl
- https://www.instagram.com/arattaigirl-sowmya/

மின்னஞ்சல்: sowumiyaa@gmail.com

www.ingramcontent.com/pod-product-compliance
Lightning Source LLC
LaVergne TN
LVHW100242051026
849517LV00006B/1964
9789395473743